மயிர்தான் பிரச்சினையா?
(கல்விசார் கட்டுரைகள்)

மயிர்தான் பிரச்சினையா?
(கல்விசார் கட்டுரைகள்)

பெருமாள்முருகன் (பி. 1966)

படைப்புத்துறைகளில் இயங்கி வருபவர். அகராதியியல், பதிப்பியல், மூலபாடவியல் ஆகிய கல்விப்புலத் துறைகளிலும் ஈடுபாடுள்ளவர்.

பெருமாள்முருகன்

மயிர்தான் பிரச்சினையா?
(கல்விசார் கட்டுரைகள்)

காலச்சுவடு பதிப்பகம்

அன்பார்ந்த வாசகருக்கு,
வணக்கம்.

காலச்சுவடு நூலை வாங்கியமைக்கு நன்றி.

நூலின் உள்ளடக்கம், உருவாக்கம், அட்டைப்படம் இன்ன பிற அம்சங்கள் பற்றிய உங்கள் கருத்துகளையும் ஆலோசனைகளையும் காலச்சுவடு வரவேற்கிறது. தகவல், எழுத்து, வாக்கியப் பிழைகள் தென்பட்டால் கட்டாயம் தெரிவித்து உதவுங்கள். நூல் தயாரிப்பில் கடும் குறைபாடு இருப்பின் மாற்றுப் பிரதி உங்களுக்குக் கிடைக்கக் காலச்சுவடு ஏற்பாடு செய்யும்.

மின்னஞ்சல்: **publisher@kalachuvadu.com**

காலச்சுவடு நாகர்கோவில் தலைமையகத்துக்கும் கடிதம் அனுப்பலாம்.

தங்கள்
எஸ்.ஆர். சுந்தரம் (கண்ணன்)
பதிப்பாளர் — நிர்வாக இயக்குநர்

மயிர்தான் பிரச்சினையா? (கல்விசார் கட்டுரைகள்) ◆ கட்டுரைகள் ◆ ஆசிரியர்: பெருமாள்முருகன் ◆ © பெருமாள்முருகன் ◆ முதல் பதிப்பு: டிசம்பர் 2022, மூன்றாம் பதிப்பு: ஜூலை 2023 ◆ வெளியீடு: காலச்சுவடு, 669, கே.பி. சாலை, நாகர்கோவில் 629001

mayirtaan piraccinaiyaa? ◆ Essays ◆ Author: PerumalMurugan ◆ © PerumalMurugan ◆ Language: Tamil ◆ First Edition: December 2022, Third Edition: July 2023 ◆ Size: Demy 1 x 8 ◆ Paper: 18.6 kg maplitho ◆ Pages: 168

Published by Kalachuvadu, 669, K.P. Road, Nagercoil 629001, India ◆ Phone: 91-4652-278525 ◆ e-mail: publications@kalachuvadu.com ◆ Printed at Mani Offset, Chennai 600077

ISBN: 978-93-5523-299-1

இன்றைய கல்விமுறைக்குப் பலியாகிய
ஹைதராபாத் பல்கலைக்கழக மாணவர்
ரோஹித் வெமுலா,
ஜவஹர்லால் நேரு பல்கலைக்கழக மாணவர்
ச. முத்துக்கிருஷ்ணன்
ஆகியோர் நினைவுக்கு.

பொருளடக்கம்

முன்னுரை: தனிமை விளைவித்த ஆக்கங்கள்	11
1. பாடத்திட்ட நத்தை	19
2. கண்காணிப்பும் சுதந்திரமும்	23
3. பொம்மைகள் வசிக்கும் உலகம்	29
4. கல்வித் தொழிலின் வெற்றிச் சூத்திரம்	35
5. கருணை வெளிப்படும் தருணம்	41
6. விடைத்தாள் மதிப்பீடும் தொழில் நியதிகளும்	46
7. பள்ளிகள் சிறைகளா?	52
8. குறைந்த முதலீடு அதிக லாபம்	59
9. சமச்சீர்க் கல்வி நீடிக்குமா?	67
10. ஆசிரியர் மொழி அதிகாரம்	74
11. கட்டாயக் கிராமப்புறச் சேவை	83
12. வரலாற்றுத் தருணம்	89
13. மருத்துவக் கல்விக்கு ஒரே கலந்தாய்வு	95
14. கைக் கிரிக்கெட்!	100
15. இன்புறுத்தும் மருத்துவம்	104
16. இழப்பதற்கு உயிர் இருக்கிறது	109
17. தற்காலிகத் திருப்தி தரும் ஏற்பாடு	115
19. கல்வியில் சமூக அநீதி	123

20.	ஒமைக்ரானை வரவேற்கலாமா?	129
21.	மனிதாபிமானமற்ற பேரிடர்க் காலம்	137
22.	மயிர்தான் பிரச்சினையா?	144
23.	மயிர்தான் பிரச்சினையா? – 2	150
24.	சுதந்திர வெளிச்ச வெளி	157
25.	கலைக் கல்லூரிகளில் தமிழ்வழிக் கல்வி	163

முன்னுரை

தனிமை விளைவித்த ஆக்கங்கள்

1989இல் 'மனஓசை' இதழ் ஆசிரியர் குழுவில் நான் இணைந்தபோது அரசு கல்லூரிப் பொருளியல் பேராசிரியரான தோழர் சீனிவாசன் அக்குழுவில் இருந்தார். 'தமிழ்நாடு அரசு கல்லூரி ஆசிரியர் கழகம்' அப்போது பல போராட்டங்களை நடத்தியது. அவற்றுக்கெல்லாம் என்னையும் அழைத்துச் சென்றார். கல்விப் பிரச்சினைகள் தொடர்பாக மனஓசையில் அவர் அவ்வப்போது கட்டுரைகள் எழுதுவார். எதையும் தெளிவாக எடுத்து மொழியும் ஆற்றல் கொண்டவர். அவருடனான உரையாடல் எத்தனையோ விஷயங்களை எனக்குக் கொடுத்தது. கல்வி பற்றிய பார்வையும் அவரால் விளைந்தது என்றே சொல்வேன். அன்றைய ஆசிரியர் கழகத் தலைவர்களில் ஒருவரான பேராசிரியர் ப.சிவக்குமாரின் கட்டுரைகளும் மனஓசையில் வெளியாகும். அவரிடம் கட்டுரைகள் வாங்குவதற்காக மாநிலக் கல்லூரிக்கு அடிக்கடி செல்ல வேண்டியிருந்ததால் அவருடனும் பேசிப் பழகும் வாய்ப்பு அமைந்தது. இத்தொடர்புகளின் வழியாகவே கல்வி சார்ந்த என் பார்வை உருவாகி வந்தது. அரசு கல்லூரி ஆசிரியரான பிறகு கல்விப் பிரச்சினைகள் பற்றிய பார்வை விரிந்தது.

1996இல் ஆத்தூர், அறிஞர் அண்ணா அரசு கலைக் கல்லூரியில் பணியில் சேர்ந்தேன். அக்காலத்தில் உடன் பணியாற்றிய வ. கிருஷ்ணன்,

க. காசிமாரியப்பன், மா. வெங்கடேசன் ஆகிய நண்பர்கள் ஒத்த மனதுடையவர்களாக இருந்தனர். பல செயல்களைச் செய்ய முடிந்தது. அங்கு ஐந்தாண்டுகள் பணியாற்றினேன். அது தவிர என் பணிக்காலம் முழுவதும் தனித்தே இருந்தேன் என்றுதான் சொல்ல வேண்டும். சாதாரணமான ஒன்றை நடைமுறைப் படுத்துவதற்கும் ஆதரவு இருக்காது. என் எண்ணங்களை வெளிப் படுத்தவும் இடமிருக்காது. பகிர்ந்துகொள்ளச் சகமனம் கிடைக்காது. இளமைத் துடிப்பால் சிலரிடம் கடுமையாகச் சண்டைபோட்டிருக்கிறேன். முரண்பட்டு விலகியிருக்கிறேன். அதனால் சில பாதிப்புகளையும் அடைந்திருக்கிறேன். படிப்படியாக ஓய்ந்துபோய் 'இயன்றதைச் செய்வோம்' என்னும் மனநிலைக்கு ஆட்பட்டேன். கல்வித்துறையில் நான் அனுபவித்த தனிமை கொடிது. அப்படியொரு கொடுமையை வாழ்வின் வேறெந்தத் தளத்திலும் உணர்ந்ததில்லை. என் இயலாமைகளின் காரணமாக, தனிமையிலிருந்து தப்பிக்கக் கல்வித்துறை பற்றிக் கட்டுரைகள் எழுதத் தொடங்கினேன். எங்காவது ஓரிடத்தில் இறக்கி வைக்கத்தானே வேண்டும்? தனிமை விளைவித்த ஆக்கங்களே இக்கட்டுரைகள்.

2001ஆம் ஆண்டுதான் கல்வி தொடர்பான கட்டுரைகள் எழுதத் தொடங்கினேன். 'தினமணி' இதழின் நடுப்பக்கக் கட்டுரையாகக் 'கலைப்பாடங்களையும் கவனிப்போம்', 'சீனியர்–ஜூனியர்' ஆகிய இரண்டும் வெளியாயின. இவற்றை எழுதியதன் காரணமாக அப்போதைய கல்லூரி முதல்வரின் தொந்தரவுக்கு ஆளானேன். நான் பணியாற்றிக்கொண்டிருந்த ஆத்தூர் அரசு கல்லூரியிலிருந்து பணியிட மாறுதல் பெற்று வெளியேற நேர்ந்தது. பின்னர் 'காலச்சுவடு' இதழில் பல கட்டுரைகள் எழுதினேன். 'பாடம்', 'சிற்றேடு', 'இந்து தமிழ்' ஆகியவற்றிலும் எழுதியிருக்கிறேன். இன்னும் நினைவுக்கு வராத இதழ்களிலும் எழுதியிருப்பேன் என்றே எண்ணுகிறேன். இத்தொகுப்பில் உள்ளவற்றில் பெரும்பாலான கட்டுரைகள் 'காலச்சுவடு' இதழில் வெளியானவை. சில கட்டுரைகள் வெளியான விவரத்தைக் கண்டுபிடிக்க முடியவில்லை. இதில் சேர்க்கக் கிடைக்காத கட்டுரைகளும் உள்ளன. என் சேகரத்தைக் குடைந்து தேடினால் அவை கிடைக்கக்கூடும். பின்னர் பார்த்துக்கொள்ளலாம் என்று கருதிக் கிடைத்தவற்றைச் சேர்த்திருக்கிறேன்.

கட்டுரைகள் வெளியானபோது கடுமையான எதிர்வினை களைப் பெற்றேன். 'ஆசிரியராக இருந்துகொண்டு ஆசிரியர் சமுதாயத்தை இழிவுபடுத்தி எழுதலாமா?' என்பது சக ஆசிரியர்களிடமிருந்து எழுந்த கேள்வி. 'யாரையும் இழிவுபடுத்தி

எழுதவில்லை. பிரச்சினைகளைத்தான் எழுதுகிறேன். உள்ளே இருப்பதால்தான் எனக்குத் தெரிகின்றன. வெளியில் இருப்பவருக்கு உள்ளே நடக்கும் விஷயங்கள் தெரியவராது' என்று பதில் சொன்னேன். யாருக்கும் அப்பதில் உவப்பில்லை. ஆசிரியர் சமூகத்தைக் காட்டிக் கொடுப்பவனாகக் கருதப் பட்டேன். 'காலச்சுவடு' இதழில் 'வேறுவேறு' என்னும் பொதுத் தலைப்பில் தொடர்ந்து சில மாதங்கள் கல்விக் கட்டுரைகள் எழுதினேன். அப்போது நாமக்கல் பள்ளி முதலாளிகளின் எதிர்ப்பைச் சம்பாதித்துக்கொண்டேன். 'இந்து தமிழ்' இதழில் வெளியான 'கைக் கிரிக்கெட்' கட்டுரை பெரும் எதிர்ப்பை உருவாக்கியது. 'மாதொருபாகன்' பிரச்சினை உருவானபோது கல்வி முதலாளிகள் எனக்கு எதிராகக் கை கோத்து எதிர்ப்பாளர் களுக்கு நிதியுதவி செய்தார்கள். அந்த அளவுக்கு அக்கட்டுரைகள் பாதித்திருந்தன. அப்படியென்ன இந்தக் கட்டுரைகளில் எழுதி விட்டேன்?

என் கட்டுரைகளால் மாற்றங்கள் எதுவும் நிகழ்ந்து விட வில்லை என்றாலும் எதிர்ப்புணர்வுகள் உருவாகக் காரணம் நடைமுறை சார்ந்த பிரச்சினைகளை முன்னிலைப்படுத்தி எழுதியதுதான். கல்விக் கோட்பாடுகள் பற்றி நேரடிக் கட்டுரை என்று எதுவும் எழுதவில்லை. அனுபவம் சார்ந்து எழுதியவை இந்தக் கட்டுரைகள். அனுபவத்தைப் பரிசீலிப்பதற்குக் கல்விக் கோட்பாடுகளைப் பயன்படுத்திக்கொண்டிருக்கிறேன். கல்விக் கோட்பாட்டுப் பிரச்சினைகளை எழுதியிருந்தால் அறிவுலகத்தில் மட்டும் கவனம் பெற்றிருக்கும். கல்வி நிறுவனங்களோடு தொடர்புடைய முதலாளிகள், ஆசிரியர்கள், அதிகாரிகள் உள்ளிட்ட அனைத்துத் தரப்பையும் சென்றடைந்திருக்காது. அன்றாடத்திலிருந்து எடுத்த தரவுகளைக் கொண்டு நடைமுறைப் பிரச்சினைகளை எழுதியதால்தான் இக்கட்டுரைகளுக்கு இத்தனை எதிர்ப்புகள்.

சமீபத்தில் 'அருஞ்சொல்' இணைய இதழில் எழுதிய 'மயிர்தான் பிரச்சினையா?' கட்டுரை ஆசிரியர் தரப்புக்குச் சிறிதும் உவப்பாக இல்லை. புத்தகங்களைக் கையிலெடுக்க வேண்டிய ஆசிரியர்கள் கத்திரிக்கோலைக் கையிலெடுக்கத் தயாராக இருக்கும் நிலையை இக்கட்டுரை வெளிப்படுத்தியது. கல்வி நிறுவனங்களில் சமகாலப் பார்வை இன்றிக் கெட்டிதட்டிப் போன ஒழுக்கப் பார்வை நிலவுவதை இது கேள்வி கேட்டது. ஒழுக்கப் பார்வைக்குச் சமகாலம் பற்றிய அறிதல் கிடையாது. இளம் மனங்களை அணுகுவதைக் குறித்து எந்தத் தெளிவும் இல்லை. இளைஞர்களைக் குற்றவாளிகளாகக் காண்பதும்

அவர்களுக்குத் தண்டனை கொடுப்பதுமே இந்த ஒழுக்கக் காவலர்களின் விருப்பம். அதை இக்கட்டுரை தர்க்கரீதியாகக் கேள்வி கேட்டது.

இக்கட்டுரையை மாணவர்கள் பெரிதும் வரவேற்றார்கள். இப்போதும் கல்லூரிகளுக்கு உரையாற்றச் செல்லும்போது இதைப் பற்றி மாணவர்கள் பேசுகின்றனர். அவர்கள் தரப்பு நியாயத்தை முன்வைத்த குரலாக இதைப் பார்க்கின்றனர். பாதிக்கப்படுவோர் தரப்பின் பக்கம் என் பார்வை இருப்பதால்தான் இந்த நிலை. அக்கட்டுரைக்கு வந்த எதிர்வினைகளை ஒட்டி இன்னொரு கட்டுரை எழுத வேண்டிய நிலையும் ஏற்பட்டது. 'கைக் கிரிக்கெட்' கட்டுரை எழுதியபோது இதுவரைக்கும் வெளிவராத ரகசியம் அம்பலமானதுபோல அதிர்வுகள் உருவாயின. அதை முன்னிட்டு அரசு கொண்டிருக்கும் கல்விக் கொள்கைகள் மீது எனக்கு விமர்சனம் ஒருபக்கம் இருக்கிறது. அதே சமயம் இன்றைக்குக் கிடைத்திருக்கும் வெளியைப் பயன் படுத்தி ஆசிரியர்களும் அதிகாரிகளும் இயங்கினால் எத்தனையோ பிரச்சினைகளை எளிதாகத் தீர்க்கலாம். கல்வியை இன்னும் மேலெடுத்துச் செல்லலாம். அதற்கு வாய்ப்பான சூழல் இங்கே இல்லை. இந்தக் கல்விமுறையில் கற்று வருபவர்களே ஆசிரியர்கள். ஆகவே அவர்களுக்குக் கல்வி சார்ந்த பார்வை உருவாவ தில்லை. ஒருசிலர் சுயமாகக் கற்பவர்களாகவும் வாசிப்பவர்க ளாகவும் இருப்பதால் தம் எல்லை சார்ந்து சில செயல்பாடுகளை முன்னெடுக்க முடிகிறது. போதுமான பயிற்சி பெற்றவர்களாகவும் ஆசிரியர்கள் இல்லை.

ஆசிரியர் பயிற்சி வழங்கும் தனியார் கல்வியியல் கல்லூரி களில் '*irregular*' என்று ஒரு வழக்கு இருக்கிறது. அதாவது படிப்பில் சேர்ந்துகொள்ளலாம். வகுப்புக்கு வர வேண்டியதில்லை. ஆசிரியர் பயிற்சிக் கல்வியின் இன்றைய பாடத்திட்டம், கற்பிக்கும் முறை முதலியவற்றைப் பற்றி நிறையப் பேச வேண்டியிருப்பது ஒருபக்கம். ஆனால் உள்ளதையே கற்பிக்காத நிலை இருக்கிறது. *Irregular* மாணவர்கள் பணம் கட்டிச் சேர்ந்துகொண்டால் போதும். அவ்வப்போது கல்லூரி அழைக்கும்போது வந்தால் போதும். சுயமாகப் படித்துத் தேர்வெழுதிக்கொள்ளலாம். தொடர்ந்து வகுப்புக்கு வர வேண்டியதில்லை என்னும் சலுகை கிடைக்கச் சில பத்தாயிரங்கள் கல்லூரிக்குக் கூடுதலாகச் செலுத்த நேரும். இவ்வாறு பயின்று பட்டம் பெற்று வருவோருக்கு ஆசிரியர் பணிபற்றி என்ன எண்ணமிருக்கும்?

இவ்வாறு பட்டம் பெற்று வரும் ஆசிரியர்களுக்குக் கல்வி பற்றிய பார்வையே உருவாக வாய்ப்பில்லை. இந்நிலையில்

சமூகப் பார்வை எங்கிருந்து வரும்? இன்றைய கல்வியில் சாதி பற்றி ஏதேனும் கற்பிக்கிறோமா? ஆசிரியர்களுக்குச் சாதி பற்றிய புரிதல் உள்ளதா? மாணவர்கள் தம் கைகளில் சாதி அடையாளக் கயிறுகளைக் கட்டி வருவதைப் பற்றிச் செய்திகள் வந்தன; அதையொட்டி அரசு ஆணைகூட வெளியாயிற்று. இப்படி வெளிப்படையாகத் தெரியாமல் ஆசிரியர்களிடையே நிலவும் சாதிப் பற்று, சாதிக் குழுக்கள், சாதிப் பாசம் ஆகியவை சொல்லும் தரமல்ல. ஆசிரியர் சங்கங்களில் அந்தந்தப் பகுதியின் ஆதிக்கச் சாதியினரே பொறுப்பாளர்களாக வர முடியும் என்னும் நிலையைக் கண்டிருக்கிறேன். தேநீர் பருகச் செல்லும் ஆசிரியர் குழுக்களைக் கவனித்தால் சாதிக் கை நீண்டு அருவமாக அவர்கள் தோள்களை இணைத்திருப்பது தெரியும். தம் சாதி மாணவர்களுக்குச் சலுகை வழங்கிக் கை கோக்கும் ஆசிரியர்கள் தேவையான சந்தர்ப்பத்தில் அவர்களைத் தமக்குச் சாதகமாகப் பயன்படுத்துவது உண்டு. ஒருபோதும் பல் தெரியச் சிரிக்காத ஆசிரியர் ஒரு மாணவரிடம் சிரித்துப் பேசுகிறார் என்றால் அவர் சாதியைச் சேர்ந்த மாணவர் அவர் என்பது வெளிப்படை.

தாம் செய்யும் தவறுகளிலிருந்தெல்லாம் தப்பித்துக் கொள்ளச் சாதியைக் கேடயமாக ஆசிரியர்கள் பயன்படுத்துவது சாதாரணம். சாதிப் பாசத்தை அவர்கள் இன்னும் எத்தனையோ நுட்பமான வழிகளில் வெளிப்படுத்துவர். சமூக நீதி பற்றியோ இட ஒதுக்கீடு குறித்தோ தெளிவுள்ள ஆசிரியர் எண்ணிக்கை குறைவு. தாம் எத்தகைய இட ஒதுக்கீட்டில் வேலை பெற்றோம் என்றுகூட அறியாத வெள்ளந்தியானவர்கள் உண்டு. ஆசிரியர்களைச் சாதியிலிருந்து விடுவிக்கக்கூட வேண்டாம். அது பல படிநிலைகள் கொண்டது. ஆனால் சாதியைப் பற்றிய புரிதல் கொண்டவர்களாக ஏன் உருவாக்க முடியவில்லை? சாதி உருவாக்கம், அதன் இருப்பு முறை, சமத்துவம் இன்மையும் பிளவுபடுத்தலுமான அதன் அடிப்படைகள் பற்றியெல்லாம் எங்கேனும் அறிவதற்கு நம் கல்விமுறையில் வாய்ப்புள்ளதா? அதற்கு நம் கல்விமுறையில் எந்த வழியும் இல்லை. கல்வி நிறுவனங்களில் சாதிப் பிரச்சினையை எவ்வாறு அணுக வேண்டும் என்பது குறித்துக் குறைந்தபட்சம் ஆசிரியர் பயிற்சியிலாவது சொல்லித்தரலாமே.

மாணவர்களிடம் நான் குறைகாண்பதே இல்லை என்று என் கட்டுரைகள் தொடர்பாக ஒரு விமர்சனம் உண்டு. யாரையும் குறையற்ற மனிதர்களாகக் கருதவில்லை. பதின்வயது மாணவர்களிடமும் ஏராளமான குறைகள் உள்ளன. வெளியுலகம்

கொட்டியிருக்கும் சகல அழுக்குகளோடும்தான் கல்வி நிறுவனங் களுக்கு அவர்கள் வருகிறார்கள். திறன் வெளிப்பாடுகளுக்கான சுதந்திர வெளியைக் கல்வி நிறுவனங்கள் உருவாக்கித் தருவதும் ஆசிரியர்களின் கனிவான அணுகுமுறையும் அவர்களை அத்தகைய அழுக்குகளிலிருந்து குறைந்தபட்சம் விடுவிக்கும் என்பது என் அனுபவம். நம் பாடத்திட்டத்திலும் கற்பிக்கும் முறைகளிலும் பெருமளவு மாற்றம் வந்தால் இன்னும் எவ்வளவோ செய்ய முடியும். பதின்வயது மாணவர்களை உருவாக்குபவை கல்வி நிறுவனங்கள்தான். அதை உணர்ந்து தேவையானவற்றைச் செய்யத் தவறியிருக்கிறோம். கல்வியை லாபம் ஈட்டும் தொழிலாக இன்று மாற்றிவிட்டோம். ‘தமிழ் நாட்டின் ஆக்ஸ்போர்டு’ என்று பெருமிதம் கொள்ளும் நாமக்கல் பகுதியில் கோழிப்பண்ணை, சரக்குந்து ஆகிய தொழில்களுக்கு நிகராகவோ அவற்றை மிஞ்சும் வகையிலோ கல்வித் தொழில் கொடிகட்டிப் பறக்கிறது. தொழிலாக இருந்தாலும் பரவாயில்லை, அதற்குரிய நியமங்கள் முறையாகப் பின்பற்றப்படுவதும் இல்லை. இந்நிலையில் மாணவர்கள்மீது குறைசொல்லி என்னவாகப் போகிறது?

இக்கட்டுரைகளில் பேசியுள்ள சில விஷயங்களில் இன்று பெருமாற்றம் ஏற்பட்டுள்ளது. பன்னிரண்டாம் வகுப்பில் மதிப்பெண் தரவரிசை குறித்துக் கட்டுரை எழுதியுள்ளேன். இன்று அம்முறை நீக்கப்பட்டுவிட்டது. அதேபோலப் பன்னிரண்டாம் வகுப்புப் பாடத்தைப் பதினொன்றாம் வகுப்பின்போதே நடத்தும் முறைக்கும் இப்போது தடை வந்துவிட்டது. பதினொன்றாம் வகுப்புக்கும் பொதுத்தேர்வு அறிவிக்கப்பட்டதால் இந்த மாற்றம். கல்வியியல் கல்லூரிகள் அபரிமிதமாகத் திறந்த காலத்தில் அப்படிப்பு ஓராண்டாக இருந்தது. அதை இரண்டாண்டுப் படிப்பாக மாற்ற முயற்சி நடந்துகொண்டிருந்தது. அதைப் பற்றி எழுதியிருக்கிறேன். இப்போது இரண்டாண்டுப் படிப்பு நடைமுறைக்கு வந்துவிட்டது. என்றாலும் கட்டுரைகளில் எதையும் மாற்றவில்லை.

நடைமுறைப் பிரச்சினைகள் சார்ந்தவை என் கட்டுரைகள் என்பதால் சில பிரச்சினைகள் தீர்ந்துபோயிருக்கலாம். சில வேறு பரிமாணம் கொண்டிருக்கலாம். மாற்றங்கள் ஏற்பட்டு விட்டாலும் வரலாறு, ஆவணத்தன்மை ஆகியவற்றைக் கருதி அவை தொடர்பான கட்டுரைகளையும் சேர்த்திருக்கிறேன். கலை அறிவியல் கல்லூரி மாணவர் சேர்க்கையில் ஒற்றைச் சாளர முறைக் கலந்தாய்வு தேவை என்று வலியுறுத்தி எழுதி யுள்ளேன். அது இன்னும் நடைமுறைக்கு வரவில்லை.

மருத்துவக் கலந்தாய்வு பற்றியும் எழுதியுள்ளேன். மாற்று மருத்துவக் கல்வி தொடர்பாகச் சில கட்டுரைகள் உள்ளன. அவை வைக்கும் கோரிக்கைகள் எல்லாம் அப்படியேதான் இருக்கின்றன. பள்ளிக் கல்வி பற்றி எழுதிய பல விஷயங்களில் இன்னும் மாற்றம் வரவில்லை. நம் கல்விமுறையில் எவ்வளவோ மாற்றங்கள் தேவைப்படுகின்றன. சிலவற்றைக் கவனப்படுத்தி எழுதிய கட்டுரைகள் இவை.

நம் கல்விமுறை, நடைமுறைப் பிரச்சினைகள், மனோபாவங்கள் முதலிய பல விஷயங்களை விவாதிக்க இக்கட்டுரைகள் உதவும் என்று நினைக்கிறேன். கல்வி சார்ந்த நடைமுறைகளில் சிறுசிறு மாற்றங்களைக் கொண்டு வரவும் அனைத்துத் தரப்பினரும் கல்வி சார்ந்து சிந்திக்கவும் திறப்பாக இக்கட்டுரைகள் பயன்பட வேண்டும் என்பது என் விருப்பம். அந்நோக்கிலேயே இவற்றைத் தொகுத்து நூலாக்கம் செய்துள்ளேன். கல்வி சார்ந்த என் கட்டுரைகளைத் தொகுக்க வேண்டும் என்று அவ்வப்போது நினைவூட்டி இப்போது நூலாக வெளியிடும் காலச்சுவடு கண்ணன், கட்டுரையாக்கத்தின் போது உதவிய என் நண்பர்கள், மாணவர்கள், காலச்சுவடு பணியாளர்கள் உள்ளிட்ட அனைவருக்கும் நன்றி.

நாமக்கல் பெருமாள்முருகன்

26.11.2022

பாடத்திட்ட நத்தை

பிரபஞ்சனின் 'அகல்யா' நாடகம் ஆபாசமானது என்று சர்ச்சை கிளம்பியிருக்கிறது. இத்தகைய சர்ச்சையை ஏற்படுத்தியிருப்பவர்கள் வழக்கம் போலக் கல்வி நிறுவனம் சார்ந்தவர்களும் அரசியல் ஆதாயம் கொண்டவர்களும்தான். அவர்களோடு இயல்பாக வணிகப் பத்திரிகைகளும் இணைந்திருக்கின்றன. அகலிகை தனக்கு அழகான இரண்டு ஸ்தனங்கள் (முலை என்றால் தான் முகம் சுளிப்பார்கள். ஸ்தனம் என்றாலுமா?) இருப்பதாகச் சொல்வதையும் இந்திரனைப் பார்த்து அவள் 'என்னைச் சுகி' என்று சொல்வதையும் படித்தால் மனம் பதறுகிறதாம். அவையெல்லாம் மன்மத உணர்ச்சி பொங்கும் இடங்களாம். இதை எல்லாம் நாங்கள் வாய்விட்டுப் படிக்க முடியுமா என்று கேட்கிறார்களாம் மாணவர்கள். சரி, மனதுக்குள் படித்துக்கொள்வதில் என்ன தடை இருக்கிறதோ தெரியவில்லை. நாடெங்கும் பெருகிக் கிடக்கும் இணையதள மையங்களின் அந்தரங்கக் கூண்டுகளுக்குள் புதைந்துகொண்டு பன்னாட்டு நீலப்படங்களைப் பார்த்து மகிழ்ந்து உலகமயமாக்கலில் உற்சாகமாகப் பங்குபெறும் தலைமுறைக்கா இந்தப் பிரச்சினை என்று வியப்பாக இருக்கிறது.

'மாணவிகளுக்கு மன்மதப் பாடமா?' என்று தலைப்பிட்டுக் காரமாகக் கேட்கிறது நக்கீரன் (24.12.08). மாணவன்களுக்கு மட்டும் மன்மதப் பாடம் நடத்தப்பட்டிருந்தால் இந்தக் கேள்வியே

வந்திருக்காது. ஆண்மை, எல்லாவற்றையும் அறிந்துகொள்ள லாம்; சீரழிந்துபோகலாம். பெண்மைதான் நம் கலாச்சாரச் சின்னம் ஆயிற்றே. அதை மாசுபடாமல் காப்பாற்ற வேண்டிய பொறுப்பு இந்தப் பத்திரிகைகளின் தலைமேல் அல்லவா இருக்கிறது. பெண்களின் அரை நிர்வாணப் படங்களைப் போடலாம். கள்ளக் காதல் விஷயங்களைச் சுறுசுறுப்பாக விவரிக்கலாம். நடிகைகளின் படுக்கையறைக் கதைகளைப் பக்கம் பக்கமாக எழுதலாம். இவற்றைப் படிப்பதால் யாருக்கும் ஒன்றும் ஆகிவிடாது. ஏனென்றால் இவற்றைப் படித்தா மாணவர்கள் தேர்வு எழுதப்போகிறார்கள்? எவற்றில் தேர்வு எழுதுவார் களோ அவை புனிதமாக இருக்க வேண்டும். பத்திரிகை தர்மம் வாழட்டும்.

அனைத்திந்திய மாணவர் பெருமன்றத் தோழர்கள் 'போராட்டக் களத்தில் குதிக்க நேரும்' என்று எச்சரிக்கிறார்கள். அந்த நாடகத் தொகுப்பை வெளியிட்டிருப்பதே அவர்களது கட்சி சார்ந்த 'பாவை பப்ளிகேஷன்ஸ்' நிறுவனம்தான். இது தான் முரண்பாடுகளின் ஒற்றுமைபோலும். இன்குலாப் எழுதிய 'ஔவை' நாடகத்தில் ஔவை மது அருந்துவதாக வருவது பண்பாட்டுச் சீரழிவு என்று சொல்லி அந்த நாடகத்தைப் பாடத்திட்டத்தில் இருந்து நீக்க வேண்டும் எனச் சில ஆண்டு களுக்கு முன் மதவாதிகள் போராட்டம் நடத்தினர். ஆண்கள் மது அருந்துவதில் யாருக்கும் ஆட்சேபனை இல்லை. சங்க கால ஔவை மது அருந்தி இருந்தால் என்ன, இப்போது அப்படி எழுதக் கூடாது என்று அவர்கள் விதிமுறை சொன்னார்கள். பெண்கள்மீதும் பண்பாட்டின் மீதும் கட்சி பேதமற்ற அக்கறை பெருகி வழிகிறது.

பிரபஞ்சனின் அகல்யா உட்பட ஐந்து நாடகங்கள் இடம் பெற்றிருக்கும் 'தெரிவு' நூலைத் தொகுத்துக் கொடுத்திருப் பவர்கள் நான்கு தமிழ்ப் பேராசிரியர்கள். அப்படி ஒரு நூல் வெளியாகிச் சில ஆண்டுகளாகப் பாடத்திட்டத்திலும் இருக்கிறது என்பது நாடகாசிரியர்களுக்கே தெரியாத ரகசியம். படைப்பாளர்களிடம் ஒரு வார்த்தை கேட்க வேண்டும் என்னும் நடைமுறை பேராசிரியர்களுக்குத் தெரியவில்லை. பாவம் அவர்கள். விற்பனை உரிமைத் தொகையை நால்வர் மட்டுமே பங்கிட்டுக்கொண்டிருக்கிறார்கள். நூலை வெளியிட்ட பாவை பப்ளிகேஷன்ஸ் நிறுவனம் என்ன செய்யும்? பேராசிரியர்கள் அனுமதி வாங்கியிருப்பார்கள் என்று கருதிவிட்டது. விற்பனை ஒன்றைத் தவிர மற்றவற்றில் எல்லாம் கொஞ்சம் விவரக் குறைவான நிறுவனம் இது.

இப்படி நடப்பது வழக்கம்தான். பல பேருடைய கவிதைகளை எடுத்துத் தொகுத்துச் செய்யுள் திரட்டு என்னும் பெயரில் பல்கலைக்கழகங்கள் பல்லாண்டுகளாக விற்பனைசெய்து வருகின்றன. பேராசிரியர்கள் அந்த வழியைப் பின்பற்றுகிறார்கள். நல்லது. 'ஸ்தனம்' என்பதை 'ஸ்தலம்' என்று மாற்றியிருக்கலாம். ஸ்தலம் என்றால் கோயில். 'என்னைச் சுகி' என்பதை 'என்னை விடு' என்று மாற்றியிருக்கலாம். 'என்னை விடு' என்பது வில்லனைப் பார்த்துக் கதாநாயகிகள் பேசும் பிரபல வசனம். ஓரெழுத்து ஈரெழுத்து மாற்றம்தானே. பொருள் கிடக்கட்டும். பேராசிரியர்களுக்கு இப்படி மாற்றுவதில் தடை ஒன்றும் இருந்திருக்காது. ஆனால் என்ன செய்ய? நாடகத்தைப் படிக்காமலே அவர்கள் தொகுத்துவிட்டார்கள். மூன்று நான்கு ஆண்டுகளாகப் பாடத்தில் இருந்தும் இதுவரை இந்த ஆபாசங்களை யாரும் கவனிக்காமல் இருந்தது என்ன மாயம்? வழக்கம் போல 'நோட்ஸ்' வைத்து எல்லாப் பேராசிரியர்களும் பாடம் நடத்தியிருப்பார்களோ?

இந்த ஆபாசங்கள் நவீன இலக்கியத்தில் பரவலாக வந்து தொலைக்கின்றன. பல்கலைக்கழகம் ஒன்றில் 'தலித்தியம்' என்று ஒரு தாள் ஆச்சர்யமாக வைக்கப்பட்டிருந்தது. அதில் இருந்த சிறுகதை, நாவல், கவிதை என்று ஒன்றுவிடாமல் 'ஆபாசக் களஞ்சியம்'. பாடத்திட்டக் குழுவினர் படித்துப் பார்த்திருந்தால் அந்தத் தாளையே தவிர்த்திருக்கலாம். வைத்துப் பாடம் நடத்தியாக வேண்டிய சூழல் வந்தபோது தான் ஆபாசத்தைக் கவனித்தார்கள். உறுப்புகள் இருக்கும் உணர்வே இல்லாமல் சந்ததியைப் பெருக்கிக்கொண்டிருக்கும் இனம் நாம். உறுப்புகளுக்கெல்லாம் தமிழில் பெயர் இருப்பதை இந்தப் பாட நூல்கள் மூலம்தான் ஆசிரியர்களும் மாணவர்களும் அறிந்துகொண்டார்கள். இது பண்பாட்டுச் சீரழிவு அல்லவா? குறிப்பாகத் தலித் பேராசிரியர்கள் இந்தப் பாடத்தைக் கடுமையாக எதிர்த்தார்கள். 'எங்களை இழிவுபடுத்துவதற்காகவே இந்தப் பாடத்திட்டம்' என்றார்கள். ஆகவே இந்த ஆண்டு அந்தத் தாளையே பாடத் திட்டத்தில் இருந்து தூக்கிவிட்டார்கள். இரண்டு ஆண்டுகள் படித்த மாணவர்கள் போக மிச்ச எதிர்காலத் தலைமுறை காப்பாற்றப்பட்டுவிட்டது.

பாடத்திட்டம் எப்படி இருக்க வேண்டும்? உற்சாகம் ஊட்டக் கூடாது. மகிழ்ச்சி தரக் கூடாது. சமகாலத்தை அறிவிக்கக் கூடாது. பிரித்தால் தூக்கம் வரவழைக்கும் ஒழுக்க விதிகள் அச்சிட்ட நூலாகத்தான் இருக்க வேண்டும். அதாவது மொன்னையாக இருக்க வேண்டும். சரி, அதற்கு என்ன

செய்யலாம்? தன்னாட்சிக் கல்லூரி ஒன்றின் பாடத்திட்டக் குழுக் கூட்டத்தில் இந்தப் பிரச்சினை வந்தது. இப்போது வருகிற நாவல்கள் எல்லாம் ஆபாசக் களஞ்சியங்களாக இருக்கின்றன. ஆசிரியர்களால் சொல்லித் தர முடியாது. மாணவர்கள் படிக்கவும் கூடாது. அத்தோடு சமூக நலன் ஒன்றையே தம் நோக்கமாகக் கொண்டு பாடுபட்டு வரும் இயக்கங்கள் பிரச்சினை கிளப்ப இடம் கொடுக்கவும் கூடாது. இக்கால இலக்கியம் என்று ஒரு பாடம் இல்லை என்றாலும் பிரச்சினை. என்ன செய்யலாம்?

சரி, இருக்கவே இருக்கிறார் டாக்டர் மு.வ. அவர் நாவலைப் பாடத்திட்டத்தில் வைத்துவிடலாம். பக்கம் பக்கமாக அழகான அறிவுரைகளைச் சொல்வார். 'இந்த நாவல் மூலமாக டாக்டர் மு.வ. கூறும் கருத்து என்ன?' என்று கேள்வி கேட்பதும் எளிது. ஆக மு.வ.வின் கரித்துண்டுவோ மரத்துண்டுவோ பாடத்திட்டத்தில் ஏறியது. இன்னும் பல பாடத்திட்டக் குழுவினர்க்குத் தெரியவில்லை. பாடத்திட்டத்தில் வைப்பதற்கென்றே திட்டமிட்டு டாக்டர் தமிழண்ணல் (இராம. பெரியகருப்பன்) 'நச்சுவளையம்' என்று ஒரு நாவலை எழுதியிருக்கிறார். அதைப் பாடத்திட்டத்தில் வைக்கலாம். இன்னும் மு.வ. காலத்திலேயே பாடத்திட்டம் இருக்கிறது என்னும் அபவாதத்தையும் போக்கித் தமிழண்ணல் காலத்திற்குப் பாடத்திட்ட நத்தை நகர்ந்துவிட்டது என்று சொல்லிக் கொள்ளலாம். தமிழரின் பண்பாட்டைத் தமிழண்ணலின் நாவல் நிச்சயம் காப்பாற்றும். தமிழையும் தமிழரையும்கூட.

காலச்சுவடு, பிப்ரவரி, 2009

கண்காணிப்பும் சுதந்திரமும்

பல்லாண்டுகளாகத் தொடர்ந்து தலையங்கத்தோடு வெளிவரும் தமிழ் நாளிதழ் தினமணிதான். அதன் தலையங்கங்கள் வேகமான மொழியில் தர்க்கத்துடன் அமையும் சந்தர்ப்பங்கள் பல. எனினும் பொதுப்புத்தியை வலுவாக்கும் கருத்துக்களும் மௌனங்களும் அவற்றில் நிறைய இருக்கும். 3.2.09 அன்றைய தினமணித் தலையங்கம் 'எரிச்சலூட்டும் கல்விக் கொள்ளை(கை)!' என்னும் தலைப்பிலானது. தனியார் பள்ளிகளில் மாணவர் சேர்க்கைக் கட்டணம் மிக அதிகம் என்பதை மைய மாகக் கொண்டது. சென்னை போன்ற நகரங்களில் வசிக்கும் நடுத்தட்டு, உயர் நடுத்தட்டு மக்களை மனதில் கொண்டு எழுதப்பட்ட தலையங்கம் அது. 'அரசுப் பள்ளிகள்மீது அவநம்பிக்கை கொண்டு விட்ட மக்கள், தனியார் பள்ளிகளையே அதிகம் நாடுகின்றனர்' என்று தொடங்கி அரசுப் பள்ளிகள் பற்றிய எதிர்மறை வாசகங்கள் தலையங்கம் முழுவதும் வருகின்றன.

அரசுப் பள்ளிகள்மீது மக்கள் அவநம்பிக்கை கொண்டுவிட்டார்கள் என்பது உண்மையா? அப்படியானால் லட்சக்கணக்கான மாணவர்கள் இப்போதும் அரசுப் பள்ளிகளில்தானே பயில்கிறார்கள், அவர்களும் அவர்களுடைய பெற்றோரும் மக்களில் சேர்த்தி இல்லையா? எந்த மக்கள் அரசுப் பள்ளிகளின் மீது அவநம்பிக்கை கொண்டுவிட்டார்கள்? மக்கள் என்னும் சொல் அருவமான ஒன்று. ஓர் அரசியல்வாதி 'மக்கள்

பார்த்துக்கொள்வார்கள்' என்று சொன்னால் அது அந்தக் கட்சித் தொண்டர்கள் என்று பொருள். சாதிச் சங்கத் தலைவர் 'மக்கள் விரும்புகிறார்கள்' என்றால் அங்கே சுயசாதியைச் சேர்ந்தவர்கள் என்று பொருள். மக்கள் என்று ஒரு தனித்த வகை இங்கே இருக்கிறதா? மக்கள் என்று தினமணி சொல்வது யாரை? மழலைப் பேச்சுக்கு முன்னான குதலை மொழி பேசிக் கொண்டிருக்கும் சின்னஞ்சிறு குழந்தைகளை ஆயிரக்கணக்கான ரூபாய் செலவுசெய்து பிரிகேஜி, எல்கேஜி என்னும் சித்திரவதை முகாமில் சேர்த்துக்கொண்டிருக்கும் மேல்நடுத்தட்டு, நடுத்தட்டுப் பிரிவினரைத்தானே?

நகரங்களில் உள்ள அரசுப் பள்ளிகளில் ஏராளமான மாணவர்கள் பயில்கிறார்கள். அவர்களின் எண்ணிக்கைக்குத் தகுந்த அளவு அங்கே வசதி போதவில்லை என்பதுதான் உண்மை. சமீப ஆண்டுகளில் அரசுப் பள்ளிகள் கணிசமான அளவில் தரம் உயர்த்தப்பட்டுள்ளன. ஆனாலும் பலர் தனியார் பள்ளிகளை நாடுவதன் காரணம் என்ன? ஒன்று தம் பிள்ளைகள் ஆங்கில வழியில் பயில வேண்டும் என்னும் பெற்றோரின் விருப்பம். அடுத்தது தனியார் பள்ளிகளில் பயின்றால்தான் ஒழுக்கம் வரும் என்னும் அவர்களின் நம்பிக்கை. தன் குழந்தை சலவை செய்யப்பட்ட சீருடையுடன் டை கட்டிக்கொண்டு ஷூ மாட்டிப் பொதி சுமந்து ஆட்டோவிலோ பள்ளிப் பேருந்திலோ போவதைப் பார்த்துக் கௌரவம் கொள்ளும் போலிப் பெருமிதம்.

இந்த மனோபாவத்தை லாபமாக அறுவடை செய்து கொள்ள ஏராளமான தனியார் பள்ளிகள் தயாராக இருக்கின்றன. குழந்தை இப்போது எட்டு முதல் பத்து மணி நேரம்வரை பள்ளியில் இருக்கிறது. பின் வீடு திரும்பினால் பள்ளிக்கும் வீட்டுக்கும் வேறுபாடு இருப்பதில்லை. இடம் மாறுகிறது என்னும் ஒரே ஆசுவாசம் தான். பெற்றோர் மிக மோசமான ஆசிரியர்களாக வீடுகளில் பொறுப்பேற்றுக் கொண்டிருக்கிறார்கள். விடுதியில் இருக்கும் குழந்தைகள் என்றால் இருபத்து நாலு மணி நேரப் பள்ளிச் சிறைதான். பள்ளி நேரம் முழுக்க ஒரே அறையில் படிப்பும் எழுத்துமாய்த் தான் பெரும்பாலான குழந்தைகள் கழிக்கிறார்கள். அது போக ஏகப்பட்ட வீட்டுப்பாடங்கள். வீட்டுப்பாடம் கொடுக்காத அல்லது குறைவாகக் கொடுக்கும் பள்ளிகளைப் பெற்றோர் விரும்புவதில்லை. எல்லாப் பெற்றோருக்கும் தம் குழந்தை பொறிஞராக வேண்டும், மருத்துவராக வேண்டும் என்னும் பெருங்கனவு. குழந்தை பிறக்கும்போதே மருத்துவராகவோ பொறிஞராகவோ பிறந்து உடனே வேலைக்கு அனுப்பிக் கை நிறையப் பணத்தைப் பார்க்க முடிந்துவிட்டால் பெற்றோருக்

கெல்லாம் சந்தோஷமாக இருக்கும். இயற்கை அதற்கு இன்னும் வாய்ப்பை வழங்கவில்லை. என்ன செய்வது? தனியார் பள்ளிகள் அந்தக் கனவை நிறைவேற்றித் தரும் என்று நம்புகிறார்கள்.

குழந்தையின் படிப்புக்குச் செய்யப்படும் செலவு முதலீடாகக் கருதப்படுகிறது. அதை வட்டியும் முதலுமாக வசூலிக்கப் பல பெற்றோர்கள் எந்த நிலைக்கும் இறங்கத் தயார். இவர்களுக்கு அரசுப் பள்ளிகள் ஆவதில்லை. அங்கே தமிழ் வழிப் பாடங்கள். கடுமையான ஒழுக்க விதிகள் கிடையாது. குற்றவாளிகளைக் கண்காணிப்பது போல் கேமராக்கள் பொருத்திக் குழந்தைகளைக் கண்காணிப்பது இல்லை. டை கட்டுவதும் ஷூ போடுவதும் கட்டாயமல்ல. வெளிநாடு களுக்குச் சென்று சேவை புரிந்து பணத்தை அள்ளிவர உள்ள முதலீட்டுக்கு இத்தகைய கட்டாயங்கள் அவசியமல்லவா? அப்புறம் எப்படி அரசுப் பள்ளிகளுக்கு அனுப்புவார்கள்? குழந்தை நடக்க ஆரம்பித்தவுடன் பள்ளியைத் தான் பார்க்கிறது. ஐந்து வயது ஆகும்வரை முதலீட்டை வீட்டில் வைத்திருந்தால் எப்படிப் பெருகும்? குழந்தைகளைப் பணம் காய்ச்சி மரமாகக் கருதாத பெற்றோர், அன்றாடக் கூலி வேலைசெய்து வாழ்க்கை நடத்துவோர், விடுமுறையில் பிள்ளைகளும் வேலைக்குச் சென்றால் பரவாயில்லை என்று கருதுவோர் ஆகியோரின் குழந்தைகள் இன்னமும் அரசுப் பள்ளிகளில் தான் பயில்கிறார்கள். அவர்களைத்தான் எதிர்காலத் தமிழகம் நம்பியாக வேண்டும். டை கட்டிய முதலீடுகளை அல்ல.

இந்தக் கல்வியாண்டின் தொடக்கத்தில் ஜெயமோகன் எழுதித் தமிழினி (ஜூன் 2008) இதழில் 'தேர்வு' என்னும் தலைப்பில் ஒரு கட்டுரை வெளியானது. அவர் மகனின் பள்ளிக் கல்வி பற்றிய உணர்ச்சிகரமான, உருக்கமான கட்டுரை. எழுத்தாளன் என்பதற்குரிய தன் பிம்பம் சிதைவுபடாமல் எழுதப்பட்ட கட்டுரை அது. ஆறாம் வகுப்புவரை அவர் மகனைப் பல தனியார் பள்ளிகளில் படிக்கவைத்திருக்கிறார். பையனை அடித்து அவனது இடக்கைப் பழக்கத்தை மாற்றுகிறது ஒரு பள்ளி. அவனை மூளை வளர்ச்சி இல்லாத குழந்தையாகக் கட்டமைக்கிறது மற்றொரு பள்ளி. பையன் உதவாக்கரை, முட்டாள் என நம்பச் செய்கிறது இன்னொரு பள்ளி. கடைசி யாக அவனை அரசுப் பள்ளியில் சேர்க்கிறார்கள். ஏழாம் வகுப்பு முதல் அவன் அரசுப் பள்ளியில் படிக்கிறான்.

அரசுப் பள்ளியைப் பற்றி அவனுக்குச் சொல்லும்போதே 'அங்க உங்கிட்ட யாருமே படிக்கச் சொல்ல மாட்டாங்க' என்று கூறுகிறார் ஜெயமோகன். பையனுக்கு நம்பிக்கை ஊட்டு வதற்காகச் சொல்லப்பட்ட வாசகம் அல்ல இது. அரசுப்

பள்ளியைப் பற்றிய பொதுப்புத்தி சார்ந்த கருத்துத்தான் ஜெயமோகனுக்கும். அந்த அரசுப் பள்ளி பையனுக்குக் காட்டிய உலகமே வேறு என்று சொல்லி அவற்றை விரிவாகப் பட்டியல் போடுகிறார். அதாவது அந்தப் பள்ளியில் பையன் சுதந்திரமாகவும் சுயசிந்தனையோடும் இயங்குவதற்கு வாய்ப்புக் கிடைக்கிறது. பொருளாதாரம் ஒன்றை மட்டுமே அளவு கோலாகக் கொண்டு அடித்தட்டு மக்கள் என்று முத்திரை குத்துகிறோமே, அந்த மக்களின் வாழ்க்கை பற்றிய அறிமுகம் பையனுக்கு அவன் நண்பர்கள் மூலமாகக் கிடைக்கிறது. தனியார் பள்ளிகளும் அப்பாவும் அம்மாவும் 'மக்கு' என்று கைவிட்ட பையன் அரசுப் பள்ளியில் படித்துப் பத்தாம் வகுப்பில் 460 மதிப்பெண் வாங்குகிறான். அதே பள்ளியில் 460க்கும் மேல் மதிப்பெண் பெற்ற பையன்களும் இருப்பார்கள் என்றே நினைக்கிறேன். மதிப்பெண்ணை மட்டுமே அளவுகோலாகக் கொண்டாலும்கூடக் குழந்தைகளை எல்லாவிதச் சுதந்திரங்க ளோடும் நடமாட அனுமதித்துக்கொண்டே 500க்கு 460 மதிப்பெண் வாங்க முடிகிற மாணவர்களை உருவாக்க முடிகிறதென்றால் அரசுப் பள்ளி எந்தவிதத்தில் குறைந்துபோய்விட்டது?

தனியார் பள்ளிகளால் புறக்கணிக்கப்பட்ட பையன் மீண்டுவந்ததற்கு அரசுப் பள்ளியும் அதன் ஆசிரியர்களும் ஆற்றிய பங்கு என்ன? ஒன்றுமேயில்லையா? இடைவிடாமல் பையனிடம் பேசிக்கொண்டும் கேட்டுக்கொண்டும் (?) இருக்கும் ஜெயமோகன், பையன் 460 மதிப்பெண் வாங்கிய பிறகேனும் அரசுப் பள்ளியில் யாராவது படிக்கச் சொன்னார்களா, ஆசிரியர் களின் அணுகுமுறை எவ்வாறு இருந்தது, ஆசிரியர்கள் பாடம் நடத்தும் முறை எவ்வாறு இருந்தது, எப்படி இந்த மாயம் சாத்தியமாயிற்று என்றெல்லாம் கேட்டுத் தெரிந்திருக்கலாமே? ஜெயமோகன் அவற்றைப் பற்றிக் கட்டுரையில் எதுவும் பேசவே யில்லை. அரசுப் பள்ளிகளை ஒரு வார்த்தை வாய்விட்டுப் பாராட்டினால் என்ன குறைந்துவிடும்? பொதுப்புத்திக்கு ஆதர வானது இந்த மௌனம்.

அரசுப் பள்ளிகள் பற்றிய பொதுப்புத்தி சார்ந்த கருத்தைத் தன் அனுபவத்திற்குப் பிறகேனும் ஜெயமோகன் மாற்றிக் கொள்ளக் கூடாதா? இப்போதைக்கு முந்தைய தலைமுறை வரை பெரும்பாலோர் அரசுப் பள்ளிகளில் படித்து வந்தவர்கள் தான். அவர்கள் திறமைசாலிகளாக, ஆற்றலாளர்களாக வெளிப்படவில்லையா? அரசுப் பள்ளிகள் குறையுடையவை தாம்; அங்குப் பணியாற்றும் ஆசிரியர்களும் புனித ஆத்மாக்கள் அல்ல. ஆனால் தனியார் பள்ளிகள் சுமத்தும் நிர்ப்பந்தங்கள்

கிடையாது. அரசுப் பள்ளி ஆசிரியர்கள் பெற்றோருக்குப் பதில் சொல்லக் கடமைப்பட்டவர்களாக இருக்கிறார்கள். பெற்றோருக்கும் கேள்வி கேட்கும் உரிமை ஓரளவுக்கேனும் அங்கே இருக்கிறது. ஆனால் தனியார் பள்ளிகளில் நிர்வாகம் சொல்வதை மறுப்பேதும் இல்லாமல் பெற்றோர் அப்படியே கேட்டுக்கொள்ள வேண்டும். திட்டுகளை வாங்கிக்கொள்ள வேண்டும். குழந்தை படிக்கவில்லை என்றால் அதற்குக் காரணம் பெற்றோர்தான் என்று கூசாமல் சொல்வார்கள். கேட்டுக் கொள்ளத்தான் வேண்டும். ஜெயமோகன்போல் தெருவில் நின்று வேண்டுமானால் கூவலாம். வேறென்ன செய்ய?

இப்படி எல்லாம் இருந்தும் அரசுப் பள்ளிகளைப் பற்றிய இளக்காரமும் ஏளனமும் ஏன்? அரசுப் பள்ளிகள் அருமை யானவை என்பதல்ல. ஒப்பீட்டளவில் குழந்தைகளின் உணர்வுகள் இயல்பான மலர்ச்சியைப் பெற அரசுப் பள்ளிகள் தாம் இன்று உதவக்கூடியவை. ஒரு குழந்தையை ஆசிரியர் அடித்துவிட்டால் பெற்றோர் திரண்டு போய்ப் போராட்டம் நடத்துகிறார்கள். தனியார் பள்ளியில் அப்படி நடக்குமா? ஏதாவது ஒரு குழந்தை கொலை செய்யப்பட்டு விட்டால்தான் குறைந்தபட்ச உணர்ச்சி வருகிறது. ஒவ்வோர் ஆண்டும் தனியார் பள்ளிகளில் படிக்கும் பத்து வயதிலிருந்து பதினேழு வயதிற்குட்பட்ட பதின்பருவப் பிள்ளைகள் எத்தனையோ பேர் மனநெருக்கடிக்கு ஆளாகித் தற்கொலை செய்துகொள்கிறார்கள். அவையெல்லாம் ஊடகங்களில் வருவதேயில்லை. பள்ளி நிர்வாகம் தரும் விளம்பரத்திற்குப் பாதகம் என்று ஊடகங்கள் அவற்றை மறைத்துவிடுகின்றன. ஆனால் அரசுப் பள்ளியில் ஒரு மாணவனுக்கு ஏதாவது பிரச்சினை என்றால் ஊடகங்கள் பொங்குகின்றன. முதல் இலக்கு ஆசிரியர்கள்தான். ஆனால் அரசுப் பள்ளி என்றாலே பெரும் பத்திரிகை முதற்கொண்டு பல எழுத்தாளர்களுக்கும் பொதுப்புத்தி சார்ந்த அபிப்ராயம்தான்.

எப்போதுமே பொதுப்புத்தி சார்ந்த கருத்துகளை வலுப்படுத்துவதில் ஊடகங்களுக்குப் பெரும் பங்குண்டு. அவற்றினாலேயே ஊடகங்கள் ஜீவிக்கின்றன. பொதுப்புத்திக்கு இணங்கிப்போகும் ஊடகங்களுக்கு வாசகர், பார்வையாளர் எண்ணிக்கை அதிகமாக இருக்கும் என்பது நியதி. அந்த எண்ணிக்கையை விளம்பரம், அரசியல் உள்ளிட்ட சுயலாபங் களுக்குப் பயன்படுத்திக்கொள்ளும் திறனும் அவற்றிற்கு உண்டு. அத்தகைய கருத்தின் பொய்ம்மை உடைபட ஊடகங்கள் விரும்புவதில்லை. ஆகவே நுட்பங்கள் நோக்கிய பார்வையை அவை புறக்கணிக்கின்றன.

பொதுத்துறைகளில் தனியார் ஆதிக்கம் பெருமளவுக்கு ஏற்பட்டு அதன் விளைவுகளைச் சந்தித்துக்கொண்டிருக்கும் காலம் இது. அரசு நிறுவனங்கள் மீதான அவ நம்பிக்கைகளை முன்னிறுத்தி, எல்லாம் தனியார் மயமாக வேண்டும் என்று கிளிப்பிள்ளைகள் போலச் சொல்லிக்கொண்டிருப்பதால் பயனொன்றும் இல்லை. அரசுசார் நிறுவனங்களின் குறைகளைக் களைவதற்குக் குரல் எழுப்ப வேண்டுமே தவிர அவற்றை அழிப்பதற்கல்ல.

காலச்சுவடு, ஏப்ரல், 2009.

பொம்மைகள் வசிக்கும் உலகம்

பள்ளிகளுக்கு விளம்பரப் பருவம் இது. செய்தித்தாள்களின் பக்கங்கள் தனியார் பள்ளி விளம்பரங்களால் நிறைந்து வழிகின்றன. சில நாட்கள் சிறப்புப் பகுதி வெளியிட்டு விளம்பரங் களுக்கு இடம் ஒதுக்க வேண்டிய கட்டாயம் அவற்றிற்கு நேர்கின்றன. பெரும்பாலான விளம்பர வாசகங்கள் பொய் சொல்பவை. சாதாரணப் பொய், பெரும்பொய், மாபெரும்பொய் என்று அதிலும் பல வகைகள் உண்டு. விளம்பர வாசகங்கள் மனிதர்களை நுகர்வோராக மாற்றி அவர்களை மந்தைகளாகக் கருதி அவர்களின் மனோபாவங்களைக் குறிவைத்து வடிவமைக்கப்படுபவை. நுகர்வோர் மந்தையும் எதையும் தர்க்கரீதியாக யோசிப்பதில்லை. பள்ளி களின் விளம்பரங்களில் இத்தகைய வாசகங்கள் பல உண்டு.

எல்லாப் பள்ளிகளின் விளம்பரங்களிலும் 'ஆண் பெண் இருபாலாருக்கும் தனித்தனி விடுதி வசதி உண்டு' என்னும் வாசகம் கட்டாயம் இடம் பெறுகிறது. இது அந்தப் பள்ளியின் தனித்தன்மை களில் ஒன்றாம்! எந்தப் பள்ளியில் இருபாலாருக்கும் ஒரே விடுதி வசதி இருக்கிறது? விடுதி வசதி உண்டு என்றாலே போதும். நுகர்வோருக்குத் தெளிவு தர வேண்டும் என்று கருதினால் 'ஆண் பெண் இருபாலாருக்கும் விடுதி வசதி உண்டு' என்று போடலாம். அது என்ன தனித்தனி விடுதி? நம் சமூகத்தில் இருபாலாருக்கும் ஒரே விடுதி வசதி

எங்கே இருக்கிறது? குழந்தைகளிலேயே ஆண், பெண் எனப் பாகுபடுத்தித் தனித்தனிப் பகுதியில் இடம் ஒதுக்கி உட்கார வைக்கும் வகுப்பறை அமைப்பு நம்முடையது. ஆணும் பெண்ணும் பேசக் கூடாது என்னும் கட்டுப்பாட்டைச் சிறுவயதிலேயே கடுமையாக அமலாக்கும் பள்ளிகள் அனேகம். சிறுவயதில் பிரித்து விட்டால் பதின்வயதில் ஏற்படும் 'ஒழுக்கக் கேடுகளை' முன்கூட்டியே தடுத்துவிடலாம் என்பது கணக்கு. ஆண் பெண் இருபாலாருக்கும் தனித்தனி விடுதி என்பதன் நோக்கமும் இதைத்தான் மையமாகக் கொண்டிருக்கிறது.

காதலில் ஈடுபட்டு ஓடிப் போய்விடுமோ என்று குழந்தையைப் பிறந்ததிலிருந்தே அச்சத்துடனும் நம்பிக்கையற்றும் கண்காணித்துக்கொண்டே இருக்க வேண்டிய நிலை பெற்றோர்களுக்கு. இந்தச் சூழலில் கல்விக்கூடங்கள்தாம் 'ஒழுக்கக் கேடு' நடப்பதற்கு வாய்ப்பான இடம் என்பது பெற்றோரின் எண்ணம். ஆகவே பள்ளிகள் பெற்றோர்களுக்கு நம்பிக்கையூட்ட வேண்டிய கட்டாயத்தில் இருக்கின்றன. 'இருபாலாருக்கும் தனித்தனி' என்னும் வாசகம் அந்த நம்பிக்கையைப் பெற்றோருக்குக் கொடுக்கின்றது. உங்கள் பையனோ பெண்ணோ 'ஒழுக்கக்கேட்டில்' ஈடுபடாமல் நாங்கள் காக்கிறோம் எனப் பெற்றோருக்கு அளிக்கும் உறுதி இந்த வாசகத்தில் புதைந்திக்கிறது. நம் சமூகத்தில் நிலவும் ஆண் பெண் நட்பு பற்றிய மதிப்பீட்டை மனதில் கொண்ட வாசகம் இது. தர்க்கரீதியாக இந்த வாசகத்தை யோசித்தால் அபத்தமாகப் படும். ஆனால் பெற்றோருக்கு இந்த வாசகம் நிறுவனம் தரும் நம்பிக்கையாக விளங்குகிறது.

இதே போலப் பள்ளிகளின் விளம்பரங்களில் இடம் பெறும் இன்னொரு வாசகம் 'நூறு சதவீதத் தேர்ச்சி' என்பது. ஏற்கனவே நூறு சதவீதத் தேர்ச்சி பெற்றிருக்கிறோம் என்று அறிவிக்கிறார்களா, இனி நூறு சதவீதத் தேர்ச்சிக்கு உத்தரவாதம் என்று சொல்கிறார்களா என்பது பற்றிய தெளிவு விளம்பரத்தில் கிடையாது. 'இருபாலாருக்கும் தனித்தனி விடுதி' என்பதில் இருக்கும் தெளிவு இதில் இல்லை. சில இடங்களில் தெளிவு தர மொழியும் ஒற்றை வாசிப்பும் சில இடங்களில் வெவ்வேறு பொருள்கொள்ள வாய்ப்பளிக்கும் பன்முக வாசிப்பும் என விளம்பரங்கள் எல்லாவகை உத்திகளையும் கையாள்கின்றன. நூறு சதவீதத் தேர்ச்சி என்று விளம்பரங்களில் கொடுப்பதோடு நிற்காமல் பள்ளிகள் உண்மையாகவே அதற்குக் கடுமையான முயற்சிகளையும் மேற்கொள்கின்றன. அப்படி அவை மேற்கொண்ட இரண்டு முயற்சிகள் பற்றிச் சமீபத்தில் செய்திகள் வெளியாகியிருக்கின்றன.

நீலகிரியில் உள்ள அரசு உதவி பெறும் பள்ளி ஒன்றில் எட்டு மாணவர்களைப் பள்ளியில் இருந்து கடைசி நேரத்தில் நீக்கி விட்டார்கள். தனித்தேர்வர்களாகத் தேர்வெழுதச் சொல்லி அனுப்பியிருக்கிறார்கள். ஏதோ ஒன்றிரண்டு விவரமான பெற்றோரால் அந்த விஷயம் ஊடகங்களில் வெளியாகிவிட்டது. பள்ளியின் தலைமையாசிரியர் மீது நடவடிக்கையும் எடுக்கப் பட்டிருக்கிறது. நூறு சதவீதத் தேர்ச்சிக்காகப் பள்ளிகள் மேற் கொள்ளும் முதல் முயற்சி இதுதான். இது பல பரிமாணங்கள் கொண்டது. தேர்ச்சி பெறுவது கடினம் என்னும் கணிப்புக்கு ஆட்படும் மாணவரை முடிந்த அளவு ஒன்பதாம் வகுப்பிலேயே நிறுத்திக் கொள்வார்கள். ஒன்பதாம் வகுப்பில் தேர்ச்சி பெறச் செய்துவிட்டு மாற்றுச் சான்றிதழைக் கொடுத்து அனுப்பி விடுவதும் உண்டு. பெற்றோர் அதிகப் பணம் செலவழித்து வேறொரு பள்ளியில் பத்தாம் வகுப்பில் சேர்க்க வேண்டும். அப்படியும் பத்தாம் வகுப்பில் பள்ளி மாணவராக இல்லாமல் தனித்தேர்வ ராகவே தேர்வெழுத நேரும். இல்லாவிட்டால் அரசுப் பள்ளி எதிலாவது சேர்க்க வேண்டும். எந்த மாணவரையும் சேர்த்துக் கொள்ள முடியாது எனப் புறக்கணித்து ஒதுக்காதவை அரசுப் பள்ளிகள்தாம்.

படிப்பில் ஆர்வம் இல்லாத அல்லது குறைவான மதிப்பெண் வாங்கும் மாணவருக்குக் கண்டம் ஒன்பதாம் வகுப்புத்தான். அந்தக் கண்டத்தை எப்படியேனும் கடந்து வந்துவிட்டால் பத்தாம் வகுப்பில் நூறு சதத் தேர்ச்சி என்னும் பூதம் அந்த மாணவர்களை அலைக் கழிக்கும். ஆண்டு முழுவதும் நடைமுறையில் அந்தப் பள்ளி மாணவராகவே தொடரலாம். ஆனால் அதிகாரப் பூர்வமாக அவர் அந்தப் பள்ளி மாணவர் அல்ல. வகுப்புக்கு அவர் வரலாம்; பள்ளி நடத்தும் மாதிரித் தேர்வுகள் எல்லாவற்றையும் எழுதலாம்; ஆனால் அந்தப் பள்ளி மாணவராகத் தேர்வு எழுத முடியாது. பொதுத் தேர்வு எழுத விண்ணப்பிக்கும்போது தனித்தேர்வராக விண்ணப்பித்துக் கொள்ளப் பள்ளி எல்லாவிதமான உதவிகளையும் செய்யும். என்னே பெருந்தன்மை!

நீலகிரிப் பள்ளிக்கு அவ்வளவு சாமர்த்தியம் போதவில்லை. முன்கூட்டியே பெற்றோரிடம் பேசி ஒப்புதல் வாங்கித் தனித்தேர்வராகத் தேர்வெழுத எல்லாவித உதவிகளையும் செய்திருந்தால் பிரச்சினை இல்லை. கடைசி நேரத்தில் அந்த முடிவை எடுத்ததால் விஷயம் வெளியே கசிந்துவிட்டது. அரசுப் பள்ளிகள் தவிரப் பெரும்பாலான பள்ளிகளில் நடப்பது தான் இது. சாமர்த்தியத்தோடும் எச்சரிக்கையோடும் இதைச் செய்வதால் விஷயம் வெளியே வருவதில்லை. ஒவ்வோர்

ஆண்டும் தனித்தேர்வர்களாகத் தேர்வெழுதும் மாணவர்களின் எண்ணிக்கை, அவர்களின் பின்னணி ஆகியவற்றைப் பற்றி யாரேனும் புள்ளிவிவரங்கள் சேகரித்தால் நிச்சயம் 90 சதத் தனித்தேர்வர்கள் பள்ளி மாணவர்களாகவே இருப்பர் என்று நம்புகிறேன். பள்ளிக்குச் செல்ல முடியாதவர்களுக்கும் பள்ளியிலிருந்து இடைநின்று வயது கூடியவர்களுக்கும் பத்தாம் வகுப்பு, பன்னிரண்டாம் வகுப்புத் தேர்வெழுத வாய்ப்பை வழங்க வேண்டும் என்னும் நல்ல நோக்கத்தில் நீண்டகாலமாக இருக்கும் இந்தத் தனித்தேர்வர் முறையைத் தனியார் பள்ளிகள் தங்கள் 'நூறு சதத் தேர்ச்சி'ச் சாதனைக்கு முறைகேடாகப் பயன்படுத்திக் கொள்கின்றன.

நூறு சதத் தேர்ச்சிக்காகப் பள்ளிகள் எடுக்கும் இன்னொரு முயற்சி கொஞ்சம் ஆபத்தானது. சென்னை பழைய வண்ணாரப் பேட்டையில் உள்ள சங்கரலிங்க நாடார் மேல்நிலைப் பள்ளியில் நடந்த விஷயம் ஒன்று நீதிமன்றம்வரை சென்றிருக்கிறது (தினமணி, 26.03.09) ஒரு மாணவருக்குத் தேர்வெழுத ஹால் டிக்கெட் கொடுக்க மறுத்துவிட்டது பள்ளி நிர்வாகம். 'எங்கள் பள்ளி நூறு சதவீதம் தேர்ச்சி பெறுவது பாதிக்கப்படும் என்பதாலேயே ஹால் டிக்கெட் வழங்கவில்லை' என்று பள்ளி நிர்வாகம் தெரிவித்ததாக மாணவரின் தந்தை கூறியுள்ளார். அதுமட்டுமல்ல, 'என் மகனின் எதிர்காலம் பாதிக்கப்படும்' என்றதற்கு 'பள்ளியின் எதிர்காலமே எங்களுக்கு முக்கியம்' என்று நிர்வாகம் கூறிவிட்டதாம். நூறு சதத் தேர்ச்சியில்தான் பள்ளியின் எதிர்காலம் அடங்கியிருக்கிறதாம். அந்த மாணவரின் தந்தை நீதிமன்றத்திற்குப் போய்த் தேர்வுக்கு முதல்நாள் இரவு ஹால் டிக்கெட் வாங்கும்படி நேர்ந்திருக்கிறது. ஒரு மாணவரைத் தேர்வுக்கு அனுப்பாமல் தவிர்க்கப் பள்ளி நிர்வாகம் கடைசிவரை போராடியிருக்கிறது. இந்த நூறு சதத் தேர்ச்சிக்கு எதற்கு இத்தனை முக்கியத்துவம்?

தேர்வு முடிவுகள் வெளியானவுடன் அரசு தரும் புள்ளிவிவரச் செய்தியில் தங்கள் பள்ளியின் பெயரும் இடம்பெற வேண்டும் என்பதும் தங்கள் பள்ளியின் சாதனை குறித்துத் தனிச் செய்தி கொடுக்க முடியும் என்பதும்தான் காரணம். தொழில் அபிவிருத்திக்கு இந்தப் புள்ளிவிவரச் செய்தி அவசியம். அரசுக்கும் எப்போதுமே புள்ளிவிவரங்கள்தாம் முக்கியம். ஆண்டுதோறும் நூறு சதத் தேர்ச்சி பெற்றவை இத்தனை பள்ளிகள் என்று கணக்குக் காட்டுவது சாதனைப் பட்டியலில் அடங்கும். இந்த இரண்டு வகை முயற்சிகளில் முதல் வகையைத்தான் எல்லாப் பள்ளிகளும் பின்பற்றுகின்றன. பத்தாண்டுகள் அல்லது ஐந்தாண்டுகள் ஒரு பள்ளியில் படித்துவிட்டு அந்தப் பள்ளி

மாணவராகத் தேர்வெழுத முடியாமல்போவது அம்மாணவருக்கு எத்தகைய மனநிலைப் பாதிப்பை உண்டாக்கும் என்பதைப் பற்றித் தொழில் தர்மம் யோசிக்க விடுவதில்லை. சக மாணவர்களிலிருந்து அந்நியப்படுத்தும் இந்தச் செயல் அம்மாணவரைச் சமூகத்திலிருந்து அந்நியப்படுத்துவது போலத்தான். தனித்தேர்வராகத் தேர்வெழுதித் தேர்ச்சி பெற்று வந்தால் மதிப்பெண்ணுக்குத் தகுந்த அளவு பணம் பெற்றுக்கொண்டு அதே பள்ளி அம்மாணவரை மீண்டும் சேர்த்துக்கொள்ளும். பன்னிரண்டாம் வகுப்புத் தேர்வின்போது மறுபடியும் பழைய கதையே தொடரும்.

இரண்டு வகை முயற்சிகளும் அல்லாமல் மாணவரைத் தேர்ச்சி பெறவைப்பதையே தங்கள் இலக்காகக் கொண்டு செயல்படும் ‘நல்ல’ பள்ளிகளும் இருக்கின்றன. அங்கே சேர்த்து விட்டால் எப்பேர்ப்பட்ட ‘மக்கு’ம் தேர்ச்சி பெற்றுவிடுமாம். ஒருவேளை மந்திரக்கயிறு கொண்ட பள்ளிகளோ? அவை என்ன செய்கின்றன என்பதை அவற்றின் வளாகச் சுற்றுச் சுவர்கள் சொல்லும். படிக்கும் ஆற்றல் குறைந்த மாணவர்களைப் படிக்கவைக்க அவர்கள் கையாளும் வழிமுறை அடி உதை தான். பலம் வாய்ந்த, வலுவான உடல் கொண்ட ஆசிரியர் களையே அங்கே பணிக்கு அமர்த்துவார்கள். வகுப்பறையில் பகல் பூசை. இரவில் விடுதிப் பூசை. சகட்டுமேனிக்குப் பூசை கொடுத்தால் கல்வித்தாய் அந்த மாணவர்களுக்குத் தேர்ச்சி வரத்தைத் தந்தேதான் தீர வேண்டும். மாணவர் ஏறிக் குதித்துத் தப்பி ஓடிவிடக் கூடாது என்பதற்காக மிக உயர்ந்த மதில் சுவர். இன்னும் அகழிகள் வரவில்லை. அறைகளில் மின்விசிறி இல்லாத விடுதிகளும் உண்டு என்கிறார்கள். தற்கொலை வாய்ப்புள்ள எல்லா வழிகளையும் அடைத்துவிடுதல் முக்கியம். அப்படியும் கைக்குக் கிடைக்கும் பெனாயில் போன்றவற்றைக் குடித்து எதிர்க்கும் மாணவக் கண்மணிகள் உண்டு. உடல்நிலை சரியில்லை எனப் பொய்ப் பேசிப் பெற்றோரை வரவழைக்கும் அறிவாற்றல் உள்ளவர்களும் இருக்கிறார்கள். ஆனால் என்ன செய்ய?

பள்ளியில் மாணவரைக் கொண்டுவந்து சேர்க்கும்போதே பெற்றோர் ‘என்ன செய்வீங்களோ ஏது செய்வீங்களோ தெரியாது. பையன் பாஸ் பண்ணனும். நெறையா மார்க் வாங்கணும்’ என்று சொல்லித்தான் சேர்க்கிறார்கள். வானுயர்ந்த மதில் சுவருக்குள் நடக்கும் சித்திரவதைக்குப் பெற்றோர் முழு உடந்தை. ஒரு சமூகத்தில் எல்லாரும் ஒரேவகையான அறிவு பெற்றவர்களாக இருக்க முடியுமா? சிலருக்குப் படிப்பில் ஆர்வம் இருக்கக்கூடும். வேறு சிலருக்கு விளையாட்டில் ஆர்வம் இருக்கலாம். கலைத் திறன்களில் ஈடுபாடு காட்டுபவர்கள் உண்டு. மாணவர்களை

ஒற்றை வார்ப்பில் உருவாக்கிவிடும் முயற்சிகள்தாம் இன்றைய கல்வித் துறையில் நடக்கின்றன. எல்லா மாணவர்களும் முதல் தரவரிசை பெறுபவர்களாக இருந்துவிட்டால் எப்படி இருக்கும்? பன்னாட்டு நிறுவனம் ஒன்று உலகம் முழுக்க விநியோகிக்கும் பொம்மைகளை அடுக்கிவைத்திருக்கும் கடைதான் கற்பனையில் விரிகிறது. பொம்மைகள் மட்டுமே வசிக்கும் உலகில் எப்படி வாழ்வது?

நூறு சதத் தேர்ச்சிச் சாதனைக்காக அரசு எடுக்கும் முயற்சிகளும் அனேகம். ஓரிரு ஆண்டுகளாக நடைமுறையில் இருக்கும் மறுதேர்வு முறை வரவேற்கப்பட வேண்டிய ஒன்று. தனியார் பள்ளிகளுக்கும் கல்லூரிகளுக்கும் தேவைப்பட்டுக்கொண்டே யிருக்கும் மாணவ வாடிக்கையாளர்களின் எண்ணிக்கையை உயர்த்த அரசு மேற்கொள்ளும் முயற்சி இது என்று ஒருபக்கம் விமர்சிக்கப்பட்டாலும் வேறு பல காரணங்களால் இதை வரவேற்க வேண்டியுள்ளது. ஓட்டுநர் உரிமம் பெறுவதற்கும் கல்வித் தகுதி தேவை என்னும் நிலை இருக்கும்போது மாணவர் தேர்ச்சி பெற அரசு பலவகைகளில் உதவுவது நல்லதுதான். நூறு சதத் தேர்ச்சி என்னும் சாதனை மாயை தனியார் பள்ளிகளின் வணிக நோக்கத்திற்கு மட்டுமே பயன்படக் கூடியது. இதை முற்றிலுமாக ஒழிக்க முடியாவிட்டாலும் இதற்குரிய முக்கியத்துவத்தைக் குறைக்க முயலலாம்

இப்போது நூற்றுக்கு முப்பத்தைந்து மதிப்பெண் எடுத்தால் தேர்ச்சி என்றிருப்பதை இருபத்தைந்து என்று குறைக்கலாம். பணம் கொண்டவர்களுக்கே உயர்கல்வி என்றிருக்கும் நிலையில் அத்தகையவர்களுக்கு இதனால் பாதிப்பு ஒன்றும் நேரப்போவதில்லை. கற்றல் திறன் குறைந்த மாணவர்களுக்கான சித்திரவதை இதனால் குறையக்கூடும். உயர்ந்த மதில் சுவர் தேவைப்படாது. வலு குறைந்தவர்களுக்கும் ஆசிரியப் பணி கிடைக்கும். தனித்தேர்வர்களின் எண்ணிக்கை கணிசமாகக் குறையும். நூறு சதவீதத் தேர்ச்சி என்பதை இயல்பானதாக்க முடியும். மதிப்பெண் குறைவாக வாங்கும் மாணவர்களும் இந்த உலகத்தில் வாழ்ந்துவிட்டுப் போகட்டுமே. ஆனால் விளம்பர மதிப்புள்ள ஒன்றை இழக்கத் தொழில் கனவான்கள் விரும்புவார்களா?

காலச்சுவடு, மே, 2009.

கல்வித் தொழிலின் வெற்றிச் சூத்திரம்

நாமக்கல் மாவட்டத்தின் முக்கிய ஊர்களாகிய நாமக்கல், ராசிபுரம், திருச்செங்கோடு ஆகிய நகரங்களில் மே மாதத்தின் இறுதி முதல் ஜூன் மாதம் முடிய விடுதிகளில் இடம் கிடைக்காது. உணவகங்கள் பரபரப்பாகச் செயல்படும். நுகர்வுப் பொருள்களின் விற்பனை அதிகரிக்கும். அத்தோடு போக்குவரத்து நெரிசலும் மிகுதியாக இருக்கும். இவற்றுக்கு என்ன காரணம்? பத்தாம் வகுப்புத் தேர்வு முடிவுகள் வெளியாவதுதான். நாமக்கல் மாவட்டம் லாரி, லாரிப் பட்டறைகள், ஆழ்துளைக் கிணறு தோண்டும் ரிக் சர்வீஸ், விசைத்தறி, கோழிப் பண்ணை ஆகிய தொழில்களில் முன்னணி இடம் பெற்றிருப்பது பலரும் அறிந்ததுதான். கடந்த பத்தாண்டுகளுக்கும் மேலாகக் கல்வித் தொழிலிலும் இம்மாவட்டம் முன்னணி இடம் வகிக்கிறது.

தனியார் பள்ளிகளின் வானளாவிய கட்டிடங்கள் எண்திசைகளிலும் உயர்ந்தோங்கி நிற்கும் காட்சிகள் இங்கு சாதாரணம். அளவற்ற தனியார் பள்ளிகள் இருக்கின்றன. தொடர்ந்து உருவாகிக்கொண்டே உள்ளன. ஒன்றிலிருந்து ஒன்று எனக் கிளைத்து அவை பெருமரமாக வேர் பரப்பி நிற்கின்றன. தேர்வு முடிவுகளில் மாநில அளவில் முதலிடம், இரண்டாமிடம் போன்றவற்றை இம்மாவட்டப் பள்ளிகளே பெரும்பாலும் பெறு கின்றன. பிற மாவட்டப் பள்ளிகள் ஏதாவது ஓரிடம்

பெற்றுவிட்டால் அது வியப்புக்குரிய செய்தியாகிவிடுகிறது. மருத்துவம், பொறியியல் படிப்புகளில் கணிசமான நல்ல இடங்களை இம்மாவட்டப் பள்ளி மாணவர்கள் பெறுகின்றனர். அதனால் இங்குள்ள பள்ளிகளில் பிள்ளைகளைச் சேர்க்கத் தமிழகம் முழுவதும் இருந்து பெற்றோர்கள் வந்து குழுமுகின்றனர்.

பத்தாம் வகுப்புத் தேர்வு முடிவு வெளியாகும் நாளுக்கு முன்தினம் முதல் இந்த வருகை பெருமளவு நிகழ்கிறது. தேர்வு முடிவு வெளியான அந்தக் கணத்திலேயே பதினொன்றாம் வகுப்புக்கான மாணவர் சேர்க்கை எல்லாப் பள்ளிகளிலும் தொடங்கிவிடுகிறது. மாணவர்களின் மதிப்பெண் அடிப்படையில் நன்கொடைக் கட்டணம் நிர்ணயிக்கப்படுகிறது. பெரும்பாலான பள்ளிகளில் 480க்கு மேல் மதிப்பெண் வாங்கிய மாணவர் களுக்குக் கட்டணம் ஏதும் இல்லாமலே இடம் கிடைக்கும். 450க்கு மேல் மதிப்பெண் என்றால் நன்கொடை இவ்வளவு, 425க்கு மேல் என்றால் இவ்வளவு என நிர்ணயம் இருக்கும். மதிப்பெண் குறையக் குறைய நன்கொடைக் கட்டணத்தின் அளவு அதிகரித்துக்கொண்டேயிருக்கும். ஆனால் பெற்றோர்கள் எவ்வளவு பணம் கொடுத்தும் இடம் வாங்கிவிட வேண்டும் என்பதில் மிகவும் தீவிரமாக இருக்கிறார்கள்.

பத்தாம் வகுப்பு வரையிலும் தங்கள் ஊரிலேயே படிக்க வைக்கும் பெற்றோர் பதினொன்று, பன்னிரண்டாம் வகுப்பு களுக்கு நாமக்கல்லை நாடி வருகிறார்கள். தங்கள் ஊரிலிருக்கும் தனியார் அல்லது அரசுப் பள்ளியில் படித்து 450க்கு மேல் மதிப்பெண் வாங்கும் மாணவர்களுக்கும் அவர்களின் பெற்றோர்களுக்கும் அதே தனியார் அல்லது அரசுப் பள்ளியில் பதினொன்று, பன்னிரண்டாம் வகுப்பும் படித்து நல்ல மதிப்பெண் வாங்க முடியும் என்று ஏன் தோன்றுவதில்லை? மதிப்பெண் வாங்கி மாணவர்களைத் தனியார் பள்ளிகளுக்குத் தாரைவார்த்துவிட்டுப் பன்னிரண்டாம் வகுப்புத் தேர்வு முடிவின்போது அரசுப் பள்ளிகள் தடுமாறும் நிலைமை நாமக்கல் மாவட்டத்திலேயே உண்டு. தனியார் பள்ளிகள் சிறந்தவை என்னும் கருத்துக்கு அவ்வளவு வலு.

நாமக்கல் தனியார் பள்ளிகளில் சேர்த்தால் தம் பிள்ளைகள் எப்படியும் நல்ல மதிப்பெண் வாங்கிவிடுவார்கள் என்னும் கருத்து தமிழ்நாடு முழுவதும் பரவலாக இருக்கிறது. சென்னை தொடங்கிக் குமரிவரைக்கும் நாமக்கல் பள்ளிகளின் மதிப்பெண் புகழ் கோலோச்சுகிறது. ஒரு பள்ளி அதிகபட்சம் இத்தனை பேரைத்தான் சேர்த்துக்கொள்ளலாம் என்னும் வரையறை எதுவும் இல்லை. ஆகவே மதிப்பெண் புகழ் பள்ளிகளில் ஆயிரக் கணக்கான மாணவர்கள் பதினொன்றாம் வகுப்பில்

சேர்கிறார்கள். இரண்டு ஆண்டுப் படிப்புக்கு லட்சக்கணக்கில் பணம் செலவாகிறது. பணத்திற்குக் கவலைப்படாத பணக்காரப் பெற்றோர் கணிசமாக உண்டு. ஆனால் நடுத்தரக் குடும்பங் களைச் சேர்ந்த பலர் இந்த நாமக்கல் மோகத்தில் சிக்கி மிகவும் துயரப்படுகிறார்கள். நாமக்கல் பள்ளிகளின் வியாபாரச் சூத்திரம் பெற்றோர்களுக்குப் புரிவதில்லை. புரிந்தாலும் மனம் ஏற்றுக் கொள்வதில்லை. அந்தச் சூத்திரம் மிகவும் எளிதானது.

பத்தாம் வகுப்பில் 450க்கு மேல் வாங்கிய மாணவர்களை மட்டும் தனிவகுப்பாகப் பிரித்துவிடுவார்கள். சில பள்ளிகளில் பத்தாம் வகுப்புத் தேர்வு முடிந்தவுடன் மாணவர்களுக்கு நுழைவுத் தேர்வு ஒன்று நடத்துகிறார்கள். அதில் தேர்ந்தெடுக்கப் படும் மாணவர்களுக்குப் பத்தாம் வகுப்புத் தேர்வு முடிவுகள் வரும் முன்னரே ஏப்ரல் மாதத்திலேயே பதினொன்றாம் வகுப்பு நடைபெறத் தொடங்கிவிடுகிறது. ஒரு பள்ளியில் ஆயிரம் மாணவர்கள் பதினொன்றாம் வகுப்பில் சேர்கின்றனர் என்று வைத்துக்கொள்வோம். அவர்களை ஐம்பது ஐம்பதாகப் பிரித்து வகுப்புகளை உருவாக்க வேண்டுமானால் என்ன செய்வது? எல்லா வகையான மாணவர்களும் கலந்திருக்கும்படி வகுப்புப் பிரிப்பு செய்வது பழைய கால முறை. இன்றைய கல்வி வணிகத்தில் புதிய முறை கடைபிடிக்கப்படுகிறது. இது நவீன வருணாசிரம முறை.

மாநில அளவில் அல்லது மாவட்ட அளவில் இடம் வாங்குவார்கள் என்று கருதப்படும், அதாவது 1200க்கு 1180க்கு மேல் மதிப்பெண் பெற்றுவிடுவார்கள் என்னும் நம்பிக்கை தரும், மாணவர்கள் தனி வகுப்பு. அந்த வகுப்புக்குப் பெயர் Toppers class. அதற்கு அடுத்த நிலையில் உள்ளவர்கள் Super brillient class. அதற்கு அடுத்தது brillient class. இவர்களுக்குப் பின் உள்ள அனைவரும் Ordinary class. பெருவாரியான மாணவர்கள் இருப்பது கடைசித் தரம் என்று சொல்லப்படுகிற Ordinary classஇல் தான். வருணாசிரம பேதம், வர்க்க பேதம் எல்லாம் துலக்கமாகத் தெரியும் இடம் இது.

சாதாரண வகுப்புகளைப் பற்றிப் பள்ளி நிர்வாகம் அலட்டிக்கொள்வது கிடையாது. அம்மாணவர்களைத் தேர்ச்சி பெற வைத்துவிட்டால் போதும். ஆனால் Toppers, super brillient, brillient ஆகிய வகுப்புகளில் உள்ள மாணவர்கள் மிகவும் முக்கியம். தங்கள் எதிர்காலத்தை நிர்ணயிக்கிறார்களோ இல்லையோ பள்ளியின் எதிர்காலத்தை நிர்ணயிப்பவர்கள் அவர்கள்தான். மாநில அளவிலும் மாவட்ட அளவிலும் இடங்கள் பெற்றுக் கொடுத்துப் பள்ளியின் பெயரை ஊடகங்களில் பிரபலப்படுத்துபவர்கள் அவர்கள். 1150க்கு மேல் இத்தனை பேர், 1100க்கு மேல் இத்தனை பேர் என்று கணக்குக்

காட்ட, நிழற்படத்துடன் விளம்பரம் கொடுக்க உதவுபவர்கள் அவர்கள். இப்படிப்பட்ட கணக்குகளில் அந்தப் பள்ளியில் மொத்தம் தேர்வு எழுதிய மாணவர்கள் எத்தனை பேர் என்னும் விவரம் இருக்காது. அதைக் கொடுக்க நிர்வாகம் மறந்துவிடும். பெற்றோர்களும் அதைப் பற்றி யோசிப்பதில்லை.

ஆகப் பள்ளியின் எதிர்காலத்தை நிர்ணயிக்கும் ஆற்றல் பெற்ற இந்த மதிப்பெண்வாங்கிகளின் வகுப்புகளுக்குத்தான் பள்ளி ஆசிரியர்களின் ஆற்றல் முழுவதுமாக அர்ப்பணம் செய்யப்படுகிறது. நம் கல்வி முறையில் கற்பித்தல், பயிற்றுவித்தல் என்னும் இரண்டு முறைகள் உள்ளன. இவற்றில் மதிப்பெண் வாங்குவதற்கு உதவுவது பயிற்றுவித்தல்தான். பயிற்றுவித்தல் என்பது மாணவர்களை மதிப்பெண் வாங்குவதற்கு ஏற்ற வகையில் தினந்தோறும் தேர்வு எழுதவைத்துப் பயிற்சி அளித்தல். பெரும்பாலும் தனியார் பள்ளிகளில் ஒன்பதாம் வகுப்பு, பதினொன்றாம் வகுப்பு மாணவர்களுக்குக் கோடை விடுமுறை என்பதே கிடையாது. பத்தாம் வகுப்புத் தேர்வு முடிந்தவுடன் மதிப்பெண் புகழ் பள்ளி ஒன்றில் நுழைவுத் தேர்வு எழுதிப் பதினொன்றாம் வகுப்பில் சேர்ந்துவிடும் மாணவர்களுக்குக் கோடை விடுமுறை என்பது எட்டாம் வகுப்போடு சரி. தொடர்ந்து நான்கு ஆண்டுகளுக்குக் கோடை விடுமுறையே இல்லை. எல்லாச் சனிக்கிழமைகளிலும் பள்ளி உண்டு. சில சமயம் ஞாயிறுகளிலும் வகுப்புகள் உண்டு.

இப்படி ஆண்டுக்கணக்கில் விடுமுறையே இல்லாமல் தொடர்ந்து பள்ளி, பாடம், தேர்வு என்றிருக்கும் மாணவர்களின் மனநிலையைப் பற்றி யாரும் கவலைப்படுவதாகத் தெரியவில்லை. கோடை விடுமுறை தொடக்கத்திற்குப் பொதுவான நாள் ஒன்றை அறிவித்து அந்த நாளுக்குப் பின் எந்தப் பள்ளியும் வகுப்புகள் நடத்தக் கூடாது என்றும் கோடை விடுமுறைக் காலத்தில் பள்ளி வாகனங்கள் எதுவும் ஓடக் கூடாது என்றும் குறிப்பிட்ட நாளில்தான் எல்லாப் பள்ளிகளும் திறக்க வேண்டும் என்றும் ஒரு சமச்சீர் முறையை அரசு ஏன் நடைமுறைப்படுத்தக் கூடாது? கல்விமுறையில் மட்டுமல்ல, பள்ளி நடைமுறை களிலும் சமச்சீர் தேவை.

இந்த மதிப்பெண் புகழ் பள்ளிகளில் ஒன்பதாம் வகுப்பில் அரையாண்டுத் தேர்வு முடிந்தவுடன் பத்தாம் வகுப்புப் பாடத்தைத் தொடங்கிவிடுவார்கள். பதினொன்றாம் வகுப்பு மாணவர்களுக்குப் பன்னிரண்டாம் வகுப்புப் பாடமும் அப்படியே. கோடை விடுமுறை மாதங்களாகிய ஏப்ரல், மே மாதங்களிலும் வகுப்புகள் தொடர்ந்து பாடப்பகுதிகள் நடத்தி முடிக்கப்பட்டுவிடும். பதினொன்றாம் வகுப்பு மாணவனுக்கு

அவன் பன்னிரண்டாம் வகுப்பில் காலடி எடுத்துவைக்கும் முன்பே அந்த வகுப்புக்கான பாடங்கள் அனைத்தும் முடிந்து விடுகின்றன. ஓராண்டு முழுக்க அந்த மாணவர்களுக்கு என்ன வேலை? விடைகளை மனப்பாடம் செய்வதும் தினசரி தேர்வு எழுதுவதும்தான் வேலை. விடைத்தாள்களைத் திருத்திக் கொடுத்து மதிப்பெண்ணை முழுமையாகப் பெற இன்னும் என்னென்ன செய்ய வேண்டும் என்று ஆலோசனைகள் வழங்கிக்கொண்டிருப்பதுதான் ஆசிரியர்களின் வேலை.

இந்தப் பயிற்றுவித்தல் முறையில் மாணவர்கள் எல்லாப் பாடங்களையும் வார்த்தை வார்த்தையாக, எழுத்து எழுத்தாக விழுங்கி மனப்பாடம் செய்துவிடுகிறார்கள். தேர்வு எழுதுவது என்பது அவர்களுக்குப் பழகிப்போன விஷயமாகிவிடுகிறது. அந்த மாணவர்களைப் பொறுத்தவரை ஒரு பாடத்தில் 99 மதிப்பெண் வாங்கினால் அதற்காகச் சந்தோஷப்படக் கூடாது. ஒரு மதிப்பெண் எப்படிக் குறைந்தது என்றுதான் யோசிக்க வேண்டும். அதற்குப் பழக்கப்படுத்துவதுதான் இந்தப் பயிற்று வித்தல் முறை. மதிப்பெண் வாங்குவதில் திறன் பெற்றவர் களைத் தேர்ந்தெடுத்துக்கொண்டு, அடுத்த கல்வியாண்டுக்கான பாடங்களை முந்தைய வகுப்பிலேயே நடத்தி முடித்துவிட்டு, ஓராண்டு முழுக்கத் தேர்வு எழுதும் பயிற்சி பெறும் இந்தப் பள்ளி மாணவர்களோடு அதே பள்ளியில் படிக்கும் சாதாரண மாணவர்களே போட்டியிட முடியாதபோது பிற மாவட்டத் தனியார் பள்ளி, அரசுப் பள்ளி மாணவர்கள் எப்படிப் போட்டி யிட முடியும்? பள்ளிக் கல்விக்கு அரசு ஏராளமாகச் செலவிட்ட போதும் அரசுப் பள்ளி மாணவர்கள் இந்த Toppers வகையறாக்க ளோடு போட்டியிட முடியாமைக்குக் காரணம் அந்தப் பள்ளிகள் கடைபிடிக்கும் பயிற்றுவித்தல் முறைதான். உயர் வகுப்புக்கு உரிய பாடங்களை முந்தைய வகுப்பிலேயே கற்பித்தலைத் தடுக்கத் தேவையான நடவடிக்கை எதுவும் இல்லை.

சரி, இந்த மதிப்பெண் புகழ் பள்ளிகளில் தேர்ச்சி பெற்றால் போதும் என்றிருக்கும் சாதாரணமாகிய அந்தப் பெரும்பான்மை மாணவர்கள் எதற்கு? அவர்களும் பள்ளியின் எதிர்காலத்திற்கு மிகவும் முக்கியமானவர்களே. அல்ல, உண்மையில் அவர்கள்தான் பள்ளியின் எதிர்காலத்திற்கு மிகவும் முக்கியமானவர்கள். பள்ளிக்குப் பணத்தைக் கொட்டிக் கொடுப்பவர்கள் அவர்கள் தான். மதிப்பெண்வாங்கி மாணவர்களின் புகழால் பள்ளியைப் பற்றித் தெரிந்துகொள்ளும் பெற்றோர் தங்கள் பிள்ளைகளை அந்தப் பள்ளியில்தான் சேர்த்தாக வேண்டும் என்று பிடிவாதம் கொள்கிறார்கள். பத்தாம் வகுப்பில் மதிப்பெண் குறைவாகப் பெற்றிருந்தாலும் அந்தப் பள்ளிகளில் எவ்வளவு பணம்

கொடுத்தேனும் சேர்த்துவிட்டால் போதும். தம் பிள்ளைகள் பன்னிரண்டாம் வகுப்பில் 1100க்கு மேல் மதிப்பெண் வாங்கி விடுவார்கள் என்று நம்புகிறார்கள். குறைந்த மதிப்பெண் பெறும் மாணவர்களின் பெற்றோரிடம் பள்ளி நிர்வாகம் பேரம்பேசி அதிகத் தொகையைக் கறக்க முடியும். பெறும் நன்கொடை எதற்கும் ரசீது கிடையாது. மாணவர் சேர்க்கை தொடர்பாகப் பெற்றோருக்குக் கிடைக்கும் ஆவணம், தொகை எதுவும் குறிப்பிடப்படாத ஒற்றைத் துண்டுச்சீட்டுத்தான்.

பத்தாம் வகுப்பில் முந்நூறு மதிப்பெண் பெறும் மாணவருக்கு ஒரு லட்சம் முதல் ஒன்றரை லட்சம்வரை நன்கொடை கொடுத்து மதிப்பெண் புகழ் பள்ளிகளில் சேர்த்துவிட்டுப் பெற்றோர் பெருமூச்சுவிடுகிறார்கள். பன்னிரெண்டாம் வகுப்பில் தம் பிள்ளை நல்ல மதிப்பெண் பெற்று அண்ணாப் பல்கலைக் கழகத்தில் இடம் வாங்கிவிடும் என்னும் நம்பிக்கை வந்து விடுகிறது. பணம் உள்ள கனவான்களுக்குத் தம் பிள்ளை இப்படிப் புகழ்பெற்ற பள்ளியில் படிப்பதும் படிப்புக்காக லட்சக் கணக்கில் செலவுசெய்வதும் கௌரவம் சார்ந்த விஷயம். ஆனால் நடுத்தர, அடித்தட்டு மக்களுக்கு இது பெரும்சுமை. தம் பிள்ளைகளின் படிப்புத் திறன், மதிப்பெண் பெறும் ஆற்றல் ஆகியவற்றை மதிப்பிடாமல் பள்ளியின் மீது பெரும் நம்பிக்கை வைத்துப் பள்ளிக் கல்விக்குத் தம் தகுதியை மீறி மிகுதியாகச் செலவு செய்கிறார்கள். ஆனால் பன்னிரண்டாம் வகுப்பு முடித்துத் தம் பிள்ளைகள் வெளிவரும்போது மதிப்பெண்ணைப் பார்த்துக் கடும் ஏமாற்றத்துக்கு ஆளாகிறார்கள். ஏற்கனவே பத்தாம் வகுப்பு வரை படித்த அதே பள்ளியில் படித்திருந்தாலே இந்த மதிப்பெண் வாங்கியிருக்க முடியும் என்பதும் அனாவசியமாக லட்சக்கணக்கில் பணத்தை வீணடித்துவிட்டது மடமை என்பதும் புரிகிறது. ஆனால் பள்ளிகளுக்கு மட்டும் பாதிப் பில்லை. அடுத்த மாணவர்களின் பெற்றோர் பணப்பையுடனும் அலைபாயும் மனத்துடனும் வாசலில் நிற்கத் தொடங்கி விடுகிறார்கள்.

கல்வித் தொழில் இப்படியாக நாமக்கல் மாவட்டத்தில் வெற்றி நடை போட்டுக்கொண்டிருக்கிறது.

காலச்சுவடு, ஜூன், 2009.

●

கருணை வெளிப்படும் தருணம்

திருமண வாழ்த்துச் சுவரொட்டிகள் எல்லா ஊர்களிலும் இன்று பரவலாகக் காணப் படுகின்றன. நண்பர்களோ உறவினர்களோ தமது பெயரைப் போட்டுச் சுவரொட்டி அச்சிட்டு ஒட்டும் இவ்வழக்கம் உருவான கதையைக் கேள்விப்பட் டிருக்கிறேன். தமக்குத் தொடர்ந்து வேலைகள் வேண்டும் என்பதற்காக அச்சக உரிமையாளர்கள் தாமே செலவுசெய்து முதலில் சில திருமணங் களுக்கு இப்படிப்பட்ட சுவரொட்டிகளை அச்சிட்டு ஒட்டியதாகவும் அது படிப்படியாக மக்கள் வழக்கத் திற்கு வந்துவிட்டது என்றும் சொல்வதுண்டு. இது பெருமளவு உண்மையாக இருக்க வாய்ப்புண்டு.

கண்ணுக்குத் தெரியும்படியான ஒரு விஷயத்தைத் திட்டமிட்டுப் பரப்ப முடிகிறபோது நுட்பமான கருத்தியல் தளத்தில் எத்தனையோ விஷயங்களைத் தாராளமாகப் பரப்ப முடியும் என்பதை ஊடகங்கள் நிரூபித்துக்கொண்டிருக் கின்றன. நாளிதழ்களில் வெளியாகும் கல்வித் துறை தொடர்பான செய்திகளைத் தொடர்ந்து கவனித்தால் பல விஷயங்களுக்கு எவ்வாறு திட்ட மிட்டுச் செய்தி மதிப்பு உண்டாக்கப்படுகிறது என்பது விளங்கும். தனியார் பள்ளி, கல்லூரிகளில் நடைபெறும் சாதாரண நிகழ்வுகள்கூடச் செய்தி மதிப்பைப் பெற்றுவிடுகின்றன. அதற்குக் காரணம் அவை தரும் விளம்பரங்கள்தாம். இதழியல் அறம்

பற்றியெல்லாம் கவலையில்லை. மேலும் மேலும் லாபம் ஈட்டும் தொழில் என்னும் கண்ணோட்டம் வந்தபின் அறம் பற்றி என்ன பேச்சு? பத்திரிகைகளை மக்கள் வாங்குவதால் கிடைப்பதை விட விளம்பரங்களால்தான் அதிக வருவாய் என்னும்போது அதற்கேற்பத்தானே செய்திகளும் இருக்க முடியும்?

தனியார் கல்வி நிறுவனச் செய்திகள் பரவலாக இடம் பெறும்போது அரசு கல்வி நிறுவனச் செய்திகள் ஒன்றிரண்டுகூட வருவதில்லை. அரசுப் பள்ளி ஒன்றில் ஏதாவது பிரச்சினை என்றால்தான் அது செய்தியாகும். தனியார் பள்ளியில் ஏதாவது பிரச்சினை என்றால் அது செய்தியாகாது. தனியார் பள்ளிகளில் கல்விக் கட்டணம் பற்றிப் பொதுச் செய்திகள் ஏராளமாக வந்தபடியிருக்கின்றன. குறிப்பிட்ட தனியார் பள்ளியில் வசூலிக்கப்படும் கட்டணம் பற்றி எந்தப் பத்திரிகையாவது செய்தி வெளியிட்டிருக்கிறதா? பத்திரிகைகளைப் பொருத்தவரை அதற்குச் செய்தி மதிப்பு கிடையாது. கட்டிடத் திறப்பு, ஆய்வகத் தொடக்கம், மன்ற விழா, நாட்டு நலப்பணித் திட்ட முகாம் உள்ளிட்ட வழக்கமான நிகழ்வுகள் தொடர்ந்து செய்தி ஆகின்றன. ஆனால் ஏராளமானோரைப் பாதிக்கும் கட்டண விஷயம் செய்தி ஆவதில்லை. தனியார் கல்வி நிறுவனங்கள் விளம்பரங்கள் தருவதால் அவையே செய்தி மதிப்பைத் தீர்மானிப்பவை ஆகின்றன.

கல்வியாண்டுத் தொடக்கத்தில் எல்லா நாளிதழ்களும் கல்வி மலர்கள் என்று அவ்வப்போது நான்கு முதல் எட்டுப் பக்கங்கள் வரை வெளியிடுகின்றன. அதிகமான விளம்பரங்கள் கிடைத்துவிட்டால் கல்வி மலர் உருவாகும். அல்லது கல்வி மலர் தயாரிப்பின் பொருட்டு விளம்பரங்கள் பெறப்படும். இந்தக் கல்வி மலர்கள் நாளிதழ்கள் தம் வாசகர்களைப் பற்றிக் கொண்டிருக்கும் மதிப்பீட்டின் வெளிப்பாடு என்று சொல்லலாம். நுட்பமான பார்வை கொண்டவர்களாக வாசகர்கள் உருவாகிவிடக் கூடாது என்பதும் பத்திரிகையின் நோக்கம். அதை அவ்வப்போது சோதித்துப் பார்க்கும் நடைமுறைகளில் ஒன்றுதான் கல்வி மலர். பெரும்பான்மை விளம்பரங்களுக்கிடையே கல்வி தொடர்பான சில கட்டுரைகளும் இதில் இடம்பெற்றிருக்கும். அவற்றையும் விளம்பரங்களையும் தொடர்புபடுத்திப் பார்த்தால் கல்வி மலரின் சூட்சுமம் புரியும். எந்தெந்த நிறுவனங்கள் விளம்பரம் கொடுத்துள்ளனவோ அவற்றைப் பற்றி மட்டுமே செய்திக் கட்டுரைகள் இருக்கும். இரண்டையும் தொடர்புபடுத்திப் பார்க்கும் பார்வை கொண்டவரல்ல வாசகர் என்பது அவர்களுக்குத் தெளிவு.

விளம்பர நோக்கத்தின் பொருட்டு செய்தி மதிப்புப் பெற்ற விஷயம்தான் முதல் மதிப்பெண் என்பது. பன்னிரண்டு, பத்தாம்

வகுப்புத் தேர்வு முடிவுகள் வெளியாகும் தினத்தில் தொடங்கி ஒரு வாரம், பத்து நாட்கள் வரை இந்த முதல் மதிப்பெண் செய்திகள் வந்த வண்ணம் இருக்கின்றன. தேர்வு முடிவு வெளியாகும் தினத்தில் தலைப்புச் செய்தி தொடங்கி இதழ் முழுக்க அத்தகைய செய்திகளேதான். மாநில முதலிடம் தொடர்பான செய்திகளாக அவை இருக்கும். மாவட்ட முதலிடம், பாட முதலிடம், பள்ளி முதலிடம், நூறு விழுக்காடு தேர்ச்சி, பள்ளியில் அதிக மதிப்பெண், பாராட்டுகள், மாணவர் நேர்காணல், பெற்றோர் நேர்காணல் எனச் செய்திகள் தொடர்ந்துகொண்டே இருக்கும். அந்த நாளிதழுக்கு விளம்பரம் வழங்கும் நிறுவனம் தொடர்பான செய்தி ஏதாவது ஒருவகைக்குள் வந்துவிடும்.

ஒவ்வோர் ஆண்டும் இச்செய்திகளில் இடம்பெறும் பெயர்கள் மாறுபடுமே தவிர, அலுப்பூட்டும் ஒரே மாதிரியான செய்திகள்தான். முதலிட மாணவர்கள் மருத்துவம், பொறியியல், ஐஏஎஸ் என்பன தங்கள் இலக்கு என்று பேட்டி கொடுப்பார்கள். பெற்றோர் 'கேக்' ஊட்டுவர். பள்ளி முதல்வர்கள், தாளாளர்கள் பாராட்டுவர். இத்தகைய செய்திகள் சம்பந்தப்பட்டவர்களைத் தவிரப் பிறருக்கு ஆர்வம் தருபவையாக இருப்பதில்லை. ஆனாலும் இவை செய்தி மதிப்புப் பெறுவதற்குக் காரணம் விளம்பரம்தான். சரி, ஏதோ விளம்பரம் தருகிறார்கள், செய்தி வெளியிடுகிறார்கள், போகட்டும் என்று புறந்தள்ளிவிட முடியாது. சமூகப் பொதுமனதில் இவை ஏற்படுத்தும் விளைவுகள் பலதரப் பட்டவை.

ஒவ்வொரு பெற்றோரும் தம் பிள்ளைகளின் நிழற்படத் துடன் பத்திரிகைச் செய்தி வெளியாக வேண்டும் என்று கனவு காண்கின்றனர். கல்வி நிறுவன விளம்பரங்களில் தம் பிள்ளை களின் நிழற்படங்கள் இடம்பெறுவதை இலட்சியமாக நினைக்கின்றனர். விளம்பர மோசடிகள் தொடர்பாகப் பெரும்பாலானவர்க்கு எதுவும் தெரிவதில்லை. எனக்குத் தெரிந்த பேராசிரியர் ஒருவர் தம் மகனைச் சைனிக் பள்ளியில் சேர்க்க விரும்பினார். அதற்கான நுழைவுத் தேர்வை நடத்தும் மையம் ஒன்றில் பயிற்சிக்குச் சேர்த்தார். அப்பள்ளியில் சேரும் அளவு மதிப்பெண் பெற அம்மாணவனால் இயலவில்லை. ஆனால் அப்பயிற்சி மையம் தொடர்ந்து அம்மாணவரின் நிழற்படத்தைத் தம் விளம்பரத்தில் பயன்படுத்தி வந்தது. அடுத்தடுத்த கல்வி யாண்டிலும் தம் முந்தைய ஆண்டு சாதனையாக அம்மாணவர் படம் விளம்பரப்படுத்தப்பட்டது. விளம்பரங்களையும் அவற்றோடு தொடர்புடைய செய்திகளையும் ஐயத்தோடு பார்க்கும் பார்வை உருவாகாதவரை இந்நிலை நீடிக்கும். அச்சில் வரும் எதுவும் உண்மையானதுதான் என்னும் பொதுமனப் பதிவில் இன்னும் சிறு அதிர்வுகூட உருவாகவில்லை.

மயிர்தான் பிரச்சினையா?

செய்திகளில் தம் பிள்ளைகள் இடம்பெற வேண்டும் என்னும் எதிர்பார்ப்பு அவர்கள்மீதான மெல்லிய வன்முறையாகப் பல வடிவங்களில் தொடர்கிறது. இதனால் பெற்றோரை வெறுக்கும் பிள்ளைகள் மனப் பாதிப்புக்கும் ஆளாகிறார்கள். இந்தச் செய்திகள் பல மாணவர்களைத் தாழ்வுணர்ச்சிக்குத் தள்ளுகிறது. ஒற்றை இலக்க எண்ணிக்கையில் ஏதாவது ஒரு முதலிடத்தைத் தவறவிட்ட மாணவர்களின் நிலை மிகவும் பரிதாபமானது. அதைச் சொல்லிச் சொல்லி அவர்களைத் துன்புறுத்தும் சூழல். விடைத்தாள் திருத்தும் ஆசிரியரின் மனப்பாங்குக்கு ஏற்பச் சில மதிப்பெண் கூடுதல், குறைச்சல் நிகழும். ஆகவே மாணவரின் அறிவுத் திறனுக்கு மதிப்பெண் முழு அளவீடு அல்ல. நூலில் அல்லது உரை நூலில் உள்ளவற்றை அப்படியே மனனம் செய்து எழுத்துத் தவறாமல் எழுதிவிடும் மாணவருக்குக் கூடுதல் மதிப்பெண் கிடைக்கிறது. சுய சிந்தனைக்கு அங்கு இடமில்லை. ஆகவே மதிப்பெண்ணை வைத்து மாணவர் அறிவைத் தீர்மானிக்க இயலாது.

கடந்த பத்திருபது ஆண்டுகளில் மாநில முதலிடம், மாவட்ட முதலிடம் பெற்ற மாணவர்களின் பட்டியலை எடுத்து உயர் கல்வியில் அவர்களின் நிலை, சாதனைகள் ஆகியவற்றைப் பற்றிய புள்ளி விவரங்கள் சேகரித்தால் மதிப்பெண்ணுக்கும் அறிவுக்கும் உள்ள தொடர்பு பற்றித் தெளிவு கிடைக்கலாம். மதிப்பெண் எதிர்பார்ப்பில் மாணவர்கள்மீது பெற்றோரும் ஆசிரியரும் பள்ளி நிர்வாகமும் நிகழ்த்தும் வன்செயல்கள் அதன் காரணமாகக் குறையலாம். ஆனால் இந்த வேலையை எந்த நாளிதழ்களும் ஊடகங்களும் செய்யா. அவற்றிற்கு வருமானம் வரும் வழியைத் தம் கை கொண்டே அடைக்க முயல்வார்களா?

இந்த முதல் மதிப்பெண் செய்திகளின் இன்னொரு விளைவு, பரோபகாரிகளாகப் பலர் வெளிப்படுவது. முதல் மதிப்பெண் மாணவர்களை அரசு பாராட்டி ஊக்கத் தொகை வழங்குகிறது. அரசு சார்பில் மடிக் கணினிகள் வழங்கப்படுகின்றன. சில பத்திரிகைகள், தனிநபர்கள், சங்கங்கள், கிளப்புகள் ஆகியவையும் தம் பரோபகாரச் சிந்தையை வெளிப்படுத்தும் பொருட்டு ஆயிரம், ஐந்நூறு என்று தொகை வழங்கிக் கௌரவிக்கின்றன. தனியார் பள்ளிகளில் சில லட்சங்கள் செலவுசெய்து பயின்று மதிப்பெண் பெறும் மாணவர்களுக்கு எதற்கு மென்மேலும் பண உதவி? இருக்கும் இடத்திலேயே மேலும் கொட்டுவதுதான் கருணையா? கருணை வெளிப்பாடு கொள்ளும் தருணம் அருவருப்பாக இருக்கிறது.

விடுமுறை நாட்களில் கூலி வேலை செய்துகொண்டே அரசுப் பள்ளியில் பயின்று நடுத்தர அல்லது குறைந்தபட்ச மதிப்பெண் பெற்றுத் தேர்ச்சி பெறும் மாணவர்களில் பலர்

மேற்கொண்டு உயர் கல்வி பயிலும் ஆர்வம் உடையவர்களாக உள்ளனர். அவர்களில் பலர் குறைந்தபட்சக் கட்டணம் கொண்ட கலைக் கல்லூரிகளில் பயிலும் அளவுக்குக்கூடப் பொருளாதாரப் பின்புலம் அற்றவர்கள். இத்தகைய மாணவர்களை நோக்கிப் பரோபகாரச் சிந்தைகள் திரும்பினால் என்ன? ஊடகச் செய்திகள் முதல் மதிப்பெண்களையும் அதிக மதிப்பெண்களையுமே சாதனைகளாக முன்னிறுத்துகின்றன. அது தனியார் கல்வி நிறுவனத் தொழில் வளர்ச்சிக்கும் விளம்பர வருவாய்க்கும் பயன்படுகின்றன. அவற்றால் பாதிக்கப்பட்டுச் சாதனையை ஊக்கப்படுத்தும் நோக்கில் செய்யப்படும் உதவிகள் எங்கு தேவையோ அங்கு போய்ச் சேர்வதில்லை.

மதிப்பெண்ணை அளவுகோல் என்றே வைத்துக்கொண் டாலும்கூட இந்த உதவிகளின் தன்மையை ஏற்றுக்கொள்ள முடியாது. பலவீனர்கள் தம் திறனை வளர்த்துக்கொள்ளப் பயன்படுவதுதான் உதவியாக இருக்க முடியும். சில ஆண்டுகளுக்கு முன் நான் பணியாற்றிய கல்லூரியில் இளங்கலைத் தமிழ் சேர்வதற்காக ஒரு மாணவர் வந்தார். பன்னிரண்டாம் வகுப்பு முடித்து இரண்டாண்டுகள் இடைவெளி. காரணம் கேட்டபோது 'பணமில்லை' என்றார் அம்மாணவரின் தந்தை. அப்போது கல்லூரிக் கட்டணம் 'வெறும்' அறுநூறு ரூபாய்தான். 'இந்தப் பணம் இல்லயா' என்று வியப்போடு கேட்டபோது அந்தத் தந்தை 'சாப்பாட்டுக்கே வழியில்ல சார்' என்றார். என் கன்னத்தில் அறைந்த சொற்கள். இரண்டாண்டுகள் விட்டும் படிக்கும் ஆர்வம் அம்மாணவரிடமும் படிக்க வைக்கும் ஆர்வம் அத்தந்தையிடமும் இருந்தன. அறுநூறு ரூபாயில் இரண்டாண்டுகளை இழந்திருந்தான் அம்மாணவன்.

அரசும் சரி, பரோபகாரச் சிந்தை கொண்ட தனிநபர்கள், பிற நிறுவனங்களும் சரி, கல்வி தொடர்பான தம் உதவிக்கரங்களை மதிப்பெண் குறைவாகப் பெற்றிருந்தாலும் படிப்பார்வம் கொண்ட இத்தகைய ஏழை மாணவர்களை நோக்கி நீட்டுவது தான் அறிவுசார் சமுதாயத்தை வளர்த்தெடுக்க உதவும். அந்நோக்கில் பொதுமனச் சிந்தனை நகராமல் தடுப்பதில் பெரும் பங்கு நாளிதழ்கள் உள்ளிட்ட ஊடகங்களுக்கு இருக்கிறது என்பதுதான் இன்று வருத்தம் தரும் செய்தி.

காலச்சுவடு, ஜூலை, 2009.

விடைத்தாள் மதிப்பீடும் தொழில் நியதிகளும்

இவ்வாண்டு பன்னிரண்டாம் வகுப்புத் தேர்வில் மாநில முதல் மதிப்பெண் பெற்று ஊடக முக்கியத்துவம் கிடைத்திருக்க வேண்டிய மாணவர் ஒருவருக்கு விடைத்தாள் மதிப்பீட்டில் ஆசிரியர் செய்த தவறால் அந்த வாய்ப்பு பறிபோயிற்று. அம்மாணவர் மறுமதிப்பீட்டிற்கு விண்ணப்பித்துக் கூடுதல் மதிப்பெண் பெற்றிருக்கிறார். 'இது மனிதத் தவறு' என்று ஒப்புக்கொண்ட பள்ளிக் கல்வி அமைச்சர், மாநில முதல் மதிப்பெண் பெறும் மாணவருக்குரிய அரசு சலுகைகள் அனைத்தும் அம்மாணவருக்கும் வழங்கப்படும் என்று அறிவித் திருக்கிறார். மறுமதிப்பீட்டில் சில மாவட்ட (திருவள்ளூர், நாமக்கல்) முதல் மதிப்பெண்களும் மாறியிருக்கின்றன. பொதுவாகப் பத்தாம் வகுப்பு, பன்னிரண்டாம் வகுப்பு விடைத்தாள்கள் மிகுந்த கவனத்துடன் மதிப்பீடு செய்யப்படுகின்றன. விடைத்தாள் மதிப்பீட்டு மையங்களில் விதிகள் தீவிரமாகக் கடைபிடிக்கப்படுகின்றன. மிகமிகக் குறைந்த புள்ளி வேறுபாட்டில் மருத்துவ,பொறியியல் படிப்புகளுக்கான இடம் பறிபோகும் நிலை இருப்ப தால் பன்னிரண்டாம் வகுப்பு விடைத்தாள் மதிப்பீடு கறாராக நடைபெறுகிறது. பொதுவாகப் பெரிய புகார்கள் வருவதில்லை.

ஆங்கில வழியில் தேர்வெழுதும் மாணவர் களுக்கும் தமிழ் வழியில் தேர்வெழுதும் மாணவர் களுக்கும் விடைத்தாள் மதிப்பீட்டில் பாரபட்சம்

காட்டப்படுகிறது என்னும் குற்றச்சாட்டு வாய்வழிப் பரவலாக நிலவிவருகிறது. அரசு உதவி பெறும் பள்ளி ஒன்றின் தலைமை யாசிரியர் 'இந்தப் பாரபட்சம் உண்மைதான்' என்றும் 'அதற்குரிய காரணம் தெரியவில்லை' என்றும் கூட்டம் ஒன்றில் தெரிவித்தார். எனினும் இக்குற்றச்சாட்டு ஆதாரத்துடன் நிரூபிக்கப்பட வில்லை. தமிழில் தேர்வெழுதும் மாணவர்களின் விடைத்தாள்கள் ஆசிரியர்களுக்குத் தெளிவாகப் புரிவதால் குறைந்த மதிப்பெண் போடுகிறார்கள் என்று அதைப் பற்றிக் கிண்டல் பேச்சும் உண்டு. ஆங்கில வழியில் பயிலும் மாணவர் திறன் பற்றி நிலவும் உயர்ந்த எண்ணம் ஆசிரியப் பொதுப் புத்தியிலும் அப்படியே பதிந்திருக்கிறது என்பது உண்மை. ஆகவே கிண்டல் பேச்சும் அர்த்தம் உடையதுதான்.

ஆசிரியர் ஒருவரே மதிப்பீடு செய்த தமிழ் வழி விடைத் தாள்கள், ஆங்கில வழி விடைத்தாள்கள் ஆகியவற்றை ஒப்பீடு செய்து பார்க்கலாம். வகை மாதிரியாக இப்படிப்பட்ட ஒப்பீட்டை நிகழ்த்தி ஆய்வு செய்தால் மிகப் பெரும்பான்மையாக இருக்கும் தமிழ் வழி மாணவர்களுக்கு நியாயம் கிடைக்கும் வகையில் சில நடவடிக்கைகளை மேற்கொள்ள முடியும். மாணவர் வாழ்க்கையைத் தீர்மானிப்பது மதிப்பெண்தான் என்றாகி விட்ட நிலையில் சிறு புகார்களையும் பெருமளவு பொருட்படுத்த வேண்டியது அவசியம். மற்றபடி, கவனமான மதிப்பீட்டிலேயே இத்தகைய பெருந்தவறுகள் நடைபெற வாய்ப்பு இருக்கிறது என்றால், அசட்டையான மதிப்பீடுகள் நடைபெறும் இடத்தில் மாணவர் நிலை கவலைக்குரியது என்பதில் ஐயமில்லை.

நவம்பர் 2008இல் நடைபெற்ற விடைத்தாள் மதிப்பீட்டில் குறைபாடு இருப்பதாகக் கருதிச் சென்னைப் பல்கலைக் கழகத்திற்கு உட்பட்ட கலைக் கல்லூரி மாணவர்கள் ஏராள மானோர் மறுமதிப்பீட்டிற்கு விண்ணப்பித்தனர். அதில் பல மாணவர்கள் கூடுதல் மதிப்பெண் பெற்றனர். குறிப்பிட்ட அளவுக்கு மேல் மதிப்பெண் கூடினால் மறுமதிப்பீட்டுக்கென மாணவர் செலுத்தும் கட்டணத்தைத் திருப்பித் தந்துவிட வேண்டும் என்னும் விதிப்படி நூற்றுக்கும் மேற்பட்ட மாணவர் களுக்குத் தொகையைப் பல்கலைக்கழகம் திருப்பியளித்துள்ளது. அத்துடன் இந்தக் குளறுபடிக்குக் காரணமானவர்கள் எனக் கண்டறியப்பட்ட நான்கு ஆசிரியர்களை விடைத்தாள் திருத்தும் பணியிலிருந்து நிரந்தரமாக நீக்கியுள்ளது.

பொதுவாகவே இன்றைய சமூகத்தில் கலை அறிவியல் கல்லூரி மாணவர்களைத் தாழ்வாகக் கருதும் போக்கு உள்ளது. மருத்துவம், பொறியியல் உள்ளிட்ட தொழிற் கல்விகள் பெரும் சம்பாத்தியம் கொடுப்பவையாக இருப்பதால் அவற்றைப் பயிலும்

மாணவர்கள் மதிப்புக்குரியவர்களாகக் கருதப்படுகின்றனர். எதிர்காலத் தலைமுறையை உருவாக்கும் பள்ளி, கல்லூரிகளில் ஆசிரியர்களாகப் பணியாற்றும் இலட்சக்கணக்கானோர் கலை அறிவியல் கல்லூரிகளில் இருந்து உருவாகி வந்தவர்கள்தான். அரசு நிர்வாகப் பணிகளில் உள்ள இலட்சக்கணக்கானோரும் ஏராளமான தனியார் நிறுவனப் பணியாளர்களும் கலைக் கல்லூரிகளின் மாணவர்கள்தான். சமூகத்தின் உயிரியக்கத்தில் பங்காற்றுவோராகிய இவர்கள்மீதான மதிப்பு மிகவும் தாழ்வானதாக இருப்பது நம் சமூக முரண்களில் ஒன்று. ஆகவே கலைக்கல்லூரி மாணவர்களின் விடைத்தாள் மதிப்பீடு எல்லாப் பல்கலைக்கழகங்களிலும் தரம் தாழ்ந்தே நடைபெறுகிறது.

விடைத்தாள் மதிப்பீட்டைப் பொறுப்பான பணியாக ஆசிரியர்கள் கருதுவதில்லை. விடுமுறைக் காலத்தில் கூடுதல் வருமானம் தரும் எளிய வேலையாகவே இதைக் கருதுகின்றனர். விடைத்தாள் மதிப்பீட்டு மையங்களில் நேரக் கட்டுப்பாடு பெரும்பாலும் பின்பற்றப்படுவதேயில்லை. முற்பகல் மூன்று மணிநேரம், பிற்பகல் மூன்று மணிநேரம் எனக் கால அளவு வகுக்கப்பட்டிருக்கிறது. இருபது, இருபதாக ஒருநாளைக்கு நாற்பது விடைத்தாள்கள் கொடுக்கப்படுகின்றன. இரண்டு மணிநேரம் விடைத்தாள் மதிப்பீட்டிற்கெனவும் ஒரு மணிநேரம் கூட்டல் சரிபார்த்தல், மதிப்பெண்ணை உரிய படிவத்தில் பதிவுசெய்தல் ஆகியவற்றுக்கெனவும் கொண்டால் மாணவருக்குப் பாதகமின்றி மதிப்பீட்டுப் பணியைச் செவ்வனே நிறைவேற்ற முடியும். ஆனால் எல்லாவற்றுக்கும் சேர்த்து அரைமணி நேரத்திலிருந்து ஒரு மணிநேரம் வரைக்குமே ஆசிரியர்கள் எடுத்துக்கொள்கின்றனர். மாணவர் எழுதியுள்ளதை வாசிக்காமலே வினா எண்களையும் மதிப்பெண் அளவையும் மனதில் கொண்டு மதிப்பீட்டு வேலையை மிக எளிதாக முடிக்கின்றனர். மதிப்பெண் வழங்கு வதில் பெரும்பாலான ஆசிரியர்கள் பின்பற்றும் ஒருமுறை, சராசரி மதிப்பெண் போடுதல். அதாவது ஐம்பதிலிருந்து அறுபதுக்குள் எனச் சராசரியாக எல்லாருக்கும் மதிப்பெண் வழங்கி விடுவார்கள். எண்பது மதிப்பெண் வாங்கும் அளவு எழுதியுள்ள மாணவனும் தேர்ச்சி பெறவே தகுதியற்ற மாணவனும் இந்தச் சராசரிக்குள் ஒரே அளவு மதிப்பெண் பெற்றிருப்பார்கள்.

குறிப்பிட்ட துறையில் பயின்று பணியாற்றும் ஆசிரியர் ஒருவருக்கு அத்துறை சார்ந்த அனைத்துப் பாடங்களிலும் புலமை இருக்கும் என்று சொல்ல முடியாது. குறிப்பிட்ட சில பாடங்க ளையே அவர் தொடர்ந்து போதிப்பவராகவும் இருப்பார். ஆனால் விடைத்தாள் மதிப்பீட்டிற்கு வரும்போது அவர் எந்தப் பாட விடைத்தாளையும் மதிப்பிடலாம். சுருக்கமான

விடைக்குறிப்பை வைத்துக்கொண்டு தனக்குத் தொடர்பில்லாத பாட விடைத்தாளை எந்த அளவுக்கு ஒருவர் மதிப்பிட முடியும்? மாணவர் எழுதியுள்ள பக்க அளவைக் கொண்டு குத்து மதிப்பாக மதிப்பெண் போடுவதும் உண்டு. முதுநிலைப் படிப்புகளுக்கும் கல்வியியல் படிப்புக்கும் மதிப்பெண் விழுக்காட்டைப் பொறுத்தே இடம் வழங்கப்படுகிறது. உயர் கல்வி பணம் உள்ளவர்களுக்கே என்றாகிவிட்ட சூழலில் சாதாரணமானவர்கள் இக்கல்வியைப் பெறுவதற்கு அவர்களின் மதிப்பெண்ணே உதவும். விடைத்தாள் மதிப்பீட்டுக் குளறுபடிகள் பலரது எதிர்காலத்தைப் பாதிக்கும் என்னும் உணர்வு ஆசிரியர்களுக்கு இல்லை.

தொலைநிலைக் கல்வி பரவலாகிவிட்ட நிலையில் கலைக் கல்லூரி ஆசிரியர்களுக்கு அதன் வழியாகவும் கூடுதல் வருமானம் வருகிறது. தொலைநிலைக் கல்வி வகுப்பெடுத்தல், விடைத்தாள் மதிப்பீட்டுப் பணி, விடைத்தாள் உருவாக்குதல் எனப் பல வழிகளில் வருமானம் ஈட்ட இன்று வாய்ப்பிருக்கிறது. இது ஆசிரியர்களின் பேராசையைத் தூண்டுகிறது. முற்பகல் ஒன்பது மணியிலிருந்து பதினொரு மணிவரை ஒரு பல்கலைக்கழகத் தொலைநிலைக் கல்வி வகுப்பெடுத்து விட்டுப் பன்னிரண்டு மணிவாக்கில் விடைத்தாள் திருத்தும் மையத்திற்கு வந்து முற்பகல் பிற்பகல் இரண்டுக்கும் உரிய நாற்பது தாள்களை இரண்டு மணிக்குள் மதிப்பிட்டு அங்கிருந்து ஐம்பது கல் தொலைவில் உள்ள இன்னொரு நகரத்திற்குத் தனது இருசக்கர வண்டியில் சென்று சேர்ந்து வேறொரு பல்கலைக்கழகத் தொலைநிலை வகுப்பை மாலை நான்கிலிருந்து ஆறு மணி வரை எடுத்து முடித்த திறன் பெற்ற ஆசிரியரை நானறிவேன். ஒரே நாளில் மூன்று இடத்தில் நாட்படி, பயணப்படி பெறும் தகுதி உள்ளவர் அவர். ஐம்பது கல் தொலைவில் உள்ள நகரத்திற்குச் சென்று வகுப்பெடுக்க அவருக்கு முதல் வகுப்புத் தொடர் வண்டிக் கட்டணம் வழங்கப் பட்டது. ஒரே நாளில் கிட்டத்தட்ட ஐயாயிரம் ரூபாய் சம்பாதிக்கும் அவர் வல்லமை தமக்கு இல்லையே என்று பலர் ஆதங்கப் பட்டனர். விடைத்தாள் மதிப்பீட்டுப் பணியோடு தொலைநிலைக் கல்வி வகுப்பு ஒன்று என்பது பலருக்கும் சாத்தியமானதுதான். ஆனால் தொலைவில் உள்ள நகரத்திற்குச் சென்று இன்னொரு வகுப்பெடுக்கும் அவரது சாதனை அசாத்தியமானது.

அந்த ஆசிரியர் மதிப்பீடு செய்த விடைத்தாள்களுக்கு உரிய மாணவர் நிலை பரிதாபத்திற்குரியது. அவரது அவசர, அலட்சிய மதிப்பீட்டால் நிச்சயம் மாணவர்களுக்குப் பாதிப்பு நேரும். தேர்ச்சி பெறமாட்டோம் எனக் கருதி விரக்தியுற்றிருக்கும் மாணவர் எண்பது மதிப்பெண்ணுக்கு மேல் பெற்றுக் குதூகலிப் பதும் எண்பது மதிப்பெண் பெறுவோம் என்று எதிர்பார்த்திருந்த

மயிர்தான் பிரச்சினையா? ෴ 49 ஃ

மாணவர் விரக்தியடைவதும் இத்தகைய அலட்சிய மதிப்பீட் டால் நேர்வதுதான். கடைசிப் பருவத்தில் ஒருதாளில் தோல்வி யடைந்து மறுமதிப்பீட்டுக்கு விண்ணப்பித்து அதன் முடிவு வரும்முன் எல்லா இடங்களிலும் உயர் கல்விச் சேர்க்கை முடிவடைந்ததால் வீணாக ஓராண்டை இழந்த மாணவர்கள் பலர். ஆசிரியரின் பணம் ஈட்டும் பேராசையின் விளைவு பல மாணவர்களின் கால இழப்பு. கௌரவமாக வாழ்க்கையை நடத்தப் போதுமான ஊதியம் வழங்கப்படும்போது இந்தப் பேராசை அற்பத்தனங்கள் எதன் பொருட்டு?

ஆசிரியத் தகுதி பெற்று வேலைவாய்ப்பகத்தில் பதிவு செய்து காத்திருப்போர் ஏராளம். அத்தகையோருக்குத் தொலைநிலைக் கல்வி வகுப்பெடுக்கும் வாய்ப்பைப் பல்கலைக்கழகங்கள் வழங்க லாம். வாரம் முழுக்கக் கல்லூரியில் 'தொடர்ந்து' வகுப்பெடுத்துக் களைத்திருக்கும் ஆசிரியர்கள் சனி, ஞாயிறுகளில் பூரண ஓய்வெடுத்துத் தமது சக்தியைப் பெருக்கிக்கொள்ளலாம்; அடுத்த வார வகுப்புகளுக்குத் தயார் செய்யலாம். அவற்றிற்காகத் தானே விடுமுறை? வேலையற்றோருக்கு வாய்ப்பும் கிடைக்கும்; வேலை கிடைக்கும்வரை குறைந்தபட்ச ஊதியத்திற்கு உத்தரவாதமும் இருக்கும். பணி அனுபவமும் அவர்களுக்கு உண்டாகும். நல்ல ஊதியம் பெற்றுக்கொண்டிருப்போருக்கே எதற்கு மேலும் கூடுதல் வருமானம்? குறிப்பிட்ட ஓரிடத்திலேயே பணம் குவியும் இன்றைய சமூகக் கோட்பாடு எல்லா நிலைகளிலும் செயல்படுகிறது. வருமானப் பரவலாக்கம் நிகழ வேண்டுமானால் இத்தகைய சிறுசிறு மாற்றங்களால் கூட முடியும்.

அதேபோல விடைத்தாள் மதிப்பீட்டுக்கென எதற்குத் தனி ஊதியம்? ஓராண்டுக்கு நூற்று எண்பது நாள்தான் கல்லூரி வேலை நாட்கள். மீதமுள்ளவை தேர்வு, விடைத்தாள் மதிப்பீடு, பாட ஆயத்தம் ஆகியவற்றுக்கானவை. பாடம் பயிற்றும் ஆசிரியரே விடைத்தாள்களை மதிப்பிடுவது சரி. ஒரு தாளுக்கு இவ்வளவு எனத் தொகை வழங்க வேண்டியது எதற்கு? விடைத்தாள் மதிப்பீடும் ஆசிரியப் பணியின் ஒரு பகுதி. விடுமுறை நாட்களில் மதிப்பீட்டுப் பணி நடைபெறுகிறது. ஆசிரியர் மாத ஊதியம் பெற்றுக்கொண்டிருக்கிறார். விடைத்தாள் மதிப்பீட்டுக்கெனப் பல்கலைக்கழகம் வழங்கும் தொகை மாணவர்களிடம் தேர்வுக் கட்டணமாக வசூலிக்கப்படுகிறது. பயணப்படியும் நாட்படியும் வழங்க வேண்டியது அவசியம். ஒரு தாளுக்கு இவ்வளவு என வழங்குவதால்தான் கூடுதல் வருமானம் இது என்னும் எண்ணம் உருவாகிறது. இல்லையேல் ஆசிரியப் பணியின் பகுதி இது என்று கருதப்படும். அத்தகைய மனநிலை மாற்றம் மாணவர்களுக்குப் பல நிலைகளில் சாதகமாகும்.

குறிப்பாக விடைத்தாள் மதிப்பீட்டில் கவனம் குவியும். மேலும் மாணவர்களுக்குத் தேர்வுக் கட்டணச் சுமை குறையும். ஒரு தாளுக்குப் பத்து ரூபாய் வீதம் கட்டணம் குறையுமானால் மொத்தத் தொகை எவ்வளவோ வரும். அரசு கலைக்கல்லூரிகளில் தேர்வுக் கட்டணத் தொகை திரட்ட மாணவர்கள் அலையும் அலைச்சலைக் காண்போருக்கு ஒரு தாளுக்குப் பத்து ரூபாய் என்பது மாணவ நிலையில் எவ்வளவு முக்கியம் என்பது புரியும்.

விடைத்தாள் மதிப்பீட்டில் அலட்சியம் காட்டிய நான்கு ஆசிரியர்களுக்கு நிரந்தரத் தடை விதித்திருப்பதற்காகச் சென்னைப் பல்கலைக்கழகத்தைப் பாராட்டலாம். அதே சமயம், மதிப்பீட்டுப் பணியை அலட்சியமாகக் கருதாத வகையில் முன்கூட்டியே நடவடிக்கை எடுப்பதுதான் பயன் தருவதாக அமையும். விடைத்தாள் மதிப்பீட்டுப் பணியைக் கட்டாயமாக்குதல், ஆசிரியப் பணியின் ஒரு பகுதியாக்குதல், மதிப்பீட்டுக்கான கால அளவைச் சரியாகப் பின்பற்றும்படி நிர்ப்பந்தித்தல், அக்காலத்தில் பிற பணிகளில் ஈடுபடாமலிருக்க வலியுறுத்தல் உள்ளிட்டவை மதிப்பீட்டுப் பணி செவ்வனே நடைபெற உதவும். மாணவர் நலனுக்கு இத்தகைய நடவடிக்கைகள் மிகவும் அவசியம். ஆசிரியப் பணி புனிதமானது என்பதும் எழுத்தறிவித்தவன் இறைவன் ஆவான் எனபதும் பழைய மதிப்பீடு சார்ந்த உளுத்துப் போன வாசகங்கள். இன்று ஆசிரியப் பணி என்பது ஒரு தொழில். தொழிலுக்குரிய நியதிகளைப் பின்பற்ற வேண்டும் என்பதுதான் எதிர்பார்ப்பு.

காலச்சுவடு, செப்டம்பர், 2009.

பள்ளிகள் சிறைகளா?

ஆந்திர முதல்வர் ஒய்.எஸ்.ராஜசேகர ரெட்டி மரணத்தையொட்டித் தமிழக அரசு ஒருநாள் விடுமுறை அறிவித்தது. அதைப் பற்றிப் பல்வேறு சர்ச்சைகள் எழுந்தன. 'ஈழத்தில் ஒரு லட்சம் தமிழர்கள் இறந்த துக்கம் அனுஷ்டிக்க விடுமுறை கிடையாது; அண்டை மாநிலத்தில் ஒருவர் இறந்ததற்கு விடுமுறை. உயிர்களின் மதிப்பு ஒன்று தானா?' எனக் கேள்வி எழுப்பும் குறுஞ்செய்திகள் உலவின. ஈரம் உள்ள எந்த நெஞ்சிலும் எழும் கேள்வி தான் இது. காங்கிரஸ் கட்சியின் ஆதரவில் ஆட்சி நடத்துவதாலும் அதன் தயவில் மத்திய அமைச்சர் பதவிகளைப் பெற்று அனுபவித்து வருவதாலும் அக்கட்சியினரைத் திருப்திப்படுத்தும் தந்திரம்தான் இந்த விடுமுறை என்றும் கருத்துக் கூறினர். ஒன்றிரண்டு மாநிலங்களே இத்தகைய விடுமுறையை அறிவித்தன. ஆகவே விடுமுறைக்குள்ளும் அரசியல் இருக்கிறது என்பது புரிந்தது.

நுகர்வு பற்றிய பேராசைகள் இன்றி எளிதாக வாழ்க்கையைக் கழித்து வந்த சூழலும் மனோ பாவமும் இன்று மாறிவிட்டன. பன்னாட்டு நிறுவனங்களின் நுகர்வு வலைப்பட்டு எந்திர கதி வாழ்க்கைக்குப் பழகிக்கொண்டிருக்கிறோம். இத்தகைய நம் சூழலில் விடுமுறை என்பது பொதுவாக எல்லாத் தரப்பினருக்கும் மன மகிழ்ச்சி தரும் விஷயமாகவே அமைகிறது. விடுமுறைக்கான காரணம் உயிரைப் பறி கொடுத்த சோகம். ஆனால் அது பெரிய விஷயமல்ல. ஆந்திரம் பல்வேறு

விஷயங்களில் தமிழகத்தோடு போட்டியிடும் மாநிலம். மசாலாத் திரைப்படம் தொடங்கி அரசியலில் நடிகர்களின் ஆதிக்கம் என இந்தப் போட்டியின் பரப்பு விரிவானது. ‘தலைவருக்காகத் தொண்டர்கள் தற்கொலை’ விஷயத்தில் இப்போது ஆந்திரம் முந்தியிருக்கிறது. தொலைக்காட்சிச் சானல்கள் நாள் முழுக்க அந்த விபத்து பற்றியே கவனத்தைக் குவித்திருந்தன. இறப்புக்குப் பின் எல்லாரையும் ‘வல்லவர், நல்லவர், உயர்குணங்கள் உள்ளவர்’ எனப் புகழ்ந்துரைக்கும் நம் மரபின் உச்சத்தை இதிலும் கண்டோம்.

ஆனால் பொதுமனம் அவரால் கிடைத்த விடுமுறையைச் சந்தோசமாக அனுபவித்துத் தீர்த்தது. சில உச்சுக் கொட்டல்கள், போலி அனுதாபங்கள், ஊடகச் சொற்களை உமிழும் இரங்கல் பேச்சுகள் என அது தன் பங்குச் சோகத்தைப் பகிர்ந்தும் கொண்டது. அப்படிப்பட்ட மாய்மாலங்கள் எதுவும் தெரியாத இளம் பிஞ்சுகளாகிய மாணவர்களோ விடுமுறைக்கான தம் மகிழ்ச்சியை வெளிப்படையாகக் காட்டியதோடு ராஜசேகர ரெட்டிக்கு நன்றியும் தெரிவித்தனர். தமிழகப் பள்ளிகளில் அந்த ஒரு நாள் மாணவர்கள் எதிர்கொண்ட விதம் அதிர்ச்சிதரத் தக்கது. இருக்கைகளை அடித்தும் கைதட்டியும் கத்திக் கூச்சலிட்டும் ஆரவாரமாகக் கொண்டாட்ட மனநிலையுடன் விடுமுறை அறிவிப்பை அவர்கள் வரவேற்றனர். பல பள்ளிகளில் ஆசிரியர்கள் ‘சந்தோசம் இருந்தாலும் இப்படியா காட்டறது?’ என்று மாணவர்களைக் கடிந்துகொண்டனர். கொஞ்சம்கூட நாகரிகம் அற்ற தலைமுறை இது என்றும் துக்க உணர்வு அற்றுப்போய் விட்ட கல்மனங்கள் என்றும் ஆசிரியர்கள் புலம்பினர்.

மாணவர்களுக்குள் நடந்த உரையாடலைக் கேள்விப்பட்ட சிலர் அதிர்ந்துபோயினர். ராஜசேகர ரெட்டி கொடுத்த துக்கம் அந்த அதிர்ச்சியில் சாதாரணமாயிற்று. ‘ஆந்திர முதலமைச்சர் சாவுக்கே ஒரு நாள் விடுமுறைன்னா . .?’ என்னும் ரீதியில் அந்த உரையாடல் இருந்திருக்கிறது. இந்தத் தொடரின் பின்பகுதியை நிரப்பும் மாணவக் கற்பனையை எட்ட வேண்டுமானால் தமிழகம், இந்தியா, உலகம் என விரிந்த பரப்புக்கு நாம் செல்ல வேண்டும். கடந்த மாதம் பன்றிக் காய்ச்சல் பற்றிய பீதி பரபரப்பாக இருந்தபோது அது சீக்கிரம் தம் மாவட்டத்தில் பரவ வேண்டும் என்று விரும்பிய மாணவர்கள் இருந்தனர். சில நாட்கள் தொடர்ந்து விடுமுறை கிடைக்கும் என்பதுதான் அவ்விருப்பத்திற்குக் காரணம். இப்போதைய தலைமுறை இப்படி இருக்கிறதே என்று கவலைப்படுவதால் பயனில்லை. அவர்கள் இப்படிச் சிந்திக்க நம் கல்வி முறையில் என்ன பிரச்சினைகள் உள்ளன என்று பார்க்க வேண்டியது அவசியம்.

பள்ளிக்கூடம் மகிழ்ச்சிகரமான இடமாக இல்லை. அங்கே இருப்பதை மாணவர்கள் விரும்பவில்லை என்பது தெரிகிறது. பள்ளியைச் சிறையோடு ஒப்பிடுவதுண்டு. அதுகூடப் பொருத்த மல்ல. சிறையைப் பொருத்தவரை பெரும்பாலான கைதிகளைக் காலையில் திறந்துவிட்டு மாலையில்தான் அடைப்பர். பகல் முழுக்கச் சிறை வளாகத்துள் பல்வேறு வேலைகளில் ஈடுபட்ட படி மகிழ்ச்சியாக இருக்கும் வாய்ப்பு அவர்களுக்குக் கிடைக்கிறது. ஆனால் பள்ளியிலோ பகல் முழுக்க ஓர் அறைக்குள்ளேயே அடைந்து கிடக்க வேண்டும். அகலம் குறைந்த இருக்கைகளில் நெருக்கியடித்தபடி உட்கார்ந்து நாள் முழுவதையும் கழிக்க வேண்டிய அவஸ்தையை யோசித்தால் சிறை எவ்வளவோ மேல் என்று முடிவுக்கு வரலாம்.

என் மகள் பயிலும் பள்ளியில் நடைபெற்ற பெற்றோர் கூட்டம் ஒன்றிற்குச் சென்றிருந்தேன். சிறு பெஞ்சுகளில் கொஞ்ச நேரம்கூட அமர்ந்திருக்க முடியவில்லை. மின்விசிறியும் இல்லை. கூட்டம் தொடங்கச் சற்றே தாமதமானது. ஒருவர் தன் மகளிடம் 'உள்ள உக்காந்திருக்க முடியலம்மா. கொஞ்ச நேரம் வெளியில் நின்னுட்டு வர்றன்' என்றார். மகள் கோபத்தோடு 'தெனமும் நாங்க இப்படித்தான நாள் முழுக்க உக்காந்திருக்கறம்' என்றாள். ஆசிரியர் நிற்கும் இடத்திற்கு நேராக மட்டும் மின்விசிறி கொண்ட வகுப்பறைகளையே எல்லாப் பள்ளிகளிலும் காண்கிறோம். கூட்டமாக அமர்ந்திருக்கும் மாணவர்களுக்குத்தானே மின்விசிறி தேவை? நவீன மின்விசிறிகளின் ஓலத்தில் பாடம் நடத்துவது சிரமம் எனில் ஆசிரியருக்கு மட்டும் எதற்கு மின்விசிறி? வகுப்பில் மாணவர் எண்ணிக்கை இருபதிலிருந்து முப்பதுக்குள் மட்டும் இருக்கும் என்றால் மின்விசிறி போடுவதில் பிரச்சினை இருக்காது. அறுபது எழுபது மாணவர்களைச் சேர்த்து ஆட்டுப்பட்டி போல வகுப்பறையை வைத்திருக்கலாமா?

பெரும்பாலான பள்ளிகளில் கட்டிடங்கள் தீப்பெட்டி வரிசை போல அடுக்கிக் கட்டப்பட்டிருக்கின்றன. ஒரு காலத்தில் அரசு அலுவலகக் கட்டிடங்கள் அழகுணர்ச்சி இல்லாமல் ஒரே மாதிரி கட்டப்படுகின்றன என்று சொல்வதுண்டு. இன்றைய தனியார் கல்விக் கூடங்களின் நுழைவாயில் தவிர உள்பகுதி முழுவதும் ஒரே மாதிரி அடுக்கப்பட்ட செங்கல் சுவர்கள்தான். பள்ளிகளில் பல மாடிகள் எதற்கு? அதிக பட்சம் இரண்டு மாடிகள் மட்டுமே பள்ளிகளில் இருக்க வேண்டும். அதுவும் இடவசதி குறைவாக உள்ள நகரங்களில். கிராமப் பள்ளிகள் எல்லாம் தரைத்தள அளவிலேயே வகுப்பறைகளைக் கொண்டிருந்தால் போதும். பிள்ளைகளுக்கும் மண்ணுக்கும் தொடர்பு இருக்க வேண்டாமா? அப்போதுதானே ஓடி விளையாட இயலும்?

மண்ணிலிருந்து விலகி வெறும் சுவர்களுக்குள் என்ன கற்றுக் கொள்ள முடியும்? இரண்டாம் மாடி, மூன்றாம் மாடி, நான்காம் மாடி வகுப்பறைகளில் இருக்கும் மாணவர்கள் காலையில் வகுப்புக்குள் நுழைந்தால் மாலைவரை அங்கேயேதான். கம்பித் தடுப்புகள் போட்ட சிறுமுற்றத்தின் வழியாகவோ ஜன்னல் மூலமோ வெளியுலகைக் கொஞ்சமாகக் கண்டுகளிக்கலாம்.

திறந்த வெளிகளையும் வீதியோரங்களையுமே காலம் காலமாகக் கழிப்பறையாகப் பயன்படுத்தி வந்தவர்கள் நாம் என்பதாலோ என்னவோ இன்னும் அதைப் பற்றிய குறைந்தபட்ச உணர்வுகூட உருவாகவில்லை. வீட்டுக்கு வரும் விருந்தினர்களைக் 'கழிப்பறை போக வேண்டுமா?' என்று கேட்பதற்குக் கூச்சப்படு கிறோம். அவர்களும் 'கழிப்பறை எங்கே?' என்று விசாரிக்கச் சங்கடப்படுகிறார்கள். மிகவும் அத்தியாவசியமான ஒன்றைப் பற்றி வெளிப்படையாகப் பேச ஏன் தயங்குகிறோம்? இந்தத் தயக்கம் தான் பொதுவிடங்களில் கழிப்பறை எத்தனை மோசமாக இருப்பினும் ஒன்றும் பேசாமல் சகித்துக்கொள்ளச் செய்கிறது. பள்ளிகளில் மாணவ எண்ணிக்கைக்குத் தகுந்த அளவுக்கான கழிப்பறை வசதி பெரும்பாலும் இருப்பதில்லை. அரசுப் பள்ளி களில் கழிப்பறைகளே இல்லாதவையும்கூட இன்னும் உண்டு.

பல தனியார் பள்ளிகளில் பெயரளவுக்குக் கழிப்பறைகள் இருக்கும். பள்ளிக்கு வெளியே ஓடும் சாக்கடையையே கழிப்பறை யாகப் பயன்படுத்திக்கொள்ளச் செய்யும் பள்ளிகள் பல. பல மாடி வகுப்பறைகள் இருப்பினும் ஒவ்வொரு தளத்திலும் கழிப்பறை இருப்பதில்லை. கழிப்பறைக்கான இடத்தில் இன்னொரு வகுப்பறை கட்டிவிடலாம் என்னும் எண்ணம். மூன்று நான்காம் தளங்களில் இருந்து கீழே இறங்கி வந்து பொதுக்கழிப்பறையைப் பயன்படுத்த வேண்டும். இருக்கும் கழிப்பறைகளையும் முறையாகப் பயன்படுத்தச் செய்யும் திட்டம் எதுவுமில்லை. இடைவேளை எல்லா வகுப்புக்கும் ஒரே நேரத்தில் விடுவார்கள். கூட்டமாகப் போய் நின்று அந்தக் குறிப்பிட்ட நேரத்திற்குள் கழிப்பறையில் இடம் கிடைக்காமல் திரும்பும் மாணவர்கள் உண்டு. குறிப்பாக மாணவியருக்குப் பெரும் பிரச்சினை.

ஆயிரக்கணக்கான மாணவர் பயன்படுத்தும் கழிப்பறையைச் சுத்தமாக வைத்திருக்க வேண்டும் என்னும் உணர்வே நிர்வாகத் துக்கு இருப்பதில்லை. மாணவர்களுக்குக் கழிப்பறையைச் சுத்தமாக வைத்திருக்கத் தெரியவில்லை என்று அவர்கள்மீதே குறைசொல்கின்றனர். கழிப்பறையை எப்படிப் பயன்படுத்துவது என்று அவர்களுக்கு எங்கே சொல்லித் தருகின்றோம்? கவிஞர் பிரம்மராஜன் கல்லூரியில் நாட்டு நலப்பணித் திட்ட அலுவல ராகப் பணியாற்றியபோதான அனுபவத்தை ஒருமுறை

கூறினார். பத்து நாள் முகாம் போட்டபோது பெரிய பிரச்சினையாக இருந்தது கழிப்பறையைப் பயன்படுத்துதல்தானாம். அந்த முகாமில் கழிப்பறையை எப்படிப் பயன்படுத்துவது என்பதை முக்கியமாகக் கற்றுக்கொடுத்ததாகவும் சொன்னார்.

இத்தகைய கற்றுக்கொடுத்தல் பள்ளிகளில் மாதத்திற்கு ஒருமுறை நிகழலாம். பள்ளியில் சேரும் புதிய மாணவர்களுக்குத் தொடக்கத்திலேயே கழிப்பறையைப் பயன்படுத்துதல் தொடர்பாகக் கற்றுக்கொடுத்து விடலாம். அவர்களுக்குச் சொல்லித் தராமலேயே தெரியவில்லை என்று குறை காண்பது சரியா? கல்வி என்பது இப்படியான விஷயங்கள் அல்ல என்னும் மனோபாவம் வலுவாக இருக்கிறது. பாடநூலில் இல்லாத ஒரு விஷயத்தை எப்படிச் சொல்லித் தருவது? இப்படிப்பட்ட பொதுவிஷயங்களைப் பாடமாகவே வைத்துவிடுவது சாலச்சிறந்தது. கழிப்பறையின் நிலையைப் பார்த்துப் பயந்தும் அங்கு போய் நின்றால் நேரம் விரயமாகும் என்று கருதியும் பல மாணவர்கள் பள்ளியில் தண்ணீர் அருந்துவதேயில்லை. மாலையில் வீட்டுக்கு வந்துதான் கழிப்பறைக்குச் செல்கின்றனர். நாள் முழுக்க அடக்கிவைத்திருத்தல் இந்தத் தலைமுறைக்குப் பழக்கமாகிக்கொண்டிருக்கிறது. இதனால் ஏற்படும் உடல் பிரச்சினைகள் பற்றி யாருக்குக் கவலை?

விளையாட்டே அற்றுப்போன தலைமுறை இது. பல பள்ளிகளில் விளையாட்டுத் திடலே கிடையாது. திடல் இருந்தாலும் பெயரளவுக்கு மட்டுமே விளையாட்டு. எந்த நேரம் என்றில்லாமல் மட்ட மத்தியானத்தில்கூட விளையாட்டு வகுப்பு என்று வைத்துக் கையைக் காலை நீட்டி மடக்கும் உடற்பயிற்சி செய்யும் காட்சிகளைக் காணலாம். விளையாட்டுத் திடலே இல்லாத பள்ளிகள் பல உள்ளன. காலையில் பிரார்த்தனைக்குக் கூடுமிடமாகிய கட்டிடங்களுக்கு இடையே இருக்கும் செவ்வக இடைவெளிதான் பல பள்ளிகளில் விளையாட்டுத் திடல். ஒன்றிரண்டு பேரை விளையாட்டுக்கெனத் தேர்ந்தெடுத்து அவர்களுக்குப் பயிற்சி கொடுத்துப் போட்டிகளுக்கு அனுப்புவதில் குறியாக இருக்கும் பள்ளிகள் பிள்ளைப் பருவம் விளையாட்டிற்குரியது என்று நினைப்பதில்லை. விளையாட்டு என்றால் தம் பள்ளிப் பெயர் ஊடகங்களில் வருமளவு பரிசு பெறும் ஒரு விளம்பர உத்தி என்றுதான் பள்ளிகள் கருதுகின்றன. இன்று விளையாட்டும் சந்தைப்படுத்தலுக்கு உரியதாகிவிட்டது.

தொடர்வகுப்புகளால் இடைவிடாமல் கேட்பதும் எழுதுவதுமே நாள் முழுவதுமான வேலை என்று இருக்கின்றனர் பிள்ளைகள். காலை எழுந்ததும் அவசர அவசரமாகப் புறப்படுவதற்கே நேரம் போதுவதில்லை. மாலையில் சிறப்பு வகுப்பு, தனி வகுப்பு என எல்லாவற்றையும் முடித்துவிட்டு ஆறு ஏழு மணிக்குச்

சோர்ந்து திரும்புகின்றனர். அதற்குப் பின் விளையாட்டைப் பற்றி நினைக்க முடியுமா? உடலும் மூளையும் சோர்ந்த நிலையில் கொஞ்ச நேரம் தொலைக்காட்சியைப் பார்த்தபடியே உறங்கிப்போய்விடும் பரிதாபத்திற்குரியவர்களாகப் பிள்ளைகள் இருக்கின்றனர். விளையாடவே நேரம் அற்றவர்களுக்குப் பொது விஷயம் பற்றிய அக்கறையோ உணர்வோ எங்கிருந்து வரும்? நம் பாடத்திட்டத்திலோ வகுப்பறை நடவடிக்கைகளிலோ இவற்றிற்கு ஏதாவது இடம் இருக்கிறதா?

பாடத்தை நடத்தி முடிப்பதற்கும் இடைவிடாமல் தேர்வு வைத்துப் பயிற்சி கொடுப்பதற்குமே ஆசிரியர்களுக்கு நேரம் போதுவதில்லை. பொதுவிஷயங்கள் பற்றிப் பேசுவதற்கு ஏது நேரம்? பேசினால் பாடத்திலிருந்து விலகிப்போவதாக மாணவர்களே குறை சொல்லத் தொடங்கிவிடுவர். பள்ளி நிர்வாகம்தான் விடுமா? ஆசிரியருடைய வேலையெல்லாம் பாடநூலில் உள்ளதை மாணவர் மூளையில் திணித்து அடைத்துத் தேர்வின்போது உருவி உருவி எடுப்பதுதான். வீட்டிலோ படிப்பு ஒன்றுதான் வேலை என்று கண்டிப்புடன் சொல்லிப் பிள்ளைகளை எல்லாவற்றிலிருந்தும் விலக்கி விடுகிறார்கள். பிள்ளைகளின் உலகம் வீடும் பள்ளியும்தான். இரண்டு இடங்களிலுமே பொது விஷயங்களை அறிந்துகொள்ள வாய்ப்பில்லை.

இன்றைய தலைமுறையிடம் நட்பு என்பதுகூட வலுவானதாக இல்லை. சகமாணவரைப் போட்டியாகக் கருதுவதும் ஓரிரு மதிப்பெண் அதிகம் பெற்றுவிட்ட சகமாணவர் மீது பொறாமை கொள்வதும் நிலவும் சூழலில் நட்புக்கு எங்கே இடம்? மேலும் படிக்கும் மாணவர் தனி வகுப்பு, படிக்காத மாணவர் தனி வகுப்பு என்னும் பிரிவு அவர்களுக்குள் இனம் புரியாத பகையை மனதுக்குள் வளர்த்துவிடத்தான் உதவுகிறது. குறிப்பிட்ட வகுப்புவரை ஒன்றாகப் படித்து வரும் மாணவர்களை மதிப்பெண்ணைக் காரணமாக வைத்துப் பிரிப்பதால் இயல்பாகவே பகை உருவாகிவிடுகிறது. அப்படிப் பிரிபவர்களில் பெரும்பாலானவர்கள் பேச்சு வார்த்தைகூட அற்றுப்போய்விடுகிறார்கள். மதிப்பெண்ணைத் தவிர வேறு நோக்கம் எதுவுமே இல்லை என்றாகிவிட்ட பிறகு நட்பு கொள்ளப் பொதுவெளி என்ன இருக்கிறது? தானுண்டு தன் வேலையுண்டு என்றிருப்பவரை உருவாக்குவதுதான் இந்தக் கல்விமுறையின் நோக்கம். அப்படியான தயாரிப்புகளே இன்றைய தேவை. எந்தக் கேள்வியும் கேட்காமல் வேலை பார்க்கும் ஆட்களைத்தான் பன்னாட்டு நிறுவனங்கள் தொடங்கிச் சாதாரணக் கடைகள்வரை விரும்புகிறார்கள். இவர்களால் அரசு உள்பட யாருக்கும் பிரச்சினையில்லை.

தனியார் பள்ளிகளுக்கு இணையாகத் தேர்ச்சி விழுக்காடு காட்ட வேண்டும் என்றும் மதிப்பெண் அதிகம் பெறவைக்க வேண்டும் என்றும் அரசுப் பள்ளிகளுக்கும் இன்று கடுமையான நிர்ப்பந்தம் கொடுக்கப்படுகிறது. தனியார் பள்ளிகளைப் போலவே நன்றாகப் படிக்கும் மாணவர்களைத் தேர்ந்தெடுத்து அவர்களைத் தனிவகுப்பாக்குவதும் அவர்களுக்கு மாலையிலும் விடுமுறை நாட்களிலும் தனிப்பயிற்சி தருவதும் அரசுப் பள்ளிகளுக்கும் இப்போது வந்துவிட்டது. மாவட்ட ஆட்சியர், முதன்மைக் கல்வி அலுவலர் ஆகியோர் கறாராக இதை அமல்படுத்தச் சொல்லி அரசுப் பள்ளிகளை நிர்ப்பந்திக்கின்றனர். தேர்ச்சி விழுக்காடு, அதிக மதிப்பெண் ஆகியவற்றை அரசுப் பள்ளிகளாலும் பெற முடியும் என நிரூபிக்கத் தனியார் பள்ளிகளைப் பின்பற்றும் இந்த நடவடிக்கை. தனியார் பள்ளிகள் மாணவர்களுக்குக் கொடுக்கும் மன அழுத்தத்தைக் குறைக்கும் வகையில் கடுமையான விதிகளை அமல்படுத்துவதை விட்டுவிட்டுத் தனியார் பள்ளிகளைப் பின்பற்றச் சொல்லி அரசுப் பள்ளிகளுக்கு நிர்ப்பந்தம் தரும் இந்தக் கேவலத்தை என்னவென்று சொல்ல?

ஆக எல்லா வகையிலும் பொது வெளியிலிருந்து இன்றைய தலைமுறையை வெளியேற்றிவிடுவதாக நம் கல்வியும் கல்வி நிறுவனங்களும் இருக்கின்றன. பின் பொதுவிஷயங்களில் அக்கறை இல்லை எனவும் அவர்களின் மனநிலையைப் பற்றியும் புலம்புவதால் என்ன பயன்? பள்ளிகள் என்னும் சிறையிலிருந்து ஒரு நாள் கிடைக்கும் விடுதலை என்பது கொண்டாட்டத்திற்கு உரியதாக இருப்பதை நாம் புரிந்துகொள்ள வேண்டும். விடுமுறை என்பதுதான் இங்கு முக்கியமே தவிர அது எதற்கு என்பதைப் பற்றிக் கவலையில்லை. இத்தகைய தலைமுறையைத்தான் உருவாக்கிக்கொண்டிருக்கிறோம்; இதைத்தான் விட்டுச் செல்லப் போகிறோம். காரணமான கல்விமுறை மாற்றம் பற்றிச் சிந்திக்காமல் தலைமுறையின் மனோபாவம் பற்றிக் கவலைப்படுவதாலும் புலம்புவதாலும் பயனில்லை.

காலச்சுவடு, ஜனவரி, 2010.

குறைந்த முதலீடு அதிக லாபம்

கல்வி உரிமைச் சட்டம் கொண்டு வந்துள்ள நடுவணரசு வரும் ஆண்டுகளில் இத்திட்டம் முழுமையாக அமலாகும் போது லட்சக்கணக்கான ஆசிரியர்கள் தேவைப்படுவர் எனக் கூறியுள்ளது. இது தொடர்பான கேள்வி ஒன்றிற்குச் சட்டப் பேரவையில் பதிலளித்த தமிழக உயர்கல்வித் துறை அமைச்சர், தமிழகத்தில் போதுமான எண்ணிக்கையில் ஆசிரியர் பயிற்சி நிறுவனங்களும் கல்வியியல் கல்லூரிகளும் இருப்பதால் தேவைக்கும் அதிகமான ஆசிரியர்கள் கிடைப்பார்கள் என்றும் ஆசிரியர் பற்றாக்குறையே இருக்காது என்றும் தெரிவித்துள்ளார். அவரது கருத்து மிகச் சரி.

ஆனால் எத்தகைய ஆசிரியர்கள் கிடைப்பார்கள் என்பதைப் பற்றி அவர் எதுவும் சொல்லவில்லை. ஆசிரியப் பணி புனிதமானது, எழுத்தறிவித்தவன் இறைவன் போன்ற விழுமியக் கட்டமைப்புகள் எல்லாம் தகர்ந்து பொடிப் பொடியாய் உதிரும் காலம் இது. எல்லாத் தார்மீக நெறிகளையும் மீறிப் பெறும் வேலையாக ஆசிரியப் பணி இப்போது மாறிவிட்டது. அதற்கு ஆசிரியர் பயிற்சி நிறுவனங்களும் கல்வியியல் கல்லூரிகளும் முக்கியமான காரணம். பத்தாண்டுகளுக்கு முன் ஆசிரியர் பயிற்சி நிறுவனங்கள் ஏராளமாகத் தொடங்கப்பட்டன. அங்கீகாரம் பெற்றும் பெறாமலும் பெற்றுக் கொள்ளலாம் என்னும் நம்பிக்கையிலும் தொடங்கப் பட்ட அவற்றைக் கட்டுப்படுத்த வேண்டிய நிலை அரசுக்கு ஒரு கட்டத்தில் ஏற்பட்டது. அங்கீகாரம்

பெறாத நிறுவனங்களில் சேர்ந்திருந்த மாணவர்களைச் சில ஆண்டுகள்வரை காக்கவைத்துப் பின்னர் கலந்தாய்வு மூலம் படிப்படியாக அரசு நிறுவனங்களில் இடம் கொடுத்து அப் பிரச்சினையைச் சமாளித்தது அரசு. அதன்பின் புதிதாகத் தொடங்கப்பட்ட ஆசிரியர் பயிற்சி நிறுவனங்கள் அனேகமாக இல்லை என்றே சொல்லிவிடலாம். அந்நிறுவனப் படிப்புகளுக்குச் சந்தை மதிப்பு வெகுவாகக் குறைந்தும் போனது.

சமீப காலமாக பிஎட் படிப்புக்குச் சந்தை மதிப்பு கூடி யிருக்கிறது. ஆகவே கடந்த ஐந்தாண்டுகளில் தொடங்கப்பட்ட கல்வியியல் கல்லூரிகளின் எண்ணிக்கை மட்டும் ஐந்நூற்றுக்கும் மேல். இவ்வாண்டு எண்ணிக்கை மேலும் கூடி அறுநூற்றைக் கடந்திருக்கலாம். எந்தெந்த வகைகளில் கல்வியை வணிகமாக்க முடியும் என்பதற்குச் சான்றுதான் வெகுவேகமாக முளைத்த கல்வியியல் கல்லூரிகள். அரசு கல்வியியல் கல்லூரிகள், அரசு நிதியுதவி பெறும் கல்வியியல் கல்லூரிகள் ஆகியவை மட்டுமே இருந்த சூழலில் சுயநிதிக் கல்லூரிகள் திடுமெனப் பெருக்கம் அடைந்தன. அவை ஆண்டுக்கு ஐம்பது நூறு எனப் பெருகி இன்று அறுநூற்றை எட்டியிருக்கின்றன.

1995 வரை அரசுக் கல்லூரிகளிலும் அரசு உதவி பெறும் கல்லூரிகளிலும் மட்டும் முழுநேரமாக பிஎட் படிக்க வாய்ப்பிருந்தது. குறைந்தபட்ச இடங்களே அவற்றில் இருந்ததா லும் அங்கு இடம் கிடைக்க மதிப்பெண் தர அடிப்படைத் தேர்வு முறை நிலவியதாலும் பெரும்பாலானோர்க்குப் படிக்க வாய்ப்பில்லை. ஆசிரியப் பணிக்கு எப்போதும் தேவை இருந்து வருகிறது. மேலும் கலை அறிவியல் பாடங்களைப் படிப்போருக் கான முக்கியப் பணியாக ஆசிரியப் பணியே இருக்கிறது. ஆகவே பிஎட் படிக்க விரும்புவோர் எண்ணிக்கை கணிசமாகத் தொடர்ந்துவருகிறது. அத்தகையோரின் விருப்பத்தை நிறைவு செய்யும் வகையில் பெரும்பாலான பல்கலைக்கழகங்கள் அஞ்சல் வழியில் பிஎட் படிப்பைக் கற்பித்துவந்தன.

பல்கலைக்கழகங்களுக்கு மிக முக்கியமான வருவாய் ஈட்டும் படிப்பாக பிஎட் இருந்தது. பட்டப் படிப்பு முடித்த அனைவரும் அஞ்சல் வழியில் பிஎட் படிக்க முனைந்தனர் என்று சொல்லலாம். இரண்டாயிரத்திலிருந்து மூவாயிரம் ரூபாய்க்குள் பிஎட் படித்துவிடலாம். அஞ்சல் வழிப் படிப்புகள் எவற்றிற்கும் இல்லாத கறாரான விதிகள் அப்போது பிஎட் படிப்புக்கு இருந்தன. சனி, ஞாயிறுகளில் நடத்தப்படும் நேரடி வகுப்புகளுக்கு பிஎட் மாணவர்கள் கட்டாயம் வர வேண்டும். அதிகபட்ச வருகைப் பதிவு அவசியம். முழுநேரக் கல்லூரியில் பயிலும் மாணவர்களை விடவும் அஞ்சல் வழி மாணவர்களுக்கு

ஆசிரியர் பயிற்சிக் காலம், செய்முறைப் பயிற்சி, பதிவேடுகள் ஆகியவை அதிகம் வலியுறுத்தப்பட்டன. அஞ்சல் வழி என்றாலும் பிஎட் படிப்பு தரம் வாய்ந்ததாக விளங்கியது.

அஞ்சல் வழியில் பயின்று பிஎட் பட்டம் பெற்றோர் எண்ணிக்கை லட்சக்கணக்கில் இருந்ததாலும் அப்போது ஆசிரியர்களுக்கு அரசுப் பணி வாய்ப்பு மட்டும்தான் என்பதாலும் வேலையில்லாப் பட்டதாரிகள் அதிகரித்தனர். அனைவருக்கும் ஆசிரியர் பணி வழங்க வேண்டும் என்னும் கோரிக்கை வலுத்தது. ஆகவே அஞ்சல் வழி பிஎட் படிப்பை நிறுத்திவைப்பது என அரசு முடிவெடுத்தது. அம்முடிவு 1990க்குப் பின் தொடங்கி இந்த ஆண்டு, அடுத்த ஆண்டு எனப் பேச்சளவில் இருந்தது. பெரும் வருவாய் வழி அடைபட்டுவிடும் எனக் கருதிய பல்கலைக் கழகங்கள் முயன்று அம்முடிவைச் சில ஆண்டுகள் தள்ளிப்போட வைத்தன. இந்த ஆண்டோடு பிஎட் நிறுத்தப்பட்டுவிடும் என்று சொல்லியே நான்கைந்து ஆண்டுகள் ஏராளமானோரைச் சேர்த்துப் பல்கலைக் கழகங்கள் வருமானம் ஈட்டின. 1994ஆம் ஆண்டோடு அஞ்சல் வழி பிஎட் கல்வி நிறுத்தப்பட்டது.

அதற்குப் பின் வந்த பத்தாண்டுகளில் ஆசிரியப் பணி வாய்ப்புகளின் நிலை மாறிவிட்டது. தனியார் பள்ளிகள் பெருகின. அரசுப் பள்ளிகளில் பணியாற்றிய ஆசிரியர்கள் தனிப்பயிற்சி வகுப்புகளில் ஈட்டிய வருமானம், மதிப்பெண் பெறும் பயிற்சி முறை, அனுபவம் ஆகியவற்றை மூலதனமாகக் கொண்டு குழுக்களாகத் தனிப் பள்ளிகளைத் தொடங்கினர். பண முதலீடு செய்யும் சில பணக்காரர்களும் துணை சேர்ந்தனர். வெகு சில ஆண்டுகளில் பள்ளி என்பது குறைந்த முதலீட்டில் நிறைந்த லாபம் தரும் தொழில் என உணரப்பட்டது. கறுப்புப் பணத்தைக் கல்வி அறக்கட்டளை என்னும் பெயரில் வெள்ளையாக்கவும் கல்வி மூலம் வரும் வருவாய்க்கு வருமான வரி ஏய்ப்பு செய்யலாம் என்பதாலும் சமூகத்தில் கல்வித் தந்தைகளாக வலம் வரும் கௌரவம் கிடைக்கும் காரணத்தாலும் அரசியல்வாதிகள் உள்ளிட்ட சமூக ஏய்ப்புப் பிரிவினர் பலரும் கல்விக் கொள்ளை யில் கூட்டாளிகளாகச் சேர்ந்தனர். ஆகவே பள்ளிகள் பெருகின. அவற்றில் பணியாற்ற ஆசிரியர் பலர் தேவைப்பட்டனர். ஆனால் பிஎட் படிக்கும் வாய்ப்பு அஞ்சல் வழியில் மூடப்பட்டுவிட்டதால் அத்தகுதி இல்லாமலேயே தனியார் பள்ளிகளில் பலர் பணியாற்றும் சூழ்நிலை ஏற்பட்டது.

இக்காலக் கட்டத்தில் அரசுப் பணி வாய்ப்புகளும் அதிகரிக்கத் தொடங்கின. அரசுப் பள்ளிகளில் தொடக்கப் பள்ளிகள் நடுநிலைப் பள்ளிகளாகவும் நடுநிலைப் பள்ளிகள் உயர்நிலைப் பள்ளிகளாகவும் உயர்நிலைப் பள்ளிகள் மேல்நிலைப்

பள்ளிகளாகவும் பெருமளவு தரம் உயர்த்தப்பட்டன. மேலும் நடுவணரசின் அனைவருக்கும் கல்வித் திட்டம் (சர்வ சிக்ஷா அபியான்) அமலாகி ஆசிரியர் தேர்வு வாரியம் மூலம் ஆசிரியர் பயிற்றுநர் என்னும் பணியிடங்கள் நிரப்பப்பட்டன. பணி ஓய்வு மூலம் உருவாகி நிரப்பப்படாமல் இருந்த இடங்கள், புதிய பணியிடங்கள் என ஆசிரியர்களுக்கு அரசுப் பணி வாய்ப்புகள் கணிசமாக ஏற்பட்டன. எனவே பிஎட் படிப்புக்கும் படித்தவர்களுக்கும் தேவை அதிகரித்தது இயல்பு. எந்தப் பாடத்தைத் தொடங்கினால் கூட்டம் வரும் என்று கணக்கிட்டுக்கொண்டிருக்கும் தனியார் கல்வி நிறுவனங்கள் பிஎட் படிப்பைக் குறிவைத்தன.

2005ஆம் ஆண்டுக்குப் பிறகுச் சுயநிதிக் கல்வியியல் கல்லூரிகளைத் தொடங்க அரசு அனுமதி அளித்தது. ஏற்கனவே வெவ்வேறு கல்வி நிறுவனங்களை நடத்திக்கொண்டிருப்போர் தங்கள் கட்டிடக் கடலின் ஒரு பகுதியைக் கல்வியியல் கல்லூரிக்கும் ஒதுக்கிக் கூடுதல் வருமானத்திற்கு வழிகண்டனர். எளிதாகவும் விரைவிலும் சம்பாதிப்பதற்கு ஏற்ற தொழில் கல்வி என்பதை உணர்ந்திருந்த பலர் எத்தகையக் கல்வி நிறுவனத்தைத் தொடங்கலாம் எனக் குழம்பிக்கொண்டிருந்தபோது கல்வியியல் கல்லூரிகள் முன்வந்து நின்றன. திருமண மண்டபங்களிலும் கொட்டகைகளிலும் பல கல்லூரிகள் தொடங்கப்பட்டன. பத்தாண்டுகளுக்கும் மேலாக பிஎட் படிக்க வாய்ப்பற்றிருந்த ஆனால் ஏதாவது ஒரு பட்டம் பயின்று வைத்திருந்த பட்டதாரிகள் கூட்டம் இந்தச் சுயநிதிக் கல்லூரிகளை மொய்த்தது. படிப்புக் கட்டணம் ஒரு லட்சம், அதற்கும் மேல் சில ஆயிரங்கள் எனக் கல்லூரிகள் நிர்ணயித்துக்கொண்டன. இந்தக் கல்லூரிகளுக்குக் கறாரான விதிமுறைகளை உருவாக்காமலேயே கட்டண நிர்ணயம் ஒன்றையும் செய்யாமலேயே அரசு அனுமதி அளித்தது. பத்தாண்டுகளுக்கு முன் இரண்டாயிரம் ரூபாயில் படிக்க முடிந்த பிஎட் கல்வி இப்போது ஒரு லட்சம் ரூபாயைத் தாண்டியுள்ளது.

தொழிற்கல்வியில் கலந்தாய்வு முறை மூலம் இடம் ஒதுக்குதல் கடைபிடிக்கப்படுகிறது. சுயநிதி மருத்துவக் கல்லூரிகள், பொறியியல் கல்லூரிகள் ஆகியவற்றில் அரசு ஒதுக்கீட்டு இடங்கள் என உள்ளவற்றிற்கும் கலந்தாய்வு முறை மூலமே மாணவர்களைச் சேர்க்க முடியும். அரசு, அரசு நிதி உதவி பெறும் கல்வியியல் கல்லூரிகளுக்குக் கலந்தாய்வு முறை உள்ளதே தவிர சுயநிதிக் கல்வியியல் கல்லூரிகளில் அரசு ஒதுக்கீட்டு இடங்களும் இல்லை; கலந்தாய்வு முறை மூலமான சேர்க்கையும் கிடையாது. இட ஒதுக்கீட்டைக் கடைபிடிக்க வேண்டிய அவசியமும் இல்லை. ஒரு கல்லூரிக்கு நூறு

இடங்கள் என்றால் முழுவதையும் கல்லூரி நிர்வாகமே நிரப்பிக் கொள்ளலாம். நிர்வாகம் சொல்வதுதான் கட்டணம்.

கல்வியாண்டு தொடங்கும் முன்னரே இக்கல்லூரிகள் மாணவர் சேர்க்கையைத் தொடங்கிவிடுகின்றன. தற்போது அறுநூறு கல்லூரிகள் இருப்பதால் மாணவர்களைப் பிடிப்பதில் பெரும் போட்டி. ஆகவே எவ்வளவு சீக்கிரம் மாணவர்களைச் சேர்த்து இடங்களை நிரப்பிவிட முடியுமோ அதற்கு நிர்வாகங்கள் வேகமாக முயல்கின்றன. காலியிடங்களின் எண்ணிக்கை குறையக் குறையக் கட்டணம் அதிகமாகிக்கொண்டே போகும். கல்வியாண்டின் பாதிவரை மாணவர் சேர்க்கையை நீட்டிக்கும் இக்கல்லூரிகள் 'ஒரே ஒரு இடம்தான் உள்ளது' என்று சொல்லிச் சொல்லியே பல இடங்களுக்கு ஆட்களைப் பிடித்துவிடும் தந்திரத்தில் ஈடுபடுகின்றன.

சில ஆண்டுகளாக 'பிஎட் படிப்பு இரண்டு ஆண்டுகளாக மாறப்போகிறது' என்னும் வதந்தியை இக்கல்லூரிகள் பரப்பி விடுகின்றன. தற்போது ஓராண்டுப் படிப்பாக இருக்கும் இதை இரண்டு ஆண்டுப் படிப்பாக மாற்றக் கோருவதும் இக் கல்லூரிகள்தாம். ஓராண்டில் மாணவர்களிடம் குறைவான தொகையைத்தான் கறக்க முடிகிறது. இரண்டு ஆண்டுகள் மாணவர்களைத் தம் கட்டுப்பாட்டில் வைத்திருக்க முடியும் என்றால் இன்னும் சில ஆயிரம் வருமானம் தரும் ஆதாரமாக அவர்கள் இருப்பார்கள் என்பது கணக்கு. இது எந்த அளவு அரசின் பரிசீலனையில் இருக்கிறது என்பது தெரியவில்லை. இக்கல்லூரிகள் நிர்ப்பந்தித்து இரண்டு ஆண்டுகளாக்கிவிடும் சாத்தியம் இருக்கிறது. ஆனால் இப்போது அப்படி ஆகிவிடும் என்று வதந்தியைப் பரப்புதல் மாணவர் சேர்க்கைக்கான ஓர் உத்தி. ஓராண்டுப் படிப்பை ஈராண்டுக்குப் படிக்க வேண்டுமே என்னும் பயத்தில் பலர் உடனே சேர்கின்றனர்.

சில கல்லூரிகள் கட்டணம் குறைவு என்று விளம்பரம் செய்கின்றன. தொடக்கத்தில் குறைவான தொகையை வாங்கிக் கொள்ளவும் செய்கின்றனர். சேர்ந்த பின்னால் சீருடைக் கட்டணம், பாடநூல் கட்டணம், கட்டிடக் கட்டணம் என்றெல் லாம் ஏதேதோ காரணங்களைச் சொல்லிச் சிறுகச் சிறுகப் பணத்தைப் பிடுங்குகின்றனர். பணம் கட்டாத மாணவருக்குத் தேர்வு நுழைவுச் சீட்டு தருவதில்லை. கடைசி நேரத்தில் மாணவர்கள் அங்கே இங்கே அலைந்து பணத்தைத் திரட்டிக் கட்டித் தேர்வு எழுதும் நிலைக்கு ஆளாகின்றனர். பிஎட் படிப்புக்கு என்றால் வங்கிகள் கடன் தருவதில்லை. தொழிற்கல்வி பயிலும் மாணவர்களுக்குக் கடன் தரும் வங்கிகள் ஆசிரியர் பயிற்சிப் படிப்புகளை வேலைவாய்ப்பு உறுதியற்றவையாகக்

கருதுகின்றன. மிகச் சில மாணவர்கள் பெரிதும் போராடிக் கடன் பெறுகின்றனர். பெரும்பாலான மாணவர்கள் ஆண்டு முழுதும் அலைந்து ஓய்ந்து போவது தான் மிச்சம்.

சில கல்லூரிகள் பண வேட்டைக்கு மிக அற்பமான தந்திரங்களை வைத்திருக்கின்றன. மாணவர் கல்லூரிக்குத் தினசரி வர வேண்டியதில்லை, நிர்வாகம் சொல்லும் நாட்களில் மட்டும், அதாவது எப்போதாவது, வந்தால் போதும். ஒருவர் ஏதாவது பள்ளியிலோ வேறிடத்திலோ பணியாற்றிக்கொண்டே படிக்கலாம். இந்தச் சலுகை வேண்டுமானால் கட்டணம் பத்தாயிரம் அதிகமாகும். எங்காவது பணியாற்றி ஊதியம் பெற்றுக்கொண்டே பிஎட் படிப்பையும் முடித்துவிடலாம் என்னும்போது பலர் அதற்குத் தயாராக இருக்கின்றனர். பட்டம் முடித்துப் பல ஆண்டுகள் ஆனவர்கள், வேறு தொழிலில் நிலைப்பட்டவர்கள் என எல்லாரும் பிஎட் பட்டத்தை வாங்கி வைப்போம், எப்போதாவது அரசுப் பணி வாய்ப்புக் கிடைக்கலாம் எனக் கருதி இத்தகைய கல்லூரிகளை நாடுகின்றனர். வெளியே இருந்து வரும் புறத்தேர்வாளரைச் சரிக்கட்டி அவருக்குச் சில ஆயிரங்களைக் கொடுத்து எல்லாவிதமான ஊழல்களையும் செய்து தேர்வு எழுதவைக்க மாணவர்களிடம் மேலும் சில ஆயிரங்களைப் பெற்றுக்கொள்ளவும் இக்கல்லூரிகள் தயாராக இருக்கின்றன. இவற்றைப் பயன்படுத்தி பிஎட் படிப்பை முடித்து இன்று அரசுப் பணியில் ஆசிரியர்களாக இருப்பவர்கள் பலர்.

அந்தந்தப் பகுதியில் இருக்கும் பல்கலைக்கழகங்களுக்கு உட்பட்டுச் செயல்பட்டபோது இத்தகைய கல்வியியல் கல்லூரிகள் செய்த அழிம்புகள் ஏராளம். கத்தை கத்தையாகவும் மூட்டை மூட்டையாகவும் தேர்வறையில் பிடிபட்ட புத்தகங்கள், காகிதங்கள் ஆகியவற்றைப் பார்வைக்கு வைத்திருந்ததைத் தவிர கல்லூரி நிர்வாகங்களுக்கு எதிராக வேறொன்றையும் செய்ய முடியாத அவலநிலையில் பல்கலைக்கழகங்கள் இருந்தன. கலை அறிவியல் கல்லூரிகளோடு இந்தக் கல்வியியல் கல்லூரிகள் தொடர்பான வேலைகளையும் கவனிக்கும் பணிச் சுமையில் பல்கலைக்கழக நிர்வாகங்கள் தடுமாறின என்று சொல்வதை விடவும் நிலைகுலைந்துபோயின எனலாம். தற்போது கல்வியியல் கல்லூரிகளுக்கு எனத் தனிப் பல்கலைக்கழகம் தொடங்கப்பட்டுச் செயல்பட்டுக்கொண்டிருக்கிறது. இப்போதும் எல்லாம் சரியாகிவிட்டது எனச் சொல்வதற்கில்லை. சிறு மாற்றங்களைத் தவிரப் பணம் சம்பாதிக்கும் தந்திரோபாயங்கள் அப்படியே தொடர்கின்றன.

கல்வியியல் பல்கலைக்கழகத்தின் பணி இந்தக் கல்லூரிகளில் பயிலும் மாணவர்களுக்குத் தேர்வு நடத்துவதும் சான்றிதழ்கள் வழங்குவதும் மட்டும்தான். வேறெந்த உருப்படி

யான காரியத்தையும் செய்வதாகத் தெரியவில்லை. ஆசிரியர் பயிற்சியில் நவீன சூழலுக்கேற்ற உத்திகள், கற்பித்தல் முறைகள், பயிற்சிகள் என அடிப்படையான விஷயங்களில் கவனம் செலுத்த வேண்டும் என்னும் உணர்வும் இல்லை. நம் சூழலில் பல்கலைக்கழகங்களை ஆராய்ச்சிப் படிப்புகள் உள்ளிட்ட உயர்கல்வி மையங்கள் என்று சொல்வது பெயரளவுக்குத்தான். இவை சாதாரணமாக ஒரு தன்னாட்சிக் கல்லூரி செய்யும் வேலையைத்தான் செய்துகொண்டிருக்கின்றன. ஆண்டின் இரண்டு பருவங்களுக்குரிய தேர்வுகளுக்கு வினாத்தாள் தயாரித்தல், தேர்வு நடத்துதல், விடைத்தாள் திருத்துதல், சான்றிதழ்கள் வழங்குதல் ஆகிய எளிய அலுவலக வேலைகளைத் தான் துணைவேந்தர், பதிவாளர், தேர்வாணையர் உள்ளிட்ட பெரும் அதிகாரிகள் மேற்பார்வையுடன் பல்கலைக்கழகங்கள் செய்கின்றன. இந்த வேலைகளிலும் ஏராளமான குளறுபடிகள். தேர்வே எழுதாத மாணவன் தேர்ச்சி பெறுவது, தேர்வு எழுதிய மாணவன் பெயரே பட்டியலில் விடுபடுவது போன்ற தவறுகள் இங்கு சாதாரணம். பல்கலைக்கழகத்தைவிடத் தன்னாட்சிக் கல்லூரிகள் மிக நேர்த்தியாகவும் மாணவர்களுக்குப் பாதிப்புகள் இல்லாத வகையிலும் இந்த வேலைகளைச் செய்கின்றன. ஆகவே கல்வியியல் பல்கலைக் கழகத்தின் பணியும் அலுவலக எழுத்தர் பணியாகவே இருக்கின்றது. குறைந்தபட்சம் பாடத்திட்ட மாற்றம் பற்றிக்கூடச் சிந்தித்ததாகத் தெரியவில்லை.

பள்ளிகளில் செயல்வழிக் கற்றல் முறை அறிமுகப்படுத்தப்பட்டுச் சில ஆண்டுகளாகச் சிறப்பாக நடைபெற்று வருகின்றது. ஆனால் ஆசிரியர் சங்கங்கள், ஆசிரியர்கள், பெற்றோர்கள் ஆகிய தரப்புகளிலிருந்து இதற்கு எதிர்ப்புகள் வந்து கொண்டுள்ளன. ஆசிரியர்களும் சங்கங்களும் எதிர்க்கக் காரணம் வேலைப்பளு மிகுதி என்பதால்தான். பழைய கற்பித்தல் முறையில் ஊறிப் போன மூத்த ஆசிரியர்கள் செயல்வழிக் கற்றல் முறையைப் புரிந்துகொள்வதில் பெரிய இடர்ப்பாடுகள் உள்ளன. தங்கள் ஆசிரியப் பணி செக்குமாட்டுச் செயல்தான் என்பதை உணராமல் பல ஆண்டுகள் அனுபவம் உள்ள எங்களுக்குத் தெரியாததா என்னும் தோரணையில் அவர்கள் இருப்பதால் புதிய கற்பித்தல் முறையை உள்வாங்கிக்கொள்ளவே தயாரில்லை. இந்நிலையில் ஆசிரியர் பயிற்சிப் பட்டம் பெற்று வரும் ஆசிரியர்களுக்குப் பாடத்திட்டத்திலேயே செயல்வழிக் கற்றல் முறை பற்றிய விரிவான அறிமுகம் செய்யப்படுமானால் அவர்கள் ஆசிரியப் பணிக்கு வரும்போது இக்கற்பித்தல் முறை பற்றிய குழப்பம் ஏதும் இருக்காது. இக்கற்பித்தல் முறை பணிச் சுமையாகவும் தெரியாது. மேலும் செயல்வழிக் கற்றல் முறையைப் பிற பள்ளிகளுக்கு விரிவுபடுத்தவும் எல்லாத் தரப்பினருக்கும் இதைப் பற்றிய புரிதலை உண்டாக்கவும் வாய்ப்பு ஏற்படும்.

மயிர்தான் பிரச்சினையா?

ஆனால் கல்வியியல் பல்கலைக்கழகம் பழைய பாடத் திட்டத்தி லேயே உழன்றுகொண்டிருக்கின்றது. தேவைக்கேற்ற மாற்றங் களைக்கூடச் செய்வதில் முனைப்பில்லை. சமகால மாற்றங் களுக்கு உடனடியாக ஈடுகொடுக்கும் வகையில் மாற்றம் பெற வேண்டியது ஆசிரியர் பயிற்சிப் பாடத்திட்டங்கள். ஆனால் நடைமுறைக்குக் கொஞ்சமும் உதவாத வகையிலான ஏட்டுச் சுரைக்காய்ப் பாடத்திட்டமே இன்றும் தொடர்கிறது.

கல்வி உளவியல் தொடர்பான நவீனக் கோட்பாடுகள் எவற்றையும் ஆசிரியர் பயிற்சிப் பாடத்திட்டங்கள் அறிமுகம் செய்வதில்லை. இன்றைய சூழலில் வளர்ந்துவரும் மாணவர் களுக்குப் பல்வேறு மன நெருக்கடிகள் ஏற்படுகின்றன. கற்கும் காலம் மகிழ்ச்சிக்குரியதாக இல்லை. அவற்றைப் புரிந்து கொள்ளும் விதத்தில் ஆசிரியர் பயிற்சிப் பாடத்திட்டங்கள் இருக்க வேண்டும். தொழிற்கல்வி பற்றியே பேசிக் கொண்டிருக்கும் நம் சூழலில் எல்லாவற்றுக்கும் அடிப்படையான ஆசிரியர் பயிற்சி தரமானதாக அமைவதற்கு எந்த முயற்சியும் இல்லை. அதைப் பற்றிப் பேசுவோர் இல்லை. ஆசிரியர்கள் செய்யும் பலவிதமான தவறுகள், குற்றங்கள் குறித்து ஊடகங்களில் செய்திகள் வரும்போது 'ஆசிரியரே இப்படியா?' என்று புலம்புவதைத் தவிர நம் பொதுமனம் வேறெதையும் சிந்திப்பதில்லை. ஆசிரியர் பயிற்சிப் படிப்புகள் தார்மீக நெறிகள் எல்லாவற்றையும் குழி தோண்டிப் புதைத்துவிட்டுத்தான் நடைபெறுகின்றன என்றாலும் அதில் தானும் பங்கு பெற்றுப் பயனடைய நினைக்கும் பொதுமனத்திற்கு உறுத்தல் ஏதுமில்லை.

இத்தகைய சூழலில் பட்டம் பெற்றுப் பணிக்கு வரும் ஒருவர் எப்படிப்பட்ட ஆசிரியராக இருப்பார்? ஆசிரியப் பணி பற்றிய எந்த அடிப்படைப் புரிதலும் அற்றுப் பிழைப்பு நடத்த வேலை செய்யும் ஒரு பிரகிருதியாகத்தான் இருக்க முடியும். எல்லா வகையான மோசடிகளுக்கும் பாத்திரமாகி ஆசிரியப் பட்டத்தோடு வரும் இத்தகையோர் மாணவர்களுக்குச் சமூக விழுமியங்கள் குறித்து என்ன கற்பிக்க முடியும்? தார்மீக நெறிகள் பற்றிப் போதிக்க இவர்கள் அருகதை உடையவர்களா? குரு என்னும் ஸ்தானம் பற்றி இன்றும் நிலவும் பொய்மையான கற்பிதங்கள் சார்ந்த சமூக மதிப்பு, மரியாதையை இவர்கள் எப்படி எதிர்பார்க்க முடியும்? ஏமாற்று, தில்லுமுல்லு ஆகியவற்றின் கொள்கலனாக விளங்கி ஆசிரியர் பயிற்சிப் பட்டம் பெறும் இவர்களிடம் எதிர்காலத் தலைமுறையை உருவாக்கும் பொறுப்பை ஒப்படைத்தால் என்ன நிகழும்?

காலச்சுவடு, ஜூலை 2010

சமச்சீர்க் கல்வி நீடிக்குமா?

நீதிமன்ற நடவடிக்கைகள் ஒருவழியாக முடிந்து சமச்சீர்க் கல்விப் பாடத் திட்டம்தான் என்பது முடிவாகிவிட்டது. திமுக தொடர்பானவை எனக் கருதப்படுபவற்றை நீக்கிப் பாட நூல்கள் விநியோகம் நடைபெறுகின்றது. அதேசமயம் தனியார் பள்ளிகள் தங்கள் நலன் சார்ந்து என்னென்ன செய்வது என்பதைத் திட்டமிடத் தொடங்கிவிட்டன. தங்கள் வியாபாரம் எந்தெந்த வழிகளில் பாதிக்கப் படும் எனக் கண்டறிந்து அவ்வழிகளை அடைப் பதற்குத் தங்கள் பெருத்த கைகளை விரித்துவிட்டனர். பெயரிலிருந்து தொடங்குகின்றன அவர்களின் தற்காப்பு நடவடிக்கைகள்.

'சமச்சீர்க் கல்வியை அமல்படுத்துவதை அடுத்து மெட்ரிகுலேஷன் என்ற பெயரை எந்தக் காரணம் கொண்டும் மாற்றக் கூடாது. அவ்வாறு மாற்றினால் அதை எதிர்த்து நீதிமன்றம் செல்வோம்' என்று சொல்லிவிட்டார்கள். பெயர் மாற்றம் பற்றி அரசுத் தரப்பில் இதுவரை எதுவும் சொல்லப் பட்டதாகத் தெரியவில்லை. எனினும் மாற்றப் படுமோ என்று அச்சப்படுகிறார்கள். மெட்ரிகுலேஷ னுக்கு என்று தனிப் பாடத் திட்டம் எதுவும் இல்லாத நிலையில் அந்தப் பெயர் மட்டும் எதற்கு என்னும் கேள்வி அவர்களுக்கே வந்துவிட்டது. கல்வி வியாபாரத்தின் அடிப்படை அரசுப் பள்ளி களிலிருந்து தனியார் பள்ளிகள் வேறுபட்டவை என்று காட்டிக்கொள்வதும் நம்ப வைப்பதும் தான். அதில் முதலாவது பெயர் வேறுபாடு. அரசுப்

பள்ளிகள் எல்லாம் தமிழ்ப் பெயர் பூண்டவை. தனியார் பள்ளிகள் ஆங்கிலப் பெயர் கொண்டவை. அதுபோலவே அரசுப் பள்ளி களில் தமிழ்வழிக் கல்வியும் தனியார் பள்ளிகளில் ஆங்கில வழிக் கல்வியும் கற்பிப்பதிலும் எந்த மாற்றமும் இல்லை. ஆங்கில வழிக் கல்வியை விட்டுக்கொடுக்க மாட்டோம் என்றும் அறிவித்திருக்கிறார்கள். பாடத்திட்டம் ஒன்றுதான் எனினும் ஆங்கில வழிப் பயிற்றல் இருப்பதால் பள்ளியின் பெயர் தங்கள் தனித்துவத்தைக் காப்பாற்றும் என நினைக்கிறார்கள்.

இப்போது அரசுப் பள்ளியில் படிப்பவர்களுக்கும் தனியார் பள்ளியில் படிப்பவர்களுக்கும் ஒரே புத்தகம்தானா என்னும் கேள்வி மக்களிடையே எழுந்திருக்கிறது. ஒரே புத்தகம் என்றால் நிறையப் பணம் செலவிட்டுத் தனியார் பள்ளியில் படிக்கவைக்கும் தேவை என்ன என்றும் கேட்கிறார்கள். இதனால் மக்கள் விழிப்புணர்வு பெற்று ஒருசேர அரசுப் பள்ளிகளில் ஓடிச் சேர்ந்துவிடப் போவதில்லை. எனினும் லாபத்தில் கொஞ்சம் நஷ்டம் வந்துவிடுமோ என்னும் கவலை தனியார் பள்ளிகளுக்கு உண்டாகியிருக்கிறது. பொதுவாக முதலாளிகள் நஷ்டக் கணக்குக் காட்டுவது இப்படித்தான். எவ்வளவு லாபம் பெற வேண்டும் எனத் திட்டமிடுகிறார்களோ அதில் குறைவு நேர்ந்தால் நஷ்டம் என்றே பொதுவாகச் சொல்வார்கள்.

பெயர் மாற்றம் நேர்ந்து எல்லாப் பள்ளிகளும் மேல்நிலைப் பள்ளி என்னும் பெயரைப் பெறுமானால் தனியார் பள்ளிகளின் லாபத்தில் நஷ்டம் ஏற்பட வாய்ப்பிருக்கிறது. ஆகவே பெயருக் க்கான அவர்களின் கவலை நியாயமானதுதான். ஆங்கில வழிக் கல்வியை விடமாட்டோம் என்றும் அவர்கள் சொல்கிறார்கள். அதுவும் பெற்றோருக்கு நம்பிக்கை தரும் சமாச்சாரம்தான். ஆங்கிலம் படிப்பது அறிவு என்று கருதும் சமூகத்திற்குத் தனியார் பள்ளியினர் தாங்கள் அறிவைத் தருவதில் இருந்து பின் வாங்கமாட்டோம் என உறுதி தருகிறார்கள்.

சமச்சீர்க் கல்விப்பாடத்திட்டம் எனினும் அரசுப் பள்ளி களைவிடத் தாங்கள் கூடுதலாக மாணவர்களுக்குச் சொல்லித் தருவோம் என்று பெற்றோருக்கு நம்பிக்கை ஏற்படுத்தும் வகையில் அவர்களின் அறிக்கை இருக்கிறது. 'சமச்சீர்க் கல்விப் பாடத் திட்டத்துடன் கம்ப்யூட்டர், பொது அறிவு, ஸ்மார்ட் கிளாஸ், யோகா, பரத நாட்டியம், ஆங்கில மொழிப் பயிற்சி உள்ளிட்டவை தனியார் பள்ளி மாணவர்களுக்கு வழங்கப்படும்' என்று அறிவித்துள்ளார்கள். அதிக நேரம் பள்ளியிலேயே பிள்ளைகளை வைத்திருக்க வேண்டும் எனவும் அவர்களுக்கு நிறைய எழுத்து, படிப்பு வேலைகள் கொடுக்க வேண்டும் எனவும் எதிர்பார்க்கும் பெற்றோர்களுக்கு இது மகிழ்ச்சி தரும் செய்தியாகவே இருக்கும்.

அரசுப் பள்ளிகளில் இவற்றையெல்லாம் சொல்லித் தர எந்த வாய்ப்பும் இல்லை. பாட வேளைகள் முடிந்துவிட்டால் ஒன்றிரண்டு மணிநேரம் விளையாட விடுவார்கள். படிக்க வேண்டிய வயதில் விளையாடலாமா?

தனியார் பள்ளிகளில் விளையாட நிச்சயம் அனுமதிக்க மாட்டார்கள். என் நண்பர் ஒருவர் அவர் மகனை எனக்கு அறிமுகப்படுத்திய சம்பவம் நினைவுக்கு வருகிறது. பன்னிரண்டாம் வகுப்பு மாணவன் அவன். எல்லாப் பெற்றோர்களுக்கும் தங்கள் பிள்ளைகள்மீது ஏராளமான குறைகள் இருக்கின்றன. அப்படித்தான் அந்த நண்பருக்கும். 'லீவு விட்டுட்டா வீட்டுலயே இருக்கறதில்ல. பசங்களோட சேந்துக்கிட்டு எங்கயோ வெளையாடப் போயிர்றான். படிக்கிற வயசுல இப்படி வெளையாடுனா எப்படி?' என்றார் அவர். பையன் சொன்னான், 'இந்த வயசுல தான வெளையாடவும் முடியும். அப்பறம் எப்ப வெளையாடறது?' படிக்கும் வயது என்றுதானே சொல்கிறோம். இதுவேதானே விளையாடும் வயதும் என்பதை எப்படி மறந்துபோனோம்? தனியார் பள்ளி முதலாளிகள் தாங்கள் 'கூடுதலாகச்' சொல்லித் தருவதில் விளையாட்டைச் சேர்க்கவில்லை. அதற்குப் பெற்றோர்களிடம் வரவேற்பு இருக்காது என்பது அவர்களுக்குத் தெரியும்.

அரசு சொல்லும் எதையும் ஏற்றுக்கொள்ளாத இவர்கள் இப்போது அரசுக்குச் சில கோரிக்கைகளை வைத்திருக்கிறார்கள். அரசுப் பள்ளிகள், அரசு உதவிபெறும் பள்ளிகள் ஆகியவற்றில் பயிலும் மாணவர்களுக்கு வழங்குவதுபோலப் பாட நூல்களைத் தனியார் பள்ளி மாணவர்களுக்கும் இலவசமாக வழங்க வேண்டும் என்பது ஒரு கோரிக்கை. இலவச சைக்கிள், இலவச லேப்-டாப் ஆகியவற்றையும் தங்கள் பள்ளி மாணவர்களுக்கு அரசு கொடுக்க வேண்டும் என்றும் கேட்கிறார்கள். எதிர்காலத்தில் அரசால் இந்தக் கோரிக்கைகள் ஏற்கப்படலாம். இலவசங்களை விரிவுபடுத்துவது வெற்றித் தந்திரம் என்பதால் இவை நடக்கக்கூடும். அரசுப் பள்ளி மாணவர்கள் சில கல் தொலைவு நடந்து பள்ளிக்கு வர வேண்டியிருக்கிறது என்பதாலும் பெரும்பாலான மாணவர்கள் சைக்கிள் வாங்கும் அளவு வசதியற்றவர்கள் என்பதாலும் அவர்களுக்கு இலவச சைக்கிள் கொடுக்கலாம் என்பது அத்திட்டத்தின் அடிப்படை. தனியார் பள்ளி மாணவர்களுக்குக் கொடுக்க ஏதாவது காரணம் இருக்கிறதா?

பல்லாயிரம் பணம் செலவு செய்து படிக்கும் மாணவர்கள் அவர்கள். பெரும்பாலானோர் விடுதியில் தங்கிப் பயில்கிறார்கள். குறிப்பாகப் பதினொன்றாம் வகுப்பிற்குப் போனதும் கட்டாயமாக விடுதியில் தங்கியாக வேண்டும். ஒருவகையில் அவற்றை உண்டு உறைவிடப் பள்ளிகள் என்று சொல்லலாம். அவர்களுக்கு

எதற்கு இலவச சைக்கிள்? ஆற்றில் போகும் தண்ணீரை ஆளுக்கொரு கை அள்ளிக் குடிக்கலாம் என்னும் மனோபாவம் தான் இந்தக் கோரிக்கைகளுக்குக் காரணம். ஏற்கனவே இலவச பஸ் பாஸ் எல்லா மாணவர்களுக்கும் வழங்கப்படுகிறது. அப்புறம் என்ன, எதிர்காலத்தில் இந்தக் கோரிக்கைகளுக்கும் அரசு செவி சாய்க்கலாம். தனியார் பள்ளியில் படித்தாலும் அரசு சலுகைகள் எல்லாம் கிடைக்கும் என்றால் அங்கே சேர்க்கவும் செலவிடவும் பெற்றோர்களுக்குக் கூடுதல் உற்சாகம் கிடைக்குமல்லவா? சமச்சீர்க் கல்விப் பாடத் திட்டத்தால் தமது வியாபாரத்திற்கான தனித்தன்மை குறைந்துவிடுமோ என்னும் பயத்தைப் போக்கிக்கொள்ள எல்லா வழிகளிலும் முயல்கிறார்கள். எனினும் இவையெல்லாம் தம்மைத் தற்காத்துக்கொள்ளத் தேவைப்படும் தற்காலிக நடவடிக்கைகள் என்பதில் அவர்கள் தெளிவாக உள்ளனர். ஆகவே நிரந்தர ஏற்பாடாகச் சிலவற்றில் இறங்கிவிட்டனர்.

மெட்ரிக் பள்ளிகளாக இருப்பவற்றை சிபிஎஸ்இ பள்ளி களாக மாற்றும் நடவடிக்கை அவற்றில் முதன்மையானது. மெட்ரிக் பள்ளிகள் சிபிஎஸ்இ பாடத்திட்டத்திற்கு மாறப் பள்ளிக் கல்வித் துறையின் தடையின்மைச் சான்றிதழ் பெற வேண்டியது அவசியம். ஏற்கனவே பல பள்ளிகள் அதற்கு முயன்று பெற்றுவிட்டன. நாமக்கல் மாவட்டத்தில் மட்டும் கிட்டத்தட்ட இருபது பள்ளிகள் தடையின்மைச் சான்றிதழ் பெற்றுச் சமச்சீர்க் கல்வியில் இருந்து தப்பி சிபிஎஸ்இக்கு மாறிவிட்டன. இன்னும் ஐம்பதுக்கும் மேற்பட்ட பள்ளிகள் தடையின்மைச் சான்றிதழ் பெற முயன்றுவருகின்றன. தடையின்மைச் சான்றிதழ் பெற அவை பல லட்சங்களைச் செலவிடத் தயாராக உள்ளன. பிறகென்ன தடை? இதுவல்லாமல் மெட்ரிக் பள்ளி வளாகத்தினுள்ளேயே தனியாக சிபிஎஸ்இ பள்ளியைப் புதிதாகத் தொடங்கவும் முயற்சி நடக்கிறது. உள்கட்டமைப்பு வசதிகளை மேம்படுத்திப் பள்ளியின் தரத்தை உயர்த்தப் போகிறார்களாம். சிபிஎஸ்இ பாடத்திட்டத்திற்கு மாறக் காரணம் தனியார் பள்ளிகளில் வேறு பாடத்திட்டம்தான் கற்பிக்கப்படுகிறது என்னும் நம்பிக்கையை பெற்றோர்களுக்கு ஏற்படுத்துவது தான். இன்னும் கொஞ்சம் கூடுதலாகக் கட்டணம் வசூலிக்கவும் இது வாய்ப்பை ஏற்படுத்தும்.

அதுவல்லாமல் பல இடங்களில் பெரிய பெரிய கட்டிடங்கள் எழும்பிக்கொண்டிருக்கும் காட்சியையும் அங்கே 'இண்டர் நேஷனல் ஸ்கூல்' என்று ஒளிரும் விளம்பரப் பலகைகளையும் காண முடிகிறது. ஏற்கனவே பல கல்வி நிறுவனங்களை நடத்திக் கொண்டிருக்கும் ஒரு நிறுவனமே இத்தகைய பள்ளி ஒன்றைத் தொடங்க ஏற்பாடு செய்கிறது. புதிதாகத் தொடங்குபவர்களும் 'இண்டர்நேஷனல் ஸ்கூலையே' தேர்வுசெய்கிறார்கள்.

இவர்கள் சிபிஎஸ்இ பாடத்திட்டத்தைப் பின்பற்றுவார்களா இவர்களுக்கென்று தனிப் பாடத்திட்டம் இருக்கிறதா என்பது தெரியவில்லை. ஆனால் சமச்சீர்க் கல்விப் பாடத்திட்டத்தைப் பின்பற்றப் போவதில்லை என்பது உறுதி. பெயர் மாற்றம் மட்டும்தான் வேறுபாடா? இப்பள்ளிகள் அரசின் எந்தத் துறையின் கீழ் வரும்? சர்வதேசப் பள்ளிகள் என்றால் அவற்றில் என்னென்ன வசதிகள் இருக்கும்? மாணவர்களிடம் எவ்வளவு பணம் வசூலிப்பார்கள்? அதில் அரசு தலையிட முடியுமா? படிப்படியாகச் சமச்சீர்க் கல்விப் பாடத்திட்டத்தில் இருந்து விலகி நிரந்தரமாக வேறொரு ஏற்பாட்டுக்குச் சென்றுவிடும் முயற்சி இது என்பதில் சந்தேகமில்லை.

இன்னும் சில ஆண்டுகளில் தமிழக அரசுப் பள்ளிகளில் மட்டுமே சமச்சீர்க் கல்வி பின்பற்றப்படலாம். சமச்சீர்க் கல்வி மீது ஈடுபாடு இல்லாத அரசு, தனியார் பள்ளிகளின் படிப்படியான மாற்றத்திற்கு ஊக்கம் கொடுத்து ஒரு கட்டத்தில் அரசுப் பள்ளிப் பாடத்திட்டமாகச் சமச்சீர்க் கல்வி சுருங்கிவிடும் நிலையை உருவாக்கக் கூடும். நீதிமன்றம் தடுத்த ஒன்றை வேறொரு வழியில் இவ்வரசு அடைந்துவிடலாம். ஐந்து ஆண்டுகளில் இதற்குச் சாத்தியக் கூறுகள் அதிகம். அரசுப் பள்ளிகளில் மட்டுமே பொதுப் பாடத்திட்டம் என்றானால் அப்புறம் சமச்சீர்க் கல்வி என்பதற்கான பொருள் என்ன? எத்தனையோ சொற்களைப் பொருளற்றும் பொருத்தமற்றும் பயன்படுத்திக்கொண்டிருக்கும் நமக்குச் சமச்சீர்க் கல்வி என்னும் பெயர்ப் பொருத்தம் பற்றிய உணர்வு மழுங்கிப் போய்விடலாம். அரசுப் பள்ளிகளுக்கும் தனியார் பள்ளிகளுக்குமான வேறுபாடு இப்போதுள்ள நிலையிலேயே நீடிக்கும் என்பதில் எந்தச் சந்தேகமும் இல்லை. பாடத்திட்டம் சார்ந்த ஒன்று மட்டுமல்ல சமச்சீர்க் கல்வி என்பதைக் காலம் உணர்த்தும்.

இப்போது மூன்று மாதங்களாக எந்தப் பாடத்திட்டம் என்பதில் நிலவிய குழப்பத்தின் காரணமாக மாணவர்கள் பாதிக்கப்பட்டுள்ளார்கள். ஆகவே பத்தாம் வகுப்பு மாணவர்களுக்குத் தேர்வுகள் எளிமையாக இருக்க வேண்டும் எனவும் கூடுதல் மதிப்பெண் வழங்க வேண்டும் எனவும் கல்வியாளர்கள் கோரிக்கை வைக்கிறார்கள். ஆனால் தனியார் பள்ளிகளிடமிருந்து இந்தக் கோரிக்கை வரவில்லை. காரணம் அவர்களுக்கு எந்தப் பாதிப்பும் இல்லை என்பதுதான். கடந்த ஆண்டு சமச்சீர்க் கல்விப் பாடநூல்கள் இணையத்தில் வெளியிடப்பட்டவுடன் அவற்றைக் கொண்டு உடனடியாகத் தம் மாணவர்களுக்குப் பாடம் நடத்திக் கிட்டத்தட்ட முடித்துவிட்டனர். அரசு மாறியதும் பழைய பாடநூல் வந்துவிடுமோ என்னும் ஐயத்தில் அதையும் நடத்தத் தொடங்கியிருந்தனர். ஆகவே தனியார் பள்ளி மாணவர்களுக்கு

இந்த மூன்று மாதங்களால் எந்தப் பாதிப்பும் இல்லை. அரசுப் பள்ளி மாணவர்களே சிரமப்படப் போகிறவர்கள். அதனால்தான் தனியார் பள்ளிகள் இது தொடர்பான கோரிக்கை எதையும் வைக்கவில்லை.

அதேபோலத் தனியார் பள்ளிகள் அரசு நிர்ணயிக்கும் கட்டணத்திற்கு உட்படப் போவதில்லை என்பதும் தெளிவு. நீதிபதி கோவிந்தராஜன் தலைமையிலான குழு நிர்ணயித்த கட்டணத்தை இப்பள்ளிகள் ஏற்றுக்கொள்ளாமல் நீதிமன்றத்தை அணுகின. அக்குழு அதிகபட்சக் கட்டணமாக நிர்ணயம் செய்ததை இப்பள்ளிகள் குறைந்தபட்சக் கட்டணமாகக்கூட ஒத்துக்கொள்ளவில்லை. தொடக்கப்பள்ளிகளுக்கு ஐந்தாம் வகுப்பு வரை *3500*, நடுநிலைப்பள்ளிகளுக்கு எட்டாம் வகுப்பு வரை *5000*, உயர்நிலைப் பள்ளிகளுக்கு ஆறாம் வகுப்பிலிருந்து பத்தாம் வகுப்பு வரை *8000*, பன்னிரண்டாம் வகுப்புக்கு *11000* என அக்குழு அதிகபட்சக் கட்டணத்தை நிர்ணயித்தது. பின்னர் நீதிபதி ரவிராஜ பாண்டியன் தலைமையிலான குழு இத்தொகையைக் கிட்டத்தட்டப் பதினைந்து விழுக்காடு அளவில் கூடுதலாக்கியது. பள்ளிகளின் தரத்திற்கு ஏற்பக் கட்டணங்களை நிர்ணயம் செய்து அறிவித்தது. அதையும் தனியார் பள்ளிகள் ஏற்றுக்கொள்ளவில்லை. அவை கேட்கும் குறைந்தபட்சத் தொகையே மலைக்க வைக்கிறது.

ஐந்தாம் வகுப்புவரை *10000*, எட்டாம் வகுப்புவரை *15000*, பத்தாம் வகுப்புவரை *20000*, பன்னிரண்டாம் வகுப்புக்கு *25000* என்பனவே அவை கேட்கும் குறைந்தபட்சக் கட்டணம். அதிகபட்சம் பற்றி அவை பேசவில்லை. அது பள்ளிகளின் தரத்திற்கும் அமைந்திருக்கும் இடத்திற்கும் ஏற்ப மாறுபடும். ஒருவகையில் அப்பள்ளிகள் கேட்கும் கட்டணம் இப்போது அவை வசூலித்துக்கொண்டிருக்கும் கட்டணத்தை ஒட்டி வருவதாகும். அந்தந்த ஆண்டுச் சூழலுக்கு ஏற்ப அவை தம் கட்டணத்தைக் கூட்டவும் குறைக்கவும் செய்வதுண்டு. இதற்கு இணங்கியே பெற்றோர் பிள்ளைகளை அப்பள்ளிகளில் சேர்க்கின்றனர். இவ்வாண்டு சென்னை போன்ற மாநகரங்களில் சில பள்ளிகள் அதிகக் கட்டணம் வசூலிப்பதாகப் புகார் தெரிவித்துப் பெற்றோர் சிலர் போராட்டம் நடத்தினர். பள்ளிகள் பெருகிக் கிடக்கும் நாமக்கல் மாவட்டத்தில் சிறு முணுமுணுப்புக்கூட இல்லை.

எந்தவிதமான சான்றும் இல்லாமல் பணம் வசூலிக்கும் நிலையே தொடர்கிறது. எல்லாப் பள்ளிகளிலும் சிறு துண்டுத் தாளில் பெயர் விவரம், பெற்றுக்கொண்ட தொகை ஆகியவற்றைக் குறித்துத் தருவர். கோடு போட்ட குறிப்பேடு ஒன்றில் விவரம் எழுதி வைத்துக்கொள்ளுவர் நிர்வாகத்தினர். அவ்வளவுதான். எந்தக் கட்டணத்திற்கும் ரசீது என்னும் பேச்சே கிடையாது.

பத்தாம் வகுப்பு மதிப்பெண்ணைப் பொறுத்துப் பதினொன்றாம் வகுப்பில் சேர்க்க நன்கொடை வசூலிப்பர். ஒரு மாணவருக்குச் சில லட்சங்கள்வரை வசூலிக்கின்றனர். இப்படிப்பட்ட நிலையில் நீதிபதிகள் குழுவை நியமித்துக் கட்டணம் நிர்ணயம் செய்தால் அது நடைமுறைக்கு வருமா? அதுவும் ஒவ்வொரு பள்ளியின் தரத்திற்கும் ஏற்பக் கட்டணம் என்றால் ஒவ்வோர் ஆண்டும் பள்ளியின் தரம் உயர உயரக் கட்டணமும் உயர வேண்டும். அப்படியானால் ஆண்டுதோறும் கட்டணம் மாறிக்கொண்டே இருக்கும். நீதிபதிக் குழு ஆண்டு தவறாமல் கட்டண நிர்ணயம் செய்தாக வேண்டும். தனியார் பள்ளிகளுக்கான கட்டண நிர்ணயச் சட்டம் போட்டாலும் அதற்கான குழுவை நிரந்தரமாக்கி மாற்றங்களுக்கேற்ப மீண்டும் மீண்டும் கட்டண நிர்ணயம் செய்துகொண்டே இருந்தாலும் நடைமுறைச் சிக்கல்களைத் தீர்த்துவிட முடியாது. ஒரு பள்ளியில் இடம் வேண்டும் என்றால் அதற்காக எவ்வளவு பணமும் செலவிடத் தயாராக இருக்கும் பெற்றோரை இச்சட்டத்தால் என்ன செய்துவிட முடியும்?

எல்லா வகையிலும் தனியார் பள்ளிகள் தங்களைத் தற்காத்துக்கொள்ள முயல்கிறார்கள். தங்கள் வியாபாரத்தைத் தக்கவைத்துக்கொள்ளவும் மேலும் விரிவாக்கிப் பெருக்கவும் அவர்கள் எதையும் செய்யத் தயாராக இருக்கிறார்கள். குறைந்த பட்ச மொழியுணர்வோ சமூக உணர்வோ அற்ற அவர்களின் செயல்பாடுகளுக்கு எல்லா அரசும் நேரடியாகவும் மறைமுகமாகவும் துணைபோய்க் கொண்டுதான் இருக்கின்றன. ஆகவே அரசுப் பள்ளிகளுக்கும் தனியார் பள்ளிகளுக்கும் இடையேயான வேறுபாடு நிரந்தரமாகிவிடும் என்றே தோன்றுகின்றது. ஏதாவது வகையில் அவ்வேறுபாட்டை நிரந்தரமாக்கவும் புதிது புதிதாக வேறுபாட்டை உருவாக்கிக்கொண்டே இருக்கவும் தனியார் பள்ளிகளும் அரசும் முயல்வது தொடரும். கல்வியை முதலீடாகக் கருதும் பெற்றோரும் அதற்கு முழுமையாக ஒத்துழைப்பார்கள். இந்த நடைமுறை உண்மையைக் கருத்தில் கொண்டு அரசுப் பள்ளி மாணவர்களின் நிலை குறித்துக் கவனம் செலுத்துவது அவசியம்.

பெரும்பாலும் அடித்தட்டுப் பிரிவிலிருந்து வந்து பயில்பவர்கள் அரசுப் பள்ளி மாணவர்கள். இவர்களது எண்ணிக்கை எண்பத்தைந்து விழுக்காடு அளவு உள்ளது. இம்மாணவர்களின் நலன்களை முன்னிறுத்திக் கல்வி, உயர்கல்வி, வேலைவாய்ப்பு, இடஒதுக்கீடு ஆகியவற்றில் கோரிக்கைகளை முன்வைத்துக் குரல் எழுப்ப வேண்டியதே இன்றைய தேவை.

காலச்சுவடு, செப்டம்பர், 2011

மயிர்தான் பிரச்சினையா?

ஆசிரியர் மொழி அதிகாரம்

சென்னையிலுள்ள ஆங்கிலோ இந்தியத் தனியார் பள்ளி ஒன்றில் இந்தி ஆசிரியர் உமா மகேஸ்வரியை ஒன்பதாம் வகுப்பு மாணவன் கத்தியால் குத்திக் கொலைசெய்த சம்பவம் தமிழ்ச் சமூகத்தின் பொதுமனதில் மிகப் பெரும் அதிர்ச்சியை ஏற்படுத்தியுள்ளது. இதை வைத்துத் தலையங்கம், தலைப்புக் கட்டுரை, புலனாய்வுக் கட்டுரை எனப் பத்திரிகைகள் பரபரப்புச் செய்திகளை வெளியிடுகின்றன. தொலைக்காட்சி அலைவரிசைகள் அரை மணிநேரம், ஒரு மணிநேரம் என 'நடந்தது என்ன?' என்று துப்புத்துலக்கும் வேலையில் இறங்கியிருக்கின்றன.

இந்த ஊடகங்கள் அனைத்தும் மொத்தமாக இப்போது கட்டமைத்திருக்கும் சித்திரம் இதுதான்: ஆசிரியர் உமா மகேஸ்வரி தமக்குக் கிடைத்த வங்கி வேலையை உதறிவிட்டு ஆசிரியப் பணியில் ஈடுபாட்டோடு சேர்ந்தார். அவர் மிகவும் அர்ப்பணிப்பு உணர்வுள்ள ஆசிரியர். திறமை யானவர். கண்டிப்பு மிக்கவர். அந்த மாணவன் சரியாகப் படிக்காதவன். அதிகம் பேசாதவன். அவனுக்குத் தினசரிச் செலவுக்கு நூறு ரூபாய் வீட்டிலிருந்து கொடுப்பார்கள். அதாவது ஆசிரியர் சரியானவர்; மாணவர் சரியானவரல்ல.

சம்பவத்தில் தொடர்புடைய ஆசிரியர், மாணவர் ஆகிய இருவரைப் பற்றியும் மிகவும் தட்டையாக உருவாக்கப்பட்டிருக்கும் இந்தச்

சித்திரத்தை வைத்துத் தமிழகத்தில் போதகர்கள் பலர் உருவாகி விட்டனர். சமூகத்தில் இறை நம்பிக்கை அற்றுப்போனதுதான் இந்தச் சம்பவத்திற்குக் காரணம் என்கின்றனர் சிலர். நன்னெறி களையும் ஒழுக்க விதிகளையும் சரியாகப் போதித்தால் இத்தகைய சம்பவம் நடக்காது என்று கருதிப் பள்ளிக் கல்வித் துறை மூலமாக நன்னெறிப் போதனை கட்டாயம் என எல்லாப் பள்ளிகளுக்கும் அரசு சுற்றறிக்கை அனுப்பியுள்ளது. மேடைப் பேச்சாளர்கள் எந்தத் தயக்கமும் இன்றிச் சமகால விஷயம் ஒன்றைத் தம் பேச்சில் எடுத்துக் கையாண்டு 'பண்பை வளர்க்கும் கல்வி அவசியம்' என்கின்றனர். கம்ப ராமாயணம் பற்றிப் பேசும் கூட்டமாக இருந்தால் 'எல்லாரும் கம்ப ராமாயணம் படித்தால் இத்தகைய சம்பவம் நடக்காது' எனவும் சிலப்பதிகாரம் தொடர்பான கூட்டமாக இருந்தால் 'எல்லாரும் சிலப்பதிகாரம் படித்தால் இப்படிப்பட்ட சம்பவம் நடக்காது' என்றும் அவர்கள் கூசாமல் பேசுகிறார்கள்.

நம் சமூகம் எத்தகைய மோசமான சம்பவத்திலிருந்தும் உருப்படியாக எதையும் கற்றுக்கொள்வதில்லை என்பதற்கும் எத்தகைய மாற்றத்தையும் ஏற்படுத்திக்கொள்ளத் தயாரில்லை என்பதற்கும் இதை ஊடகங்கள் அணுகும் முறையே சான்று. இச்சம்பவம் தமிழ்ச் சூழலில் மிகுந்த அதிர்ச்சி தருவது என்பது மட்டுமல்ல, இவ்விதம் நடைபெறுவது அனேகமாக இதுதான் முதல்முறை என நினைக்கிறேன். இந்தச் சம்பவத்திற்குப் பிறகு விருதுநகர் மாவட்டப் பள்ளி ஒன்றில் 'சென்னையில் செய்தது போலக் கொலைசெய்து விடுவோம்' என்று ஓர் ஆசிரியரை மாணவர்கள் இருவர் மிரட்டியதாகவும் அதைக் கண்டித்து அப்பள்ளி ஆசிரியர்கள் போராட்டத்தில் ஈடுபட்டதாகவும் பின் அம்மாணவர்கள்மீது அவ்வாசிரியர் தெரிவித்த புகார் அடிப்படையில் அவர்கள் கைது செய்யப்பட்டுள்ளனர் எனவும் ஒரு செய்தி தெரிவிக்கின்றது. தங்கள் ஊதியம் தொடர்பான பிரச்சினைகளைத் தவிர வேறெதற்கும் போராடாத ஆசிரியர்கள் மாணவர்களுக்கு எதிராகப் போராட்டக் களத்தில் குதித்திருப் பதும் இதுதான் முதல்முறை. ஆசிரியர்களுக்குப் பாதுகாப்பு வேண்டும் என்னும் கோரிக்கையை முன்வைத்து ஆசிரியர்கள் முழக்கப் போராட்டங்களையும் நடத்துகின்றனர்.

இச்சூழலில் நாம் எழுப்பிக்கொள்ள வேண்டிய கேள்வி 'ஆசிரியர்கள்மீது மாணவர்களுக்கு ஏன் இந்தக் கோபம்?' என்பதுதான். ஆசிரியர்களை 'மாதா பிதா குரு தெய்வம்' என்னும் வரிசையில் கடவுளுக்கு முன்பாக வைத்திருப்பதும் 'எழுத்தறிவித்தவன் இறைவன் ஆகும்' எனப் போற்றுவதும் 'ஆசிரியப் பணி அறப் பணி' என விழுமியம் கொண்டிருப்பதும்

நம் சமூகம்தான். அதேசமயம் ஆசிரியர்களை வாய்ப்புக் கிடைக்கும் இடங்களில் எல்லாம் கேலி செய்து கொண்டாடுவதும் இச்சமூகமே. தமிழ்த் திரைப்படங்களில் ஆசிரியர்களைக் கேலி செய்த அளவு பிற துறையினர் எவரையும் கேலி செய்திருப்பார்களா என்பது சந்தேகமே. உதட்டைப் பிதுக்கிக்கொண்டு அங்க சேஷ்டைகள் செய்யும் நடிகர் வெண்ணிற ஆடை மூர்த்தி பல படங்களில் ஆசிரியராக நடித்துள்ளார். மிகச் சில படங்களைத் தவிரப் பெரும்பாலானவற்றில் நகைச்சுவை நடிகர்களே ஆசிரியப் பாத்திரம் ஏற்றிருக்கின்றனர். ஆசிரியர்களைக் கேலி செய்யும் காட்சிகளுக்கு ரசிகர்களிடையே நல்ல வரவேற்பும் இருக்கிறது.

மாணவ நிலையில் இருக்கும்போது ஆசிரியர்களை வெறுக்காதவர்கள் உண்டா? அவர்களுக்குச் சூட்டப்படும் பட்டப்பெயர்கள், அவன்/ள், இவன்/ள் என்னும் ஒருமை விளிகள், முடிந்த அளவு கெட்டவார்த்தை அர்ச்சனைகள் என்பவை மிகச் சாதாரண நிகழ்வுகள். அதைத் தாண்டிய தாக்குதல் சம்பவங்கள் பலவும் நடந்திருக்கின்றன. முந்தைய தலைமுறையினரைக் கேட்டால் ஆசிரியரை அறைந்துவிட்டு, கல்லால் எறிந்துவிட்டுப் பள்ளியிலிருந்து ஓடிவந்த சம்பவங்களை அவர்கள் சாதாரணமாக நினைவுகூர்வர். அத்தோடு அவர்களின் பள்ளிப் படிப்பு நின்று போயிருக்கும். எனக்குத் தெரியவே இப்படிப்பட்ட சம்பவங்கள் நிறைய உண்டு.

என் அண்ணன் ஏழாம் வகுப்பு படித்துக்கொண்டிருந்த போது சிங்கம் புலியைவிடவும் மாணவர்களை அதிகம் பயமுறுத்திய ஓர் ஆசிரியர் அவனுக்கு வந்து வாய்த்தார். அவரோடு வகுப்பில் சண்டையிட்டுக் கொண்டு ஓடிவந்தவன் அடுத்த நாள் முதல் தினமும் பள்ளிக்குச் செல்வதுபோலப் புறப்பட்டுப்போய் வழியில் ஆலமரம் ஒன்றின் அடியில் மாலைவரை தங்கி விளையாடிப் பொழுதைப் போக்கிவிட்டு மாலையில் வீடு வந்துசேர்வான். இரண்டு மூன்று மாதங்களுக்குப் பிறகே இதை என் பெற்றோர் கண்டுபிடித்தனர். அதன் பின்னும் அவன் படிப்பு சொல்லும்படியில்லை. அப்படி இப்படி என இழுத்து ஒன்பதாம் வகுப்போடு நின்றுபோயிற்று. 'பள்ளிக்கூடம் எனக்குப் பிடிக்கலடா. அந்த ஆலமரம்தான் பிடிச்சதுடா' என்பான் அவன்.

தனிவகுப்புக்கு வராத மாணவர்களைப் பள்ளியில் பிரம்பால் வெளுத்துக் கட்டிய ஆசிரியர்கள் உண்டு. நான் படித்த பள்ளியில் பத்தாம் வகுப்பு ஆசிரியர் ஒருவர் பெயர் 'பஜாஜி' என்பது. அவருடைய பெயர் எங்களுக்குத் தெரியாது. 'பஜாஜ்' ஸ்கூட்டரில் வந்ததால் அவருக்கு இந்தப் பெயர். தனிவகுப்புக்கு வராத மாணவர்களுக்கும் வேறு ஆசிரியரிடம் தனிவகுப்புக்குச்

செல்லும் மாணவர்களுக்கும் தினசரி பூஜை நடக்கும். பள்ளி விட்டு ஸ்கூட்டரில் தனியாகப் போய்க்கொண்டிருந்த பஜாஜியின் கவனத்தைத் திசை திருப்பி அவர் மண்டையை நோக்கிப் பெரிய கல்லை எறிந்துவிட்டு ஓடிப்போனான் என் வகுப்புத் தோழன் ஒருவன். காயத்திற்குப் போட்ட பெருங்கட்டோடு அவர் படுத்திருந்த காட்சியைக் கண்டு ரசிக்க எங்கள் வகுப்பு மாணவர்கள் அவர் வீட்டுக்குச் சென்றோம். என் தோழன்மீது எல்லோருக்கும் மதிப்பு கூடத்தான் செய்தது. கல் இன்னும் பலமாக விழுந்து ஆள் காலியாகியிருக்கக் கூடாதா என்று நாங்கள் நினைத்ததும் பேசிக்கொண்டதும் இப்போதும் நினைவில் இருக்கின்றன.

மாணவர்களை அடிக்கக்கூடாது என அரசு விதியே கொண்டுவந்த பிறகும் இன்றும் பல சம்பவங்கள் நடந்துகொண்டு தான் இருக்கின்றன. ஆசிரியர் அடித்துக் கண் ஒழுகியவர்கள், காயம்பட்டவர்கள், மனநிலை பாதிக்கப்பட்டவர்கள் என விதவிதமாக வரிசைப்படுத்தலாம். ஆசிரியர்களின் வன்முறையை ஆண்டு இறுதிவரை பொறுத்துக்கொண்டிருக்கும் மாணவர்கள் தேர்வு எழுதி முடித்ததும் பதில் வன்முறையில் இறங்குகின்றனர். நாமக்கல் மாவட்டத் தனியார் பள்ளிகளில் ஆண்டு முடிவில் மாணவர்கள் நிகழ்த்தும் வன்முறைகள் பற்றி ஒவ்வோர் ஆண்டும் தகவல்கள் வந்தவண்ணம் இருக்கின்றன. இவை பத்திரிகை உள்ளிட்ட ஊடகங்களில் வருவதில்லை. தனியார் பள்ளிகள் பற்றிய செய்திகள் எதையும் பத்திரிகைகள் சுயமாக எழுதுவதில்லை. அப்பள்ளி நிர்வாகம் கொடுக்கும் செய்திகளை (தமிழாசிரியரின் வேலைகளில் முக்கியமானது செய்தி எழுதுவது) அப்படியே வெளியிடுகின்றன. மாணவ வன்முறை வெளியே தெரிந்தால் பள்ளியின் பெயர் கெட்டுப்போகும் என்பதால் அதை நிர்வாகம் மூடிமறைத்துவிடுகிறது.

ஜன்னல்களையும் கதவுகளையும் உடைப்பதும் பெஞ்சுகளைத் தூக்கி வீசித் தூளாக்குவதும் மின்விசிறி இறக்கைகளை வளைப்பதும் என மாணவர்களின் வன்முறை கட்டுக்கு அடங்காமல் போகும். விடுதிகளில் மாணவர்கள் நிகழ்த்தும் வன்முறைகள் இன்னும் பல பரிமாணங்களைக் கொண்டவை. பொருட்களைச் சேதப்படுத்துவது மட்டுமல்ல, ஆசிரியர்களைத் தேர்ந்தெடுத்துப் பிடித்து வந்து ஓர் அறைக்குள் விட்டு செமத்தியாக உதைக்கும் சம்பவங்கள் பல. அந்த நாளில் ஓடி ஒளியும் ஆசிரியர்களைப் பார்த்தால் பாவமாகத் தானிருக்கும். மாணவர்கள் செய்த செயல்களுக்கு நஷ்டஈடாகப் பெற்றோர்களிடம் இருந்து கூடுதல் பணத்தை வசூலிப்பது தவிரப் பள்ளி நிர்வாகங்கள் வேறொன்றும் செய்வதில்லை. மாணவர்கள்மீது

மயிர்தான் பிரச்சினையா?

ஏதும் நடவடிக்கை எடுத்தால் அச்செய்தி பரவிப் பள்ளியின் பெயர் கெட்டுப் போகும், மாணவர் சேர்க்கை எண்ணிக்கை குறையும் என்பதால் தண்டத்தொகை விதிப்பதோடு சரி. அறைக்குள் அடி வாங்கிய ஆசிரியருக்கு நூறு, இருநூறு ரூபாய் ஊதிய உயர்வு கிடைக்கும். அவ்வளவுதான்.

மீண்டும் அதே கேள்வியைக் கேட்டுக்கொள்வோம். 'ஆசிரியர்கள் மீது மாணவர்களுக்கு ஏன் இந்தக் கோபம்?' இதற்கு எனக்குக் கிடைக்கும் ஒற்றை வரிப் பதில் 'ஆசிரியர் மொழி அதிகாரம்' என்பதுதான். ஓர் ஆசிரியர் தன் மாணவரை எப்படி நடத்துகிறார்? ஆசிரியர் என்பவர் எல்லாம் தெரிந்தவர். ஆகவே அவர் சொல்வதுதான் வேதம். மாணவர்கள் அவருக்கு அடிமைகள். அடிமைகளாக வைத்திருக்கக் கையாளும் உத்திகள் தாம் எத்தனை! எத்தனை! எந்த மாணவரையும் மரியாதையாக நடத்துவதில்லை. அடிமையாக இருக்கப் பிரியப்படுபவர்களைத் தட்டிக் கொடுத்துத் தம் பக்கத்தில் வைத்துக்கொள்வதுண்டு. நல்ல மதிப்பெண் பெறும் மாணவர்களே செல்லப் பிள்ளைகள். படிப்பில் ஆர்வம் இல்லாதவர்கள், படிப்பதில் பிரச்சினை உள்ளவர்கள் குறித்த ஆசிரியரின் அணுகுமுறை எப்போதும் திட்டுதான். அவர்களைக் குற்றவாளிகளைப் போல நடத்துவதும் பலவிதமான மிரட்டல்களை விடுப்பதும் சாதாரணம்.

இன்று நடைமுறையில் இருக்கும் வசைச்சொற்களில் குறிப்பிட்ட சிலவற்றை ஆசிரியர்கள்தாம் உருவாக்கி இருப்பர் என நினைக்கிறேன். 'உருப்படாதவன்', 'முட்டாள்', 'தண்டம்', 'எருமை', 'கழுதை' முதலிய சொற்கள் பள்ளிகளிலிருந்தே வெளியுல கிற்குப் பரவியிருக்கக்கூடும். 'உனக்கு இருப்பது மூளையா களிமண்ணா?' என்பது போன்ற கேள்விகளும் 'நீ மாடு மேய்க்கத் தான் லாயக்கு' என்னும் சாபங்களும் ஆசிரியர்கள் உருவாக்கியவை தாம். பள்ளிக்கூடங்கள் தண்டனைக் கூடங்களாகவும் இருந்ததை அறிவோம். வெளியே நிற்கவைத்தல், பெஞ்சுமேல் நிற்கவைத்தல், மணலில் முட்டிபோடுதல், பிரம்படிகள் என எத்தனையோ விதமான தண்டனைகளைப் பள்ளிகள் உருவாக்கியிருக்கின்றன. சாதிக் கொடுமையைத் தம்மளவில் நிறைவேற்றிய ஆசிரியர்களும் பலர். இன்று இவை எல்லாம் பழைய வடிவங்களில் இல்லை.

மாணவர்களை அடிக்கக் கூடாது, தண்டனை தரக் கூடாது என்றெல்லாம் விதிகள் வந்தபின் ஆசிரியர்கள் மென்மையான முறைகளைக் கையாளுகின்றனராம். சரியாகப் படிக்கவில்லை என்று திட்டுவதும் தர வரிசை அட்டையில் சிவப்பு மையால் கோடிட்டு அபாய எச்சரிக்கை காட்டிப் படிக்கவில்லை என எழுதிக் கொடுப்பதும் 'இந்த வருசம் நீ பெயில்தான்' என

ஆசிர்வாதம் வழங்குவதும்தான் மென்மையான வழிமுறைகளாம். பிறர் முன்னிலையில் ஆசிரியரிடம் திட்டு வாங்கும் மாணவன் கொள்ளும் அவமானம், சிவப்புக் கோடிட்ட தரவரிசை அட்டையை வைத்துக்கொண்டு பெற்றோரிடம் காட்டினால் என்னவாகுமோ என விழி பிதுங்கும் மாணவனின் தவிப்பு, பெற்றோரை அழைத்துவரச் சொல்லிவிடுவார்களோ என மாணவன் கொள்ளும் பதற்றம், பெற்றோரைப் பள்ளிக்கு வரவழைக்க அவன் படும் அவஸ்தை என இவை எல்லாம் இந்த மென்மையான அணுகுமுறையால் நேர்பவை. மென்மையான அணுகுமுறைகள் எவ்வளவு நுட்பமான வன்முறைகளாக இருக்கின்றன என்பதை ஆசிரியர்கள் யோசிப்பதேயில்லை. இந்த மென்மையான அணுகுமுறைகள் மகிழ்ச்சியும் குதூகலமும் நிரம்பிய இளம் பருவத்தைப் பெரும் சுமையாக மாற்றிவிடுகின்றன. குற்றச்செயல் இழைக்கத் தூண்டுபவையும் இவையே.

நாமக்கல் மாவட்டத் தனியார் பள்ளி ஒன்றில் நடைபெற்ற சம்பவம். காலாண்டுத் தேர்வு முடிந்து ஒருவார விடுமுறையில் மாணவர்களை வீட்டுக்கு அனுப்பினார்கள். அவர்கள் விடுமுறையையும் மகிழ்ச்சியாக அனுபவித்துவிடக் கூடாது என்பதில் பள்ளி நிர்வாகத்தினர் பெரும் அக்கறை காட்டுவர். விடுமுறையில் எழுதுவதற்கு வீட்டுப் பாடங்களைக் கொடுத்து அனுப்புவர். மாணவர்கள் வீட்டில் இருக்கும்போதே அவர்களின் மதிப்பெண்களைப் பெற்றோர் பார்வைக்கு அனுப்பிவிட வேண்டும் என்பதில் குறியாக இருப்பர். அந்தப் பள்ளி மாணவர்கள் பத்துப் பேர் சேர்ந்து பள்ளியில் தரும் தரவரிசைப் பட்டியலைப் போலவே போலியாகத் தயாரித்துத் தங்கள் மதிப்பெண்களை விருப்பப்படி நிரப்பி அஞ்சல் வழியாக வீட்டு முகவரிக்கு அனுப்பிவிட்டனர். பள்ளியில் இருந்து வந்த பட்டியலை அஞ்சல்காரரிடம் தாங்களே சென்று வாங்கிப் பெற்றோருக்குத் தெரியாமல் வைத்துக்கொண்டனர்.

போலித் தரவரிசைப் பட்டியலைப் பார்த்த பெற்றோர் அந்தப் பள்ளியில் சேர்த்ததால் அல்லவா இத்தனை மதிப்பெண் என்று சந்தோசப்பட்டுப் பாராட்டிக் கையொப்பம் போட்டுக் கொடுத்துவிட்டனர். உண்மைப் பட்டியலில் பெற்றோரின் கையொப்பத்தை மாணவர்களே போட்டுப் பள்ளிக்குக் கொண்டுவந்து சேர்த்தனர். எல்லாம் நல்லபடியாகவே நடந்தது. பத்துப் பேரில் ஒரு மாணவனின் அம்மாவுக்குக் கொஞ்சம் சந்தேகம் வந்துவிட்டது. தன் பையன் ஒருபோதும் இத்தனை மதிப்பெண் வாங்கியவன் அல்லவே, திடீரென்று எப்படி இவ்வளவு வாங்க முடியும் என்பதுதான் சந்தேகம். பள்ளிக்கு வந்து விசாரித்தபின் மாணவர்களின் திட்டம் வெளியாயிற்று.

பதினைந்து பதினாறு வயதில் ஒரு பிரச்சினையைச் சமாளிக்க இப்படித் திட்டம் போட்ட மாணவர்களின் அறிவுத்திறன் கூர்மையானது என்பதில் சந்தேகமில்லை. ஆனால் அறிவுக் கூர்மை குற்றச் செயலுக்குப் பயன்பட்டுவிட்டது. இதைச் செய்யத் தூண்டியவர்கள் யார்?

மதிப்பெண் வாங்க முடியாமல் உண்டாகும் புற அக நெருக்கடிகளைச் சமாளிக்க மாணவர்கள் கையாளும் வழிமுறை களும் தந்திரங்களும் இப்படிப் பல. அக நெருக்கடிகள் சமாளிக்க முடியாத உச்சத்தை அடையும்போது மாணவர்கள் எடுக்கும் முடிவுகள் பல. பொய் பேசுதல், ஓடி ஒளிதல், வீட்டைவிட்டு ஓடிவிடுதல் ஆகியவை அம்முடிவுகளில் சில. அத்தோடு சில நேரங்களில் தம் உயிரை மாய்த்துக்கொள்ளும் முடிவையும் எடுக்கின்றனர். தற்கொலை செய்துகொள்ளும் மாணவர்களின் எண்ணிக்கை ஆண்டுதோறும் கூடிக்கொண்டே வருகிறது.

சென்னைக் கொலைச் சம்பவம் நடந்த சமயத்தில்தான் ராசிபுரம் ஹானிமன் ஹோமியோபதிக் கல்லூரி முதலாமாண்டு மாணவி சுகன்யா கிணற்றில் குதித்துத் தற்கொலை செய்து கொண்டதும் நடந்தது. அனாடமி தேர்வைச் சரியாக எழுத வில்லை என்பதால் பெயில் ஆகிவிடுவாய், அடுத்த ஆண்டுப் படிப்புக்குப் போக முடியாது எனச் சொல்லி ஆசிரியர்கள் கடுமையாகத் திட்டினார்களாம். மனமுடைந்த மாணவி தற்கொலை முடிவை எடுத்திருக்கிறார். உடுமலைப்பேட்டை ஆர்.கே.ஆர். பள்ளியில் அடுத்தடுத்து இரு மாணவர்கள் இறந்திருக்கின்றனர். கிருஷ்ணகுமார் என்னும் மாணவரின் இறப்பில் மர்மம் நிலவுகிறது. ஆசிரியர் அடித்ததால் அவன் இறந்து போனதாகவும் அது தற்கொலை என்று காட்ட விடுதி மாடியிலிருந்து தள்ளிவிட்டதாகவும் பலவிதமான தகவல்கள் வருகின்றன. சென்னைச் சம்பவத்திற்கு முன்னரே ஜனவரி 19இல் நடைபெற்ற இச்சம்பவத்தை ஊடகங்கள் கண்டுகொள்ள வில்லை. அதே பள்ளியில் அடுத்த சில நாட்களில் அனுராஜ் என்னும் மாணவர் தூக்கிட்டுத் தற்கொலை செய்து கொண்டுள்ளார். அவர் மூன்று கடிதங்களை எழுதி வைத்துள்ளார். அந்தப் பள்ளியில் மாணவர்களை ஆசிரியர்கள் அடித்துத் துன்புறுத்துவது தொடர்ந்து நடந்துவருகிறதாம். மாணவர்களின் சாவுக்குக் காரணம் என இப்போது பொருளாதார ஆசிரியர் பி. மகேஷ்வரனைக் கைது செய்துள்ளனர். அப்பள்ளியின் தாளாளர் ஆர்.கே. ராமசாமி நல்லாசிரியர் விருது பெற்றவராம். தமிழகம் முழுவதும் கணக்கிட்டால் ஆண்டுதோறும் ஆசிரியர் களின் 'மென்மையான' அணுகுமுறையால் இப்படி இறக்கும்

மாணவர்களின் எண்ணிக்கை கணிசமாக இருக்கும். இவை யெல்லாம் ஆசிரியர்கள் செய்யும் கொலைகள் அல்லவா?

நெருக்கடியான சந்தர்ப்பங்களில் தம் உயிரை மாய்த்துக்கொள்ள முடிவெடுக்கும் மாணவர்களிலிருந்து மாறுபட்டுச் சென்னை சிறுவன் ஆசிரியரைக் கொல்ல முடிவெடுத்திருக்கிறான். மாணவர்களின் சாவுகள் பற்றிப் பெரிய அளவு கவனம் குவிக்காத ஊடகங்கள் ஆசிரியர் கொலை பற்றி இவ்வளவு கவனம் கொள்ளக் காரணம் என்ன? தற்கொலைகளை சகஜம் எனக் கடந்து போகும் மனநிலை நம் சமூகத்தில் வந்து விட்டது. அவற்றில் எதிராளி என ஒருவர் கிடையாது. ஆகவே கதைகளைக் கட்டமைப்பது கடினம். கொலை என்றால் வசதி. கொலையானவரைப் பற்றியும் கொலை செய்தவரைப் பற்றியும் விதவிதமாகப் பின்னணிகளைத் தேடித் துருவிச் சமூக விழுமியங்களுக்கு ஏற்ற வகையில் முரண்களைக் கட்டமைக்கலாம்.

ஒவ்வொரு மாணவரின் தற்கொலைக்குப் பின்னும் நிச்சயம் ஒவ்வோர் ஆசிரியர் இருப்பார். ஆனால் ஆசிரியர் என்பவர் மாணவனின் மீது தமது சகல அதிகாரங்களையும் பிரயோகிக்க உரிமை படைத்தவர் என்னும் கருத்து இங்கு வலுவாக நிலவுகிறது. 'கண்ணையும் காதையும் உட்டுட்டு எங்க வேண்ணாலும் அடிங்க' என்று சொல்லும் பெற்றோர் பலர். 'அடியாத மாடு படியாது', 'அடி உதவற மாதிரி அண்ணன் தம்பி உதவமாட்டான்' என்னும் பள்ளிப் பழமொழிகள் நம்மிடம் உண்டு. ஆசிரியருக்கு எத்தனையோ சலுகைகளை நம் சமூகம் வழங்கியிருக்கிறது. மாணவரின் சாவுக்கு ஆசிரியர் காரணமானாலும் ஆசிரியர்மீது குற்றம் சுமத்த நம் சமூக விழுமியங்கள் இடம் தருவதில்லை. ஆனால் மாணவனுக்கு எந்தச் சலுகையும் இல்லை, உரிமையும் கிடையாது. அடிபணிவது மாணவர் கடமை. வழக்கமாக உள்ளூர்ச் செய்தியாக முடிந்துவிடக்கூடியவை கொலைகள். ஆசிரியர் – மாணவர் என விழுமியம் சார்ந்த பொதுக்கருத்தியலை ஒட்டி முரண்களைக் கட்டமைக்க ஏதுவாக இருப்பதுதான் இந்தச் சென்னைக் கொலை பரவலாகக் கவனம் பெறக் காரணம்.

ஆசிரியர்கள் கறுப்புக் கொடி அணிந்து துக்கம் கடை பிடிப்பது, மாணவர்களின் வன்முறைக்கு எதிராகப் போராட்டம் நடத்துவது, தங்களுக்குப் பாதுகாப்புக் கொடுக்கச் சொல்லிக் கோரிக்கை வைப்பது எல்லாம் சரிதான். அதிகாரம் சார்ந்த தங்கள் அணுகுமுறையைப் பரிசீலனைக்கு உட்படுத்த வேண்டும். தம் குழந்தைகளின் மீது எத்தகைய கரிசனம் காட்டுவார்களோ அதையே பிறர் பிள்ளைகள்மீதும் காட்டும் வகையில் அணுகுமுறை அமைய வேண்டும். அதை நோக்கிய விவாதம்தான் இன்றைய

தேவை. முடிவில் இன்றைய கல்விமுறைதான் காரணம் எனக் கைகாட்டிவிட்டு ஒதுங்கிக்கொள்ளக் கூடாது.

கல்விமுறையை அரசு உடனடியாக மாற்றப்போவதில்லை. நன்னெறிகளைப் போதியுங்கள் எனச் சுற்றறிக்கை அனுப்பிவிட்டு வேறு விஷயத்தில் கவனம் செலுத்தப்போய்விடும். நன்னெறிகளைப் போதிக்க வேண்டும் என்பதற்குப் பல தரப்பினரும் ஆதரவு தெரிவிக்கவும் செய்வர். ஆகவே இந்தக் கல்விமுறைக்குள்ளேயே ஆசிரியர்களின் அணுகுமுறைகளை எப்படியெல்லாம் மாற்றலாம், அதற்குப் பள்ளி நிர்வாகங்களை எவ்வாறெல்லாம் நிர்ப்பந்திக்கலாம் எனச் சிந்திப்பது தற்கொலைகளையும் கொலைகளையும் தவிர்க்கப் பெருமளவு உதவும்.

காலச்சுவடு, மார்ச், 2012

கட்டாய கிராமப்புற சேவை

சென்னையில் நடைபெற்ற நிகழ்ச்சி ஒன்றில் பேசிய மத்திய சுகாதாரத் துறை இணை அமைச்சர் பனபாக லட்சுமி 'இந்திய மருத்துவ முறைப் படிப்பு களைப் பயிலும் மாணவர்களுக்கும் ஓராண்டு கிராமப்புற மருத்துவ சேவையைக் கட்டாயமாக்கும் திட்டம் விவாதிக்கப்பட்டு வருகிறது' என்று கூறியுள்ளார். மருத்துவம் என்றாலே ஆங்கில மருத்துவமாகிய அலோபதிதான் என்னும் பாமரக் கருத்து படித்தவர்களிடமும் நிலவுவதால் இந்திய மருத்துவ முறைப் படிப்புகளைப் பற்றிய இந்த அறிவிப்பு ஒரு சலனத்தையும் ஏற்படுத்தவில்லை.

ஆனால் அலோபதி (எம்.பி.பி.எஸ்) பயிலும் மாணவர்கள் இத்திட்டத்தை எதிர்த்து நடத்தும் போராட்டங்களும் அவற்றை ஒட்டிக் கட்சிகளுக் கிடையே நடைபெறும் அறிக்கைப் போர்களும் ஓரிரு மாதங்களாகத் தொடர் செய்திகளாக உள்ளன. கட்டாய கிராமப்புற சேவையை எதிர்ப்போர் கிராமப்புற மக்களுக்கு எதிரானவர்கள் என்று பாட்டாளி மக்கள் கட்சித் தலைவர் மருத்துவர் ராமதாசும் அக்கட்சியைச் சேர்ந்த மத்திய சுகாதாரத் துறை அமைச்சர் அன்புமணியும் கடுமையான விமர்சனத்தை வைக்கின்றனர். மக்கள் பணத்தில் படிப்பவர்கள் சேவைக்குத் தயாரில்லை என்றால் அந்தப் பணத்தைத் திருப்பிச் செலுத்த வேண்டும் எனவும் ஓராண்டு சேவை என்பது குறைவு, ஈராண்டாக உயர்த்த வேண்டும் எனவும் அவர்கள் கோருகின்றனர். கிராமப்புற சேவைத் திட்டத்தை

எப்படியாவது ஏற்றுக்கொள்ள வைத்துவிடும் தன்முனைப்பும் மாணவர்களுக்கு ஆதரவு தெரிவிக்கும் மாற்றுக் கட்சியினரை எதிர்கொள்ளும் பொருட்டும் மக்கள் மத்தியில் இத்திட்டத்திற்கு ஆதரவு திரட்டும் நோக்கும் கொண்ட பேச்சுகள் இவை. மருத்துவ மாணவர்களின் உண்மையான பிரச்சினை என்ன என்பதைப் புரிந்து அதற்கேற்பச் செயல்படும் நுட்பமற்று அரசியல் சார்ந்து மட்டுமே அணுகும் பார்வை இது.

இத்திட்டத்திற்கு எதிராகப் போராடி வரும் மருத்துவ மாணவர்கள் 'காலம் முழுக்கக் கிராமப்புறத்தில் சேவை செய்யத் தயாராக இருக்கின்றோம். மாணவர்களாக அல்ல, மருத்துவர்களாக' என்றும் 'கட்டாயக் கிராமப்புற சேவை என்ற பெயரில் 31 ஆயிரத்துக்கும் மேற்பட்ட டாக்டர்களின் பணியிடங்களை ஒழித்துக் கட்டும் முயற்சி இது' என்றும் கூறுகின்றனர். இத்தகைய கூற்றுக்கள் போராட்டத்திற்கான நியாயத்தைச் சொல்வதுபோலத் தோன்றினாலும் மருத்துவ மாணவர்களின் கவலை வேறு என்பதை உணர முடிகிறது.

'எங்களைவிடக் குறைவான மதிப்பெண் பெற்றுப் பொறியியல் கல்வியில் சேர்பவர்கள் எங்களுக்கு முன்பே படிப்பை முடித்து வேலைக்குப் போய்விடுகிறார்கள். இன்னும் ஓராண்டு அதிகமானால் பொறியியல் படிப்பைவிட இரண்டரை ஆண்டுகள் கூடுதலாகக் கற்க வேண்டியவர்களாக ஆகிறோம். மருத்துவத்தைவிடப் பொறியியல் படிப்பவர்கள் அதிகம் சம்பாதிக்கவும் இன்று வாய்ப்பிருக்கையில் இத்திட்டம் எங்களுக்கு எப்படி நன்மை செய்வதாகும்' என்பதுதான் மருத்துவ மாணவர்களின் கேள்வி. இதை மறைமுகமாகவும் சில சமயங்களில் நேரடியாகவும் அவர்கள் கேட்கின்றனர். ஆகவே இந்த எதிர்ப்பு என்பது அடிப்படையில் சம்பாத்தியம் சம்பந்தப்பட்டது.

மருத்துவம் பயில்பவர்கள் எப்போதுமே அரசு வேலையை இலக்காகக் கொள்வதில்லை. தனிப் பயிற்சி அல்லது வெளிநாட்டு வேலைவாய்ப்பின் மூலம் நிறையச் சம்பாதிப்பதுதான் அவர்கள் இலக்கு. தனியாகக் கிளினிக் வைத்து நடத்துபவருக்கு அரசு வேலை கிடைத்தால் கூடுதல் கௌரவம். அவ்வளவுதான். சீக்கிரமாகப் படிப்பை முடித்துச் சீக்கிரமாக நிறையச் சம்பாதிக்க வேண்டும் என்று பறந்து கொண்டிருக்கிறவர்களிடம் இன்னொரு வருசம் கூடுதலாகப் பணியாற்றினால்தான் பட்டம் என்றால் எப்படி ஏற்றுக்கொள்வார்கள்? உள்மருத்துவராகப் (HOUSE SURGEN) பணியாற்றும் கடைசி ஓராண்டுக்குள்ளேயே கிராமப்புற சேவையும் அடங்கும் வகையில் திட்டம் இருக்கும் என்றால் அனேகமாக ஏற்றுக்கொள்ளப்படலாம்.

ஆனால் இந்திய மருத்துவ முறைப் படிப்புகளைப் பயிலும் மாணவர்கள் எந்த வடிவத்தில் என்றாலும் இத்திட்டத்தை வரவேற்கவும் ஏற்றுக்கொள்ளவும் பலவகையான காரணங்கள் இருக்கின்றன. இந்திய மருத்துவமுறைக் கல்வியில் தமிழகத்தைப் பொருத்தவரை ஐந்து பட்டப் படிப்புகள் உள்ளன. சித்த மருத்துவம் (பி.எஸ்.எம்.எஸ்.), ஓமியோபதி (பி.ஹெச்.எம்.எஸ்.), ஆயுர்வேதம் (பி.ஏ.எம்.எஸ்.), யுனானி (பி.யு.எம்.எஸ்.), இயற்கை மருத்துவம் மற்றும் யோகா (பி.என்.ஒய்.எஸ்.) ஆகியவை அவை. இவற்றை மாற்று மருத்துவ முறைகள் என்று கூறலாம்.

ஆயுர்வேதம் தவிர மற்றவற்றிற்கு அரசு மருத்துவக் கல்லூரிகள் உள்ளன. இம் மருத்துவ படிப்புகள் அனைத்திற்குமே தனியார் கல்லூரிகள் பல செயல்பட்டு வருகின்றன. ஏறத்தாழ ஆண்டுக்கு ஆயிரம் பேர் இந்திய மருத்துவ முறையில் பயின்று மருத்துவர்களாக வெளிவருகின்றனர். ஆனால் இவர்களுக்குச் சரியான முறையில் வேலை வாய்ப்புகள் இல்லை.

சித்த மருத்துவம், ஓமியோபதி ஆகிய மருத்துவர்களுக்கு அரசு மருத்துவ மனைகளில் ஓரளவுக்குப் பணி வாய்ப்புகள் உள்ளன. மாவட்ட, வட்டத் தலைமை மருத்துவமனைகளில் இவ்விரண்டு மருத்துவப் பிரிவுகளுமோ இரண்டில் ஏதாவது ஒன்றோ உள்ளன. அவற்றிலும் ஒரே ஒரு மருத்துவர் பணியிடம் மட்டுமே உண்டு. இயற்கை மருத்துவம் மற்றும் யோகா, ஆயுர்வேதம், யுனானி ஆகியவற்றிற்கு இத்தகைய குறைந்தபட்ச அரசு வேலைவாய்ப்புக்கூட இல்லை. ஆரம்ப சுகாதார நிலையங் களில் அலோபதி தவிர பிற மருத்துவமுறைகளுக்கு வாய்ப்பே இல்லை. நமது பாரம்பரிய மருத்துவ முறைகளுக்குத் தற்போது கிடைக்கும் முக்கியத்துவம் இந்த அளவுதான். இம் மருத்துவங் களின் சிறப்புகளை நம் மக்களே உணராத நிலையும் இதற்குக் காரணம்.

இந்நிலையில் ஓராண்டு கட்டாய கிராமப்புற சேவைத் திட்டம் இந்திய மருத்துவமுறை மாணவர்களுக்குப் பல்வேறு வாய்ப்புகளை வழங்கும் என்று எதிர்பார்க்கலாம். முதலாவதாகப் பொதுமக்களிடம் இம் மருத்துவமுறைகளைப் பரப்புவதற்கு இத்திட்டம் நல்ல வாய்ப்பாகும். ஆண்டுதோறும் ஆயிரம் மாணவர்கள் கிராமப்புறங்களை நோக்கிச் செல்வதும் மாற்று மருத்துவ முறைகளில் சிகிச்சை கொடுப்பதும் நடைமுறைக்கு வருமானால் அதன் பலன்கள் எப்படி இருக்கும் என்பதை நாம் கற்பனை செய்து பார்க்கலாம்.

எந்த நோயாக இருந்தாலும் ஊசி போட்டு மாத்திரைகள் கொடுத்தால் மட்டுமே சிகிச்சை பெற்ற திருப்தி கிடைக்கும்

வகையில் மக்களின் மனோபாவம் உள்ளது. மாற்று மருத்துவங்கள் பற்றிய அறிமுகம் எதுவும் இல்லை. அலோபதி தவிர வேறு எந்த மருத்துவமாக இருந்தாலும் 'நாட்டு வைத்தியம்' என்னும் அளவிலேயே புரிந்து வைத்துள்ளனர். சித்த மருத்துவம், இயற்கை மருத்துவம் மற்றும் யோகா முதலிய நமது பாரம்பரிய மருத்துவ முறைகளுக்கும் ஐந்தரை ஆண்டுகள் கல்வி கற்க வேண்டும் என்பதும் அவற்றில் கற்றவர்களும் அங்கீகாரம் பெற்ற மருத்துவர்கள் என்பதும் பெருவாரியான மக்களின் மனதில் இன்னும் பதிவு பெறவில்லை.

கட்டாய கிராமப்புற சேவை பரந்துபட்ட மக்கள் திரளுக்கு மாற்று மருத்துவ முறைகள் பற்றிய அறிமுகத்தையும் அவை பற்றிய உணர்வையும் உண்டாக்கும். ஏராளமான பரிசோதனைக் கருவிகளைப் பார்த்து மிரண்டு கிடக்கும் இன்றைய பொது மனதில் இந்த மருத்துவ முறைகள் ஆறுதலையும் நம்பிக்கையையும் ஏற்படுத்தும். மருத்துவம் என்பது நமக்கு அருகிலேயே நம்மிடத்திலேயே இருப்பது என்னும் கருத்தை விதைக்கும். நமது முன்னோர்கள் எத்தகைய மருத்துவங்களைப் பின்பற்றினர் என்பது விளங்கி நமது பாரம்பரியம், வேர் பற்றிய உணர்வுகள் கூடும்.

மாற்று மருத்துவமுறைகளில் பயிலும் மாணவர்களுக்கு வேலை வாய்ப்பைப் பொருத்தவரை உள்ள முதன்மைச் சிக்கல் தாம் பயின்ற மருத்துவத்தைப் பொதுமக்கள் அவ்வளவாக அறிந்திருக்கவில்லை என்பதுதான். ஆகவே பொதுமக்களுக்கு இம்மருத்துவங்களைக் கொண்டு சேர்த்துவிட்டால் இதைப் பயில்பவர்களுக்கு இயல்பாகவே வேலைவாய்ப்பு உருவாகிவிடும்.

சிறுநகரங்கள், கிராமப்புறங்கள் போன்றவற்றில் சித்த மருத்துவம், இயற்கை மருத்துவம் முதலியவற்றிற்கான தனி மருத்துவமனைகள் (கிளினிக்குகள்) தொடங்கிச் சுயமாகச் சம்பாதித்துக்கொள்ள முடியும். மக்களுக்கு எளிதாக மருத்துவம் சென்று சேர்வதும் அம்மருத்துவத்தைப் பயின்றவர்களுக்கு வேலைவாய்ப்புக் கிடைப்பதும் ஒருசேர நடக்கும்.

மாற்று மருத்துவ முறைகளில் புற நோயாளிகளுக்குச் சிகிச்சை அளிப்பதுதான் பெரும்பாலும் இப்போது நடைபெற்று வருகிறது. சில மாநகரங்களில் மட்டுமே உள்நோயாளிகளைக் கொண்ட மருத்துவமனைகள் தற்போது உருவாகி வருகின்றன. உள்நோயாளிகளை அனுமதித்து சிகிச்சை தரும் வகையில் வளர்ந்தால் மட்டுமே இம்மருத்துவ முறைகளுக்கு எதிர்காலம் உண்டு.

குறைந்தபட்சம் நான்கைந்து படுக்கைகள் கொண்ட சிறுசிறு மருத்துவமனைகளை ஆங்காங்கே உருவாக்க முடியும். ஓரளவு வசதி படைத்தவர்கள் மட்டுமே பெற முடிகிற யோகா போன்றவற்றை எல்லோருக்கும் விரிவுபடுத்தவும் சாதாரண மாக்கவும் இத்தகைய மருத்துவமனைகள் உதவும்.

மண் சிகிச்சை, நீர் சிகிச்சை போன்றவற்றைத் திரைப்பட நட்சத்திரங்களும் அரசியல் தலைவர்களும் பெறுவதை அவ்வப் போது நாம் பத்திரிகைச் செய்திகளில் காண்கிறோம். இத்தகைய சிகிச்சை முறைகளை எளிய மக்களும் பெற்றுப் பயனடைய வேண்டுமானால் உள்நோயாளிகளை வைத்துப் பராமரிக்கும் சிறு மருத்துவமனைகள் அவசியம்.

மாற்று மருத்துவ முறைகளில் உணவை அடிப்படையாகக் கொண்ட சிகிச்சை முறைகள் மிகவும் முக்கியமானவை. நோயாளிகள் உட்கொள்ளும் உணவு முறைகளைக் கண்காணிப் பதும் அவற்றில் அவ்வப்போது தேவையான மாற்றங்களைச் செய்வதும் அவர்கள் விரைவில் குணமாக உதவும். அதற்கு உள்நோயாளிகளை அனுமதிக்கும் இடவசதியும் சிகிச்சை முறைகளும் உடைய மருத்துவமனை அமைப்பு அவசியம். இவ்வாறு இந்த மாற்று மருத்துவ முறைகள் வளர்வதற்கும் கிராமப்புற சேவை வழி வகுக்கும் என்று எதிர்பார்க்கலாம்.

இன்று எல்லாத் துறைகளிலும் போட்டிகள் வந்துவிட்டன. நுகர்வுப் பண்பாடுதான் இன்றைய காலகட்டத்தில் ஆதிக்கம் செலுத்தி வருகிறது. அதன் குறைபாடுகள் ஒருபுறமிருக்க மக்களுக்குத் தேர்வு செய்துகொள்ளும் உரிமையை வழங்கும் நன்மையும் அதில் இருக்கிறது. கிராமப்புற சேவையின் விளைவாகப் பல்வேறு விதமான மருத்துவ முறைகள் மக்களுக்கு அறிமுகமாகும் பட்சத்தில் அவற்றை ஒப்பிட்டுத் தேர்வு செய்து கொள்ளும் வாய்ப்பு கிடைக்கும். செலவு குறைவு, பக்க விளைவுகள் இல்லாமை, முழுமையான குணம் அளித்தல் உள்ளிட்ட இயல்புகளைக் கொண்ட மாற்று மருத்துவ முறைகளை மக்கள் தேர்வு செய்யும் விழுக்காட்டு அளவு கூடும் என நம்பலாம்.

மக்களின் நுகர்வுத் தேவைகளை நிறைவு செய்வதே இன்றைய வியாபார உலகின் ஆதார நோக்கமாக இருக்கிறது. மாற்று மருத்துவ முறைகளைக் கணிசமான பேர் விரும்பு கிறார்கள் என்றால் பெரும் பெரும் கட்டிடங்களில் இயங்கி வரும் மருத்துவமனைகள் மாற்றுமுறை மருத்துவர்களைப் பணியமர்த்தி இந்த மருத்துவ முறைகளுக்கும் இடமளிக்கும் நிலை ஏற்படும்.

மாநகர மருத்துவமனைகள் சிலவற்றில் நோயாளிகளுக்கு உணவுப் பரிந்துரை செய்ய இயற்கை மருத்துவம் பயின்றவர்களைப் பணியமர்த்தி உள்ளனர். யோகாசனம் கற்றவர்களையும் இத்தகைய மருத்துவமனைகள் பயன்படுத்திக்கொள்கின்றன. இது விரிவாவதும் பிற மருத்துவர்களுக்கு குறைந்தபட்சம் ஓர் அறையாவது ஒதுக்கிக் கொடுக்கும் நிலை உருவாவதும் நிச்சயம் நடக்கும். மருத்துவமனைக்குச் செல்லும் ஒருவர் எந்த மருத்துவ முறையை வேண்டுமானாலும் தேர்வு செய்துகொள்ளும் வாய்ப்பைப் பெறுவர்.

ஒரு முறையைப் பயின்ற மருத்துவர் சில நோய்களுக்கு வேறு மருத்துவ முறையைப் பரிந்துரைக்கலாம். குறிப்பிட்ட நோய்களுக்கு ஒன்றுக்கு மேற்பட்ட மருத்துவ முறைகளை இணைத்துச் சிகிச்சை தரும் கூட்டு மருத்துவ முறைகள்கூட ஏற்படலாம். இவை நடைமுறைச் சாத்தியம் ஆகாதவை அல்ல. தேய்வு நோய்க்கு (எய்ட்ஸ்) சித்த மருத்துவமும் ஆங்கில மருத்துவமும் இணைந்த சிகிச்சை முறையை மருத்துவர் தெய்வநாயகம் முதலியோர் மேற்கொண்டு பெருமளவு வெற்றி கண்டதை இங்கு நினைவுபடுத்திக்கொள்ளலாம். கட்டாய கிராமப்புற சேவையின் நீண்டகால விளைவாக இவற்றைக் கருதிப் பார்க்கலாம்.

அரசினுடைய உதவித்தொகையோடு கட்டாயக் கிராமப்புற சேவையைப் பெறும் இந்தத் திட்டத்தை எவ்வகையில் ஆனாலும் இந்திய மருத்துவ முறையில் பயிலும் மாணவர்கள் வரவேற்பதற்கு இத்தகைய காரணங்கள் இருக்கின்றன. அத்தோடு அரசு மருத்துவமனைகள் எல்லா வற்றிலும் தங்களுக்கான பணியிடங்களை உருவாக்க வேண்டும் என்ற தங்கள் கோரிக்கையை வலியுறுத்திச் சாதகமான பதிலை அரசிடமிருந்து பெறவும் இந்தச் சந்தர்ப்பத்தைப் பயன்படுத்திக் கொள்ளலாம்.

நமது முதல்வர் சொன்ன ஓர் உவமை இப்போது நினைவு வருகிறது. அதைக் கொஞ்சம் மாற்றி இப்படிச் சொல்லலாம். கரண்டியில் உளுந்து வைத்திருப்பவர்கள் அதைக் காத்துக் கொள்ளப் போராடும்போது வெறுங்கரண்டியோடு இருப்பவர்கள் கொஞ்சம் உளுந்து கிடைக்கும் சந்தர்ப்பத்தைப் பயன்படுத்திக்கொள்ள முயலலாம் தானே.

05.11.2007

வரலாற்றுத் தருணம்

அரசு கல்லூரியில் ஆசிரியராகப் பணிபுரிபவன் நான். என் மாணவர்களில் தொண்ணூறு விழுக்காட்டினர் முதல் தலைமுறை யாக உயர்கல்வி பயில வருபவர்கள். சிறுவயது முதலே உடல் உழைப்பில் ஈடுபட்டுக்கொண்டே பள்ளிப் படிப்பை முடித்தவர்கள். உயர்கல்விக்கு வந்த பிறகும் பகுதி நேரமாக உடல் உழைப்பு வேலைகளைச் செய்துகொண்டே படிக்கிறவர்கள். தமக்குரிய செலவைத் தாமே பார்த்துக்கொள்வது மட்டுமல்ல, பலர் தம் சம்பாத்தியத்தில் பெரும் பகுதியைக் குடும்பத்திற்குக் கொடுக்க வேண்டிய கடமை உள்ளவர்கள். பகலில் ஒருவேளை மட்டுமே உண்பவர்கள். ஆரோக்கிய உணவு என்பது அவர் களுக்குக் கனவே.

வருகைப் பதிவு, புத்தகம் வாங்குதல் உள்ளிட்ட நடைமுறையில் கடுமை காட்டினால் பலர் இடைநின்றுவிடுவார்கள். உழைத்துக்கொண்டே படிப்பதற்கேற்ற வகைப் படிப்புகளாக இலக்கியம், வரலாறு, பொருளியல் ஆகியவை கருதப்படுகின்றன. இளநிலைப் பட்டத்திற்கான மூன்று ஆண்டுகள் அவர்களுக்குக் கல்லூரியில் பயிலும் வாய்ப்புக் கிடைப்பது என்பது பெரும்பேறுதான். எழுபத் தைந்து விழுக்காட்டினர் இளநிலைக் கல்வியை முடித்தும் முடிக்காமலும் உடல் உழைப்பு வேலைக்கே சென்றுவிடுவர். இருபத்தைந்து விழுக்காட்டினர் மட்டுமே முதுநிலைக் கல்விக்குச் செல்பவர்கள். அதுவும் அரசு கல்லூரிகளில் முதுநிலைப் படிப்பு இருந்தால்தான்.

தமிழகப் பல்கலைக்கழகங்களுக்கு யாராவது சிலர் முதுகலைப் படிப்புக்குச் சென்றுவிட்டாலே அது பெரும் சாதனை. இந்நிலையில் அரசு கல்லூரியில் பயின்ற மாணவர் ஒருவர் இந்தியாவின் முன்னணிக் கல்வி நிறுவனமான ஜவஹர்லால் நேரு பல்கலைக்கழகத்தில் காலடி எடுத்து வைத்திருந்தால்? அது அரசு கல்லூரி ஆசிரியர்களாகிய எங்களைப் பொருத்தவரையில் கொண்டாட்ட உச்சம். அந்த மாணவரை நினைவுகூர்ந்து காலகாலத்திற்கும் முன்னுதாரணமாக்கி மற்ற மாணவர்களுக்கு உத்வேகம் ஊட்டுவோம். இனி அது சாத்தியம்தானா?

ஜவஹர்லால் நேரு பல்கலைக்கழகத்தில் நவீன வரலாற்றுத் துறையில் முனைவர் பட்ட ஆய்வாளராக இருந்த ஜீ. முத்து கிருஷ்ணன் எங்கள் (சேலம்) மாவட்டத்துக்காரர். தமிழகத்தின் மிகப் பழமையான அரசு கல்லூரிகளில் ஒன்றாகிய சேலம் அரசு கலைக்கல்லூரியில் இளங்கலை, முதுகலை வரலாறு படித்தவர். கோவை இராமகிருஷ்ணா கல்லூரியில் கல்வியியல் பட்டம் பெற்றவர். ஹைதராபாத் மத்தியப் பல்கலைக்கழகத்தில் எம்.பில். பட்டம் பெற்ற பிறகு புதுடில்லி, ஜவஹர்லால் நேரு பல்கலைக்கழகத்தில் அரிதின் முயன்று முனைவர் பட்ட ஆய்வு செய்யத் தேர்வானார். ஜூலை 2016 முதல் அங்கு ஆய்வாளராக இருந்த அவர் திடுமென அவரது நண்பரின் அறையில் தூக்கு மாட்டித் தற்கொலை செய்துகொண்டதாகச் சொல்லப்படுகிறது.

முத்துகிருஷ்ணனின் குடும்பப் பின்னணி எங்கள் அரசு கல்லூரி மாணவர்களில் தொண்ணூறு சதவீதம் பேருக்கானது தான். அவர் தந்தை இரவுக் காவலாளி. தாய் கூலி வேலை. மூன்று அக்காக்கள். ஒருவருக்குத் திருமணம் நடந்திருக்கிறது. இன்னொருவருக்கு நிச்சயதார்த்தம் நடைபெற்றிருக்கிறது. சேலம் நகரத்தின் ஒருபகுதியாகிய சாமிநாதபுரத்தில் வாசம்.

முத்துகிருஷ்ணன் எப்படிப் படித்தார்? பள்ளிக் காலத்தி லிருந்தே உடல் உழைப்பு வேலைகளில் ஈடுபட்டுத் தம் தேவைக்குச் சம்பாதித்துக்கொண்டே படித்தார். அவர் செய்த முக்கியமான வேலை தேநீர் விற்பது. தேநீர்க் கடைக்காரர் முழுக்கேனில் தேநீர் நிரப்பிக் கொடுத்துவிடுவார். அதைத் தம் மிதிவண்டியில் கட்டி எடுத்துச் சென்று நகரத்தின் பல்வேறு இடங்களிலும் விற்பனை செய்யும் வேலை. ஒரு தேநீர் விற்றால் அவருக்கு ஒரு ரூபாய் கிடைக்கும். நாள் முழுக்க அலைந்து திரிந்து கிட்டத்தட்ட முந்நூறு, நானூறு ரூபாய் சம்பாதிக்கும் வேகம் அவருக்கு இருந்தது. உணவகங்களில் சர்வர் வேலை செய்வது உட்பட வேறு பல வேலைகளையும் அவர் செய்திருக்கிறார்.

இப்படி வேலை செய்துகொண்டே படித்தாலும் அவரது வாசிப்பு ஆர்வம் பாடப் புத்தகங்களோடு நின்றுவிடவில்லை. கல்லூரி நூலகத்தில் அவருக்குத் தனிச் சலுகை இருந்தது. எப்போதும் வந்து எதை வேண்டுமானாலும் வாசிக்கலாம். 1960களில் தமிழ் வழி உயர்கல்வியை வளர்க்கும் பொருட்டு ஏராளமான நூல்களைத் தமிழ்நாட்டுப் பாடநூல் நிறுவனம் வாயிலாகத் தமிழக அரசு வெளியிட்டது. அவை இன்றைக்கும் கல்லூரி நூலகங்களில் கிடைக்கின்றன. அவ்விதம் வெளியான மிக அரிய வரலாற்று நூல்களை எல்லாம் முத்துகிருஷ்ணன் வாசித்திருக்கிறார். கல்லூரிக்கு மிக அருகிலேயே இருந்த மாவட்ட மைய நூலகமும் அவர் இருப்பிடம்.

வாசிப்பு ஆர்வம் உள்ள மாணவர்களைத் தட்டிக் கொடுத்து மேலேற்றும் ஆசிரியர்களும் இருப்பார்கள்; கேலி செய்து மட்டம் தட்டும் ஆசிரியர்களும் இருப்பார்கள். இருதரப்பையும் அவர் எதிர்கொண்டிருக்கிறார். வாசிப்பின் வழியாகவே அவருக்கு ஜவஹர்லால் நேரு பல்கலைக்கழகம் அறிமுகம் ஆகியிருக்கிறது. அங்கே சென்று கல்வி பயில வேண்டும் என்பது அவருக்குள் லட்சியமாகவே படிந்திருக்கிறது. ஓர் ஆசிரியர் அவரை அவமானத்திற்கு உள்ளாக்கிய சந்தர்ப்பம் ஒன்றில் 'ஜவஹர்லால் நேரு பல்கலைக்கழகம் போய்ப் படிச்சு இந்தக் கல்லூரிக்கே பேராசிரியராக வருவேன்' எனச் சபதமும் போட்டிருக்கிறார். வரலாற்றுப் பேராசிரியர் ஆவதுதான் அவரது குறிக்கோள்.

புதுடில்லி செல்லத் தடையாக இருக்கும் ஆங்கிலத்தைக் கைவசப்படுத்தக் கோவையில் தனிப்பயிற்சி நிறுவனம் ஒன்றில் சேர்ந்து பயின்றிருக்கிறார். ஆங்கிலத்தைப் பிரமாதமாகக் கைவசப்படுத்தியும் இருக்கிறார். அழகான ஆங்கிலத்தில் ஒருமணி நேரம்கூட உரையாற்றும் திறன் கொண்டிருந்தார் என்று அவர் நண்பர்கள் சொல்கிறார்கள். எம்.பில். பயிலப் புதுதில்லி செல்லும் முயற்சி பலிக்கவில்லை. ஹைதராபாத் பல்கலைக்கழகத்தில் அது சாத்தியமாகியிருக்கிறது. அப்பல்கலைக் கழகத்திற்கு நான் சென்றிருந்தபோது அங்கு பயிலும் தமிழக மாணவர்களைச் சந்தித்துப் பேசச் சிறுகூட்டம் ஒன்று ஏற்பாடு செய்யப்பட்டிருந்தது. அப்போது முத்துகிருஷ்ணனைச் சந்தித்தேன். சேலம் அரசு கல்லூரியில் பயின்று ஹைதராபாத் வரை ஒருவர் வந்திருப்பதை அறிந்து பாராட்டிப் பேசிவிட்டு வந்தேன்.

முத்துகிருஷ்ணன் 'ரஜினிகிருஷ்' என்று அழைக்கப்படுவதை விரும்பியவர். அப்பெயரிலேயே முகநூல் பக்கத்தையும்

வைத்திருந்தார். அவர் வயது மாணவர்கள் பெரும்பாலும் அடுத்த தலைமுறை நடிகர்களின் ரசிகர்களாக மாறிவிட்டிருக்கும் போது அவர் எப்படி ரஜினி ரசிகராக இருந்தார்? தம் நிலையில் இருந்து மேலேற விரும்பும் பதின்வயது இளைஞர் ஒருவருக்கு ரஜினியின் திரைப்படங்கள் உத்வேகம் கொடுப்பதாக இருந்திருக்கும். பலவிதமான உடல் உழைப்பு வேலைகள் செய்து நேர்மையான முறையில் முன்னேற்றம் காணும் பாத்திரத்தில் ரஜினிகாந்த் பல படங்களில் நடித்திருக்கிறார். அது முத்துகிருஷ்ணனுக்கு உவப்பானதாக இருந்திருக்கலாம்.

ரொமிலா தாப்பர், ஆர்.எஸ்.சர்மா, டி.டி. கோசாம்பி முதலிய இந்திய வரலாற்று ஆசிரியர்களின் நூல்களை எல்லாம் தேடிப் படித்த அவர் 'இந்திய ஜனநாயக வாலிபர் சங்க'த் தோழர்களோடு சேர்ந்து செயல்பட்டிருக்கிறார். ஜவஹர்லால் நேரு பல்கலைக்கழகத்தில் தலித் மாணவர் அமைப்போடு நெருக்கம் கொண்டிருந்தார். அப்பல்கலைக்கழகத்தில் அவர் ஆய்வாளராகச் சேர்ந்ததை 'வரலாற்றுத் தருணம்' என்று குறிப்பிடுகிறார். நான்காண்டுகள் இடைவிடாமல் தேர்வெழுதி, நேர்முகத் தேர்வுக்குச் சென்ற பிறகு தேர்ச்சி பெற்ற அப்பயணத்தைப் பற்றி 'எ ஜங்கெட் டு ஜேஎன்யூ' என்னும் தலைப்பில் நூல் ஒன்றை எழுதப் போவதாகவும் தெரிவித்திருக்கிறார்.

இந்நிலையில் அவர் இறப்பு எனக்குள் பல கேள்விகளை யும் பயங்களையும் உருவாக்குகிறது. இனிமேல் எந்த மாணவரை யாவது பல்கலைக்கழகத்தை நோக்கி நகர்த்துவதற்கு முத்து கிருஷ்ணனை உதாரணமாக்கிப் பேச முடியுமா? 'அவருக்கு நடந்தது எனக்கும் நடக்க வேண்டுமா?' என எந்த மாணவராவது கேட்டால் நான் பதில் சொல்ல இயலுமா? அப்படிக் கேட்டு விடும் வல்லமை கொண்டவர்கள்தான் எங்கள் மாணவர்கள்.

தமிழ் வழியில் பயில்பவருக்கு மேற்படிப்புக் கதவுகள் திறப்பது இத்தனை கடினமா? வடஇந்திய மாணவர்களுக்கு நுழைவுத் தேர்வுகளை இந்தியிலும் எழுதலாம், ஆங்கிலத்திலும் எழுதலாம் என்னும் வாய்ப்புகள் இருக்கின்றன. இந்தியைத் தாய்மொழியாகக் கொண்ட மாணவர்கள் அதில் தேர்வெழுதி எளிதாகத் தேர்ச்சி பெற்றுவிடுகிறார்கள். எங்கள் மாணவர்கள் அரசுப் பள்ளிகளில் பத்தாண்டுக்கும் மேலாக ஆங்கிலம் பயில்கிறார்கள். ஆனாலும் அம்மொழி ஏனோ கைவருவ தில்லை. இந்தியை நாங்கள் பள்ளிகளில் படிப்பதில்லை. படித்தால் அதுவும் ஆங்கிலம் போலத்தான் எங்களைப் படுத்தும். இரண்டுமே எங்களுக்கு அந்நிய மொழிகள்தான். ஆம், திராவிட மொழிக் குடும்பத்தைச் சேர்ந்தது தமிழ். ஆங்கிலம், இந்தி

ஆகிய இரண்டுமே வேறு மொழிக் குடும்பத்தைச் சேர்ந்தவை. இரண்டுமே எங்கள் மொழிக்கு நெருக்கமானவை அல்ல.

ஆக நுழைவுத் தேர்வை எப்படியும் ஏதோ ஒரு அந்நிய மொழியில்தான் எழுத வேண்டும். ஒரே நாட்டில் ஏன் இந்தப் பாகுபாடு? நாட்டில் எங்கே சென்று படித்தாலும் எம் தாய்மொழியில் படிக்கலாம் என்னும் வாய்ப்பு ஏன் இன்னும் ஏற்படவில்லை? தம் சக்தி, ஆற்றல் ஆகிய அனைத்தையும் அந்நிய மொழி ஒன்றைக் கைவசப்படுத்தவே செலவிட வேண்டும் என்றால் அப்புறம் அறிவைப் பெறுவது எவ்விதம்?

இட ஒதுக்கீட்டை அமல்படுத்துவதில் முன்னணி மாநிலம் தமிழ்நாடு. சமூக நீதிப் போராட்ட வரலாறு என்பது மிகப் பெரிது. இத்தனை நடந்தும் தமக்குரிய இடத்தை ஒருவர் பெற நெடும்பயணம் மேற்கொள்ள வேண்டியிருக்கிறது என்றால், நம் சமூகம் இன்னும் எந்த நிலையில் இருக்கிறது? கல்வியில் ஈடுபாடுள்ளவர்களை இயல்பாக மேல் நோக்கி நகர்த்தும் அமைப்பு முறை ஏன் இன்னும் இங்கே வரவில்லை? அடிப்படைக் கல்வியைப் பெறவே ஒருவர் தம் இளமைக் காலம் முழுவதையும் உடல் உழைப்பில் செலவிட வேண்டியிருக்கும் நிலைதான் சமூக நீதியா?

இந்தியக் குடிமகன் ஒருவன் தம் தலைநகரைச் சென்றடையும் பாதை இத்தனை கடினமானதா? ஒருவழியாக அடைந்தாலும் அங்கே இருக்கும் வரவேற்பு உயிரைப் போக்குவதுதானா? அம்பேத்கார் படத்தைத் தன் அறையில் ஒட்டி வைத்திருந்ததைக் கண்டு அதைக் கிழித்தெறியச் சொல்லி ஒருமுறை மிரட்டப் பட்டாராம் முத்துக்கிருஷ்ணன். ஜவஹர்லால் நேரு பல்கலைக் கழகத்திலேயே அம்பேத்காருக்கு இடமில்லை என்றால் இந்த நாட்டில் வேறு எங்கேதான் அவருக்கு இடம்?

உடல் உழைப்பிலிருந்து விடுபட்டு மூளை உழைப்பை நோக்கி மாணவர்கள் சிலரையாவது நகர்த்துவதை என் கல்விப் பணியின் கடமையாகக் கருதியிருப்பவன் நான். என் கடமை என்று நான் இத்தனை காலம் கருதியிருந்ததை முத்துகிருஷ்ணன் இப்போது பரிசீலனை செய்ய வைத்திருக்கிறார். கிடைக்கும் வேலைகளைச் செய்து கால்வயிறு அரைவயிறு உண்டுகொண்டு உள்ளூரிலேயே கிடப்பதைத்தான் இந்தச் சமூகம் விதிக்கிறது போலும். அதாவது காலகாலமாக என்ன வேலை உனக்கு விதிக்கப்பட்டதோ அதே வேலையில் கிடந்து உழன்றிரு; கல்வி, ஆராய்ச்சி, பதவி என்று எங்கும் போக முயலாதே என்று எங்களுக்கு உணர்த்துகிறது போலும்.

மயிர்தான் பிரச்சினையா?

எங்கள் மாணவர்கள் பலர் காவல் துறைப் பணிக்கும் ராணுவப் பணிக்கும் தேர்வாகிச் செல்வது வழக்கம். மிஞ்சிப் போனால் தமிழ்நாடு தேர்வாணையத் தேர்வில் நான்காம் குரூப் தேர்வெழுதி அலுவலக எழுத்தர் பணிக்குப் போகலாம். பலியாடுகளுக்கு விதிக்கப்பட்ட வேலைகள் இவையே. இவற்றைத் தாண்டி முத்துக்கிருஷ்ணன்கள் முயலலாமா? நமக்கெதற்கு ஆராய்ச்சி, மயிரு, மண்ணாங்கட்டியெல்லாம்?

இனிமேல் என் மாணவர்களுக்கு இவற்றைத்தான் சொல்லப்போகிறேன். இதுதான் எனக்கு வாய்த்த வரலாற்றுத் தருணம்.

●

மருத்துவக் கல்விக்கு ஒரே கலந்தாய்வு

பன்னிரண்டாம் வகுப்புத் தேர்வு முடிவுகள் வெளியாகி இப்போது கல்லூரிகளில் மாணவர் சேர்க்கைக்காலம் தொடங்கிவிட்டது. உயர் கல்வியைத் தேர்வு செய்வதில் மாணவர்களின் முதல் விருப்பம் மருத்துவமாகவே இருக்கிறது. தனியார் மருத்துவக் கல்லூரிகளில் பல லட்சம் அன்பளிப்புக் கொடுத்து இடம் பிடிக்கப் பெரும் பணக்காரர்களாலேயே முடியும். ஆகவே பெரும் பாலானவர்கள் தாங்கள் பெற்ற மதிப்பெண்களைக் கொண்டு அரசு மருத்துவக் கல்லூரிகளில் கலந்தாய்வு மூலம் இடம் கிடைக்குமா என்னும் கவலையில் உள்ளனர்.

பொறியியல், மருத்துவம் ஆகிய இரண்டுக்குமே ஒற்றைச் சாளர முறை மூலமான கலந்தாய்வு நடத்தப்பட்டு இடங்கள் ஒதுக்கப்படுகின்றன. பொறியியல் கல்விக்குரிய கிட்டத்தட்ட இரண்டு லட்சம் இடங்களுக்கு (சுமார் அறுநூறு கல்லூரிகள்) அண்ணா பல்கலைக்கழகம் ஒருமாத காலம் கலந்தாய்வு நடத்திச் சிறப்பான முறையில் சேர்க்கையை முடிக்கிறது. மருத்துவக் கல்விக்கும் கலந்தாய்வு நடத்தப்படுகின்றது. எனினும் மருத்துவக் கல்விச் சேர்க்கை மாணவர்களுக்கு இன்னும் பல்வேறு சிரமங்களைத் தருவதாகவே இருக்கின்றது.

மருத்துவக் கல்வியில் மூன்று வகைகள் உள்ளன. முதலாவது அலோபதி எனப்படும்

ஆங்கில மருத்துவப் படிப்பாகிய எம்பிபிஎஸ். அரசு மருத்துவக் கல்லூரிகளில் 2172 இடங்கள், சுயநிதி மருத்துவக் கல்லூரிகளில் 900 இடங்கள் என மூவாயிரத்துக்கும் மேற்பட்ட எம்பிபிஎஸ் இடங்கள் உள்ளன. பல் மருத்துவக் கல்லூரியில் 85 இடங்கள் உள்ளன. இவை அனைத்திற்கும் மருத்துவக் கல்வி இயக்ககம் கலந்தாய்வு நடத்துகின்றது.

மருத்துவக் கல்வியின் இன்னொரு வகை கால்நடை மருத்துவம். கால்நடை மருத்துவம் மற்றும் கால்நடைப் பராமரிப்பு (பிவிஎஸ்ஸி), உணவுத் தொழில்நுட்பம், கோழியின உற்பத்தித் தொழில்நுட்பம் ஆகிய படிப்புகள் இதில் உள்ளன. கிட்டத்தட்ட 250 இடங்கள் இவற்றில் உள்ளன. தமிழ்நாடு கால்நடை மருத்துவ அறிவியல் பல்கலைக்கழகம் மாணவர் சேர்க்கைக்குரிய கலந்தாய்வை நடத்துகின்றது.

மருத்துவத்தின் இன்னொரு வகை 'இந்திய மருத்துவம் மற்றும் ஓமியோபதி.' இதில் சித்த மருத்துவம் (பிஎஸ்எம்எஸ்), ஆயுர்வேதம் (பிஏஎம்எஸ்), யுனானி (பியுஎம்எஸ்), இயற்கை மருத்துவம் (பிஎன்ஓய்எஸ்), ஓமியோபதி (பிஎச்எம்எஸ்) ஆகிய ஐந்து பிரிவுகள் உள்ளன. அரசு மருத்துவக் கல்லூரிகளில் கிட்டத்தட்ட முந்நூறு இடங்களும் சுயநிதிக் கல்லூரிகளில் சுமார் ஆயிரம் இடங்களுமாக 1300 இடங்கள் கலந்தாய்வு மூலம் நிரப்பப்படுகின்றன. இதற்குரிய கலந்தாய்வை இந்திய மருத்துவம் மற்றும் ஓமியோபதி இயக்ககம் ஏற்பாடு செய்கின்றது.

மூவகை மருத்துவத்திலும் சேர்த்து உள்ள இடங்களின் எண்ணிக்கை மொத்தமாக ஐயாயிரத்திற்கும் சற்றே குறைவு தான். ஆனால் இவ்விடங்களுக்கு உரிய கலந்தாய்வை மூன்று நிறுவனங்கள் நடத்துகின்றன. ஆங்கில மருத்துவத்திற்கும் கால்நடை மருத்துவத்திற்கும் இப்போதே விண்ணப்பங்கள் விநியோகிக்கப்படும் நாட்கள் அறிவிக்கப்பட்டுவிட்டன. ஜூன் மாத இறுதியில் தொடங்கி ஜூலை மாதத்திற்குள் கலந்தாய்வு முடிந்து மாணவர் சேர்க்கை நடைபெற்றுவிடும். எம்பிபிஎஸ் படிப்புக்கான கலந்தாய்வுக்கு மட்டும் நாற்பதாயிரம் விண்ணப்பங்கள் அச்சிடப்பட்டுள்ளன. அவ்வளவு விண்ணப்பங்கள் விற்பனையாகும் என எதிர்பார்க்கின்றனர். மூவாயிரம் இடங்களுக்கு நாற்பதாயிரம் விண்ணப்பங்கள்.

ஆனால் இந்திய மருத்துவம் மற்றும் ஓமியோபதிக்கு இன்னும் எந்த அறிவிப்பும் வரவில்லை. இதற்கு அனேகமாக ஆகஸ்ட் மாதத்தில் அறிவிப்பு வெளியிடப்பட்டு செப்டம்பர், அக்டோபர் மாதங்களில்தான் மாணவர் சேர்க்கை நடத்தப் படும். ஏன் இம்மருத்துவப் படிப்புக்கான சேர்க்கை அறிவிப்பு

காலம் கடந்து வருகின்றது என்பதற்கு நியாயமான காரணமே தெரியவில்லை. கடந்த ஆண்டு அக்டோபர் மாதத்தின் இறுதியில் தான் கலந்தாய்வு நடைபெற்றது. ஒரு கல்வியாண்டுக்கான மாணவர் சேர்க்கை அக்டோபர் மாதத்திற்குள் முடிவடைய வேண்டும் என்பதால் காலியிடங்களை நிரப்ப இரண்டாம் கட்டக் கலந்தாய்வு நடத்த முடியவில்லை. ஆகவே காலியிடங்கள் அப்படியே விடப்பட்டன.

மூவகை மருத்துவத்திற்கும் தனித்தனித் துறைகள் இருக்கும் காரணத்தால் மாணவர்கள் தனித்தனியாக விண்ணப்பிக்க வேண்டியுள்ளது. ஒவ்வொரு விண்ணப்பமும் ஐந்நூறு ரூபாய் (எஸ்ஸி எஸ்டி பிரிவினருக்கு முந்நூறு). அதேபோல மூன்று கலந்தாய்வும் தனித்தனியாகவும் வெவ்வேறு நாட்களிலும் நடப்பதால் மாணவர்கள் மூன்று முறை சென்னைக்குச் செல்ல வேண்டியுள்ளது. உடன் ஒருவரை அழைத்துச் சென்றாலும் போக்குவரத்து, தங்குதல் உள்ளிட்ட செலவுகள் கணிசம். விண்ணப்பித்தலுக்கும் கலந்தாய்வுக்குச் செல்லவும் செலவு, அலைச்சல். மேலும் ஒவ்வொரு கலந்தாய்வும் நடக்கும் நாட்களைத் தெரிந்து வைத்துக்கொள்ளுதல், தனது பெயர் இடம் பெற்றுள்ளதா எனக் கவனித்தல் ஆகியவை தொடர்ந்த மன உளைச்சல்கள்.

எந்தப் படிப்பில் இடம் கிடைக்கும் என்பதைத் தெளிவாகத் தீர்மானிக்க முடியாது. அதுவும் மருத்துவப் படிப்பில் இடம் கிடைப்பதைப் பற்றி உறுதி சொல்லுதல் மிகக் கடினம். ஆகவே கிடைக்கும் பிற துறைப் படிப்பு ஏதாவது ஒன்றில் முதலில் சேர்ந்துவிடலாம் என்னும் எண்ணத்தில் பொறியியல் படிப்பிலோ கலைக் கல்லூரிகளிலோ மாணவர்கள் சேர்ந்துவிடுகின்றனர். பின்னர் மருத்துவக் கல்லூரிக் கலந்தாய்வில் கலந்துகொள்ளப் படிப்புச் சான்றிதழ் பெற வேண்டியுள்ளது. தங்கள் கல்லூரியில் சேர்ந்துவிட்டுப் பிற கலந்தாய்வுக்குச் செல்லும் மாணவர்களை அக்கல்லூரியினர் நல்லவிதத்தில் நடத்துவதில்லை. தங்கள் வருவாய் வேறு எங்கோ சென்றுவிடுமோ என்னும் கோணத்தி லேயே சிந்திக்கின்றனர்.

ஒருவேளை மருத்துவக் கல்வியில் இடம் கிடைக்கு மானால் ஏற்கனவே சேர்ந்த கல்லூரியிலிருந்து மாற்றுச் சான்றிதழ் பெற வேண்டும். தனியார் கல்லூரியினர் மாற்றுச் சான்றிதழ் வழங்க மறுக்கின்றனர். அவ்வாறு வழங்க வேண்டுமானால் அந்தப் படிப்புக்குரிய இறுதியாண்டு வரைக்குமான கட்டணத்தைச் செலுத்த வேண்டும் என வற்புறுத்துகின்றனர். ஒரு மாணவருக்குச் சித்த மருத்துவப் படிப்பில் இடம் கிடைக்கிறது என்றால் அது முடிவாவதற்கு அக்டோபர் மாதம் ஆகிவிடுகின்றது. பொறியியல்

படிப்பில் சேர்ந்திருக்கும் மாணவர் ஒருவர் மாற்றுச் சான்றிதழ் வாங்கிச் சென்றுவிட்டால் அவ்விடத்திற்கு வேறு மாணவரைச் சேர்க்க இயலாது. ஏனெனில் பொறியியல் கல்விக்கான கலந்தாய்வு முடிந்திருக்கும். ஆகவே மொத்தக் கட்டணமும் செலுத்த வேண்டும் என அக்கல்லூரிகள் வலியுறுத்துகின்றன. இந்தச் சிரமத்தை எதிர்கொள்ள இயலாமல் மருத்துவக் கல்வியில் சேர விருப்பம் இருந்தும் இடம் கிடைத்தும் பலரால் சேர முடியாமல் போய்விடுகின்றது. ஏற்கனவே சேர்ந்த படிப்பிலேயே தொடர முடிவு செய்கிறார்கள்.

மருத்துவக் கல்வியில் சேர வேண்டுமானால் மூன்று விண்ணப்பம், மூன்று கலந்தாய்வுகள், அக்டோபர் மாதம் வரைக்குமான காத்திருப்புகள், அவற்றுக்குரிய செலவுகள் என மாணவர்களும் பெற்றோர்களும் படும் சிரமம் மிகுதி. பன்னிரண்டாம் வகுப்பு தேர்வு மார்ச் மாதத்தில் முடிகின்றது. அதிலிருந்து கணக்கிட்டால் மருத்துவக் கல்விச் சேர்க்கைக்கு ஒரு மாணவர் காத்திருக்க வேண்டிய காலம் ஏழு மாதங்கள். கிட்டத்தட்ட ஒரு கல்வியாண்டு. காத்திருப்பது மட்டுமல்லாமல் இடம் கிடைக்குமா கிடைக்காதா என்னும் மன உளைச்சல். கிடைத்தும் சேர முடியவில்லை என்றால் ஏற்படும் மனச் சோர்வு. கிராமத்து மாணவர்களுக்கும் பெற்றோர்களுக்கும் இவ்விதம் மூவகை மருத்துவக் கல்வி இருக்கிறது என்பதே தெரியாத நிலையும் உண்டு.

தொழில்நுட்பம் பெருமளவு வளர்ச்சி பெற்றிருக்கும் இக்காலத்தில் ஏன் மாணவர்களை இவ்வாறு சிரமத்திற்கு உள்ளாக்க வேண்டும்? இரண்டு லட்சம் இடங்களுக்கான கலந்தாய்வை ஒரு மாதத்திற்குள் நடத்தி முடிக்கிறது அண்ணா பல்கலைக்கழகம். ஆனால் ஐயாயிரத்திற்கும் குறைவான இடங்களுக்கான கலந்தாய்வை ஒரே இடத்தில் ஒரே சமயத்தில் நடத்துவது சாத்தியமாகாதா? மூவகை மருத்துவக் கல்வியையும் வழங்குபவை அல்லது நிர்வகிப்பவை மூன்று தனித்தனி நிறுவனங்கள் எனினும் அவை அனைத்தும் அரசு சார்ந்தவையே. ஆகவே மூன்றையும் இணைத்து ஒரே கலந்தாய்வை நடத்தும் வகையில் ஒருங்கிணைப்பது எளிதுதான்.

மாணவர்களைப் பொறுத்தவரையில் முதலில் ஆங்கில மருத்துவக் கல்வியைத் தேர்வு செய்வார்கள். அது கிடைக்காத பட்சத்தில் பல் மருத்துவம் அல்லது கால்நடை மருத்துவத்தைத் தேர்வு செய்வார்கள். இவையும் இல்லை என்றால் சித்த மருத்துவம். அடுத்த நிலையில் மாணவர்களின் தேர்வு ஓமியோபதி உள்ளிட்ட பிற பிரிவுகளாக அமையும். சிறுசிறு சிறப்பு

ஒதுக்கீடுகள் தவிர்த்து இவை அனைத்திற்கும் ஒரேமாதிரியான மதிப்பெண் விகிதமே (கட்-ஆப்) கணக்கிடப்படுகின்றது. ஆகவே எல்லா வகை மருத்துவப் படிப்புகளுக்கும் சேர்த்து ஒரே கலந்தாய்வு நடத்தினால் மாணவர்கள் தமக்கு விருப்பமான படிப்பை ஒரே நாளில் தேர்வு செய்துகொள்ளும் வாய்ப்பு உருவாகும்.

அரசுக்கோ நிறுவனங்களுக்கோ இதனால் ஏற்படும் நடைமுறைச் சிரமங்களை மிக எளிதாகக் களைந்துகொள்ளத் தக்க தொழில்நுட்ப வசதிகள் இருக்கின்றன. இதனால் மாணவர்களுக்கு நடைமுறைச் சிரமம் முற்றிலும் நீங்கும். கால வீணடிப்பு தவிர்க்கப்படும். இரண்டு மூன்று கட்டக் கலந்தாய்வு தேவைப்படாது. எல்லாப் படிப்புகளுக்கும் ஜூலை மாதத்திற்குள் சேர்க்கையை முடிக்க இயலும். மருத்துவப் படிப்பு என்றாலே கஷ்டம் என்றொரு கருத்து நிலவுகிறது. அதற்காக அப்படிப்புக் குரிய சேர்க்கைக்கும் மாணவர்கள் பெருமளவில் கஷ்டப்பட வேண்டுமா?

12.05.2014

கைக்கிரிக்கெட்!

கிரிக்கெட் இன்று நம் அன்றாடத்தோடு கலந்துவிட்ட விளையாட்டு. அதைப் பற்றிப் பெயரளவுக்காவது தெரியாதவர்கள் இல்லை. ஆனால் கைக்கிரிக்கெட் என்னும் விளையாட்டைப் பற்றி உங்களுக்குத் தெரியுமா? இதுவும் இன்று பிரபலமான விளையாட்டுத்தான். பொது மக்களுக்குத் தெரியாது, ஊடகங்களுக்கும் தெரியாது. குறிப்பிட்ட வட்டத்திற்குள் பரவலாக விளையாடப்படுகிறது கைக்கிரிக்கெட்.

இதை விளையாடக் குறைந்தபட்சம் இரண்டு பேர் போதும். இரண்டு பேரும் எதிரெதிர்க் குழு. ஒவ்வொரு குழுவிலும் மேலும் ஆட்களைச் சேர்த்துக் கொள்ளலாம். அப்போது இருப்பவரைப் பொறுத்து எண்ணிக்கை கூடும். டாஸ் போட்டு யார் பேட்டிங், யார் பௌலிங் எனத் தீர்மானிப்பதில்லை. ஒற்றைப் படை எண் ஒருவருக்கு, இரட்டைப்படை எண் ஒருவருக்கு என முடிவு செய்து இருவரும் ஒரே நேரத்தில் விரல் நீட்ட வேண்டும். இருவரது விரல்களின் எண்ணிக்கையைக் கூட்டி வரும் எண் ஒற்றைப்படையானால் அதற்குரியவர் பேட்டிங், பௌலிங்கைத் தீர்மானிப்பார். இரட்டைப் படையானால் அதற்குரியவர் தீர்மானிப்பார்.

விளையாட்டுக் களம் அவர்கள் இருக்கும் இடம்தான். பந்து, மட்டை எல்லாம் கை விரல்களே. ஒரு கை போதும். கட்டை விரலுக்கு ஆறு ரன் மதிப்பு. மற்றவற்றிற்கு எல்லாம் ஒன்றொன்றுதான். இனி விளையாட்டைத் தொடங்கலாம்.

பேட்டிங் செய்பவரும் பௌலிங் போடுபவரும் ஏக காலத்தில் விரல்களை நீட்ட வேண்டும். இருவரும் நீட்டிய விரல்களின் மதிப்பு வெவ்வேறு என்றால் பேட்டிங் செய்பவர் காட்டும் எண் அவரது ரன் கணக்கில் சேரும். இருவரும் ஒரே எண்ணைக் காட்டியிருந்தால் பேட்டிங் செய்பவர் அவுட் என்று அர்த்தம். அடுத்த ஆள் பேட்டிங்குக்கு வர வேண்டும். பேட்டிங் குழுவில் அனைவரும் அவுட் ஆனதும் பௌலிங் குழு பேட் செய்யத் தொடங்கும். இரண்டு பேர் மட்டும் விளையாடினால் அவர்களே ரன்களைக் கூட்டிக்கொள்வர். குழு விளையாட்டு என்றால் ரன் எண்ணிக்கையைக் கூட்டி வைத்திருக்க ஒருவர் இருப்பார். இறுதியில் இரண்டு டீம்களின் ரன் எண்ணிக்கை கூட்டப்பட்டு வெற்றி முடிவு செய்யப்படும்.

சிலநாள் பயிற்சி எடுத்துக்கொண்டால் போதும். வேகவேகமாக விரல்களை நீட்டலாம். இதை விளையாடும் போது பார்த்தால் அசந்து போவோம். விரல்களை நீட்டுவதிலும் மடக்குவதிலும் ரன்களைக் கணக்கிடுவதிலும் அத்தனை வேகம். புதிதாகப் பார்ப்பவர்களின் கண்களுக்கு மின்னல்கள் என விரல்கள் முன் நீண்டு மறையும் அதிசயக் காட்சி கிடைக்கும். தொடக்கத்தில் என்ன நடக்கிறது என்றே புரியாது. உன்னிப்பாகக் கவனித்தால் நேரம் போவது தெரியாமல் பார்க்கும் ஆர்வத்தைத் தூண்டும். யார் பேட்டிங், யார் பௌலிங் எனப் புரிந்து ரன் கணக்கிடும் வித்தையை உணர்ந்துகொண்டால் அதன்பின் கைக்கிரிக்கெட்டை விளையாடும் ஈடுபாடு வந்துவிடும். விளையாட முடியவில்லை என்றாலும் பார்வையாளராக நிச்சயம் மாறிவிடுவோம்.

இவ்விளையாட்டிற்குள் பல நுட்பங்கள் உண்டு. எதிராளி யின் பலம், பலவீனத்தை அறிந்து வைத்துக்கொள்வது அதில் ஒன்று. சிலர் அனிச்சையாகத் தொடர்ந்து ஒரே எண் வரும்படி விரலை நீட்டுவார்கள். அது அவர்கள் பலவீனம். அதை உணர்ந்துகொண்டால் எதிரில் இருப்பவர் அந்த எண் வராத வாறு விரல் நீட்டித் தன் ரன் எண்ணிக்கையைக் கூட்டிக் கொள்ளலாம். சிக்ஸராகிய ஆறுக்குரிய கட்டை விரலைக் காட்டும் சந்தர்ப்பங்களைக் கணித்துக்கொள்வதும் ஒரு நுட்பம். இருவராகவும் குழுவாகவும் மணிக்கணக்கில் சோர்வில்லாமல் இதை விளையாடலாம். அவ்வளவு நுட்பங்கள் இதற்குள் உண்டு.

சரி, இந்த விளையாட்டு எங்கெங்கே விளையாடப்படுகிறது? நாமக்கல் மாவட்டத் தனியார்ப் பள்ளி மாணவர்களிடையேதான் இந்த விளையாட்டு அவ்வளவு பிரபலம். விடுதி அறைகளுக்குள் சத்தத்தோடும் ‘படிப்பு நேர’த்தில் சத்தமின்றியும் விளையாடப் படுகிறது. வகுப்பறையில் ஆசிரியர் மாறும் இடைவெளியில்

விளையாடப்படுகிறது. ஆசிரியர் இருக்கும்போதே பெஞ்சுக்கடியே விரல் நீட்டி விளையாடும் தைரியசாலிகள் உண்டு. பள்ளிப் பேருந்தும் முக்கியமான களம். வீட்டிலிருந்து பள்ளிக்குச் செல்லவும் பள்ளியிலிருந்து வீடு திரும்பவும் ஆகும் நேரத்தில் இது விளையாடப்படுகிறது. பள்ளி வராண்டாக்களும் பாதையோரங்களும் இன்னொரு களம். படிப்பதற்காக மாணவர்களை நீண்ட வராண்டாக்களிலும் பாதையோரங் களிலும் இடைவெளி விட்டு உட்கார வைத்திருப்பார்கள். கண்காணிப்பு ஆசிரியர் நடந்துகொண்டேயிருப்பார். ஐந்தடித் தொலைவுக்கு ஒருவராக உட்கார வைக்கப்பட்டிருக்கும் மாணவர்கள் உட்கார்ந்த இடத்திலிருந்தே இந்த விளையாட்டை விளையாடுகின்றனர். ஆசிரியர் வரும்போது கையை மடக்கிக் கொண்டு படிப்பதாகப் பாவனை செய்யலாம். கைக்கிரிக்கெட்டில் பெருமளவு ரன் எடுத்துச் சாதனை செய்யும் மாணவர்களுக்குப் பட்டங்களும் பாராட்டுக்களும் குவியும். கைக்கிரிக்கெட்டில் சச்சின் டெண்டுல்கர்களும் தோனிகளும் கோலிகளும் பலர் இருக்கின்றனர்.

கைவிரல்களையே கருவியாக்கிய விளையாட்டுக்கள் இன்னும் பல உள்ளன. குவிந்த கைக்குள் விரல் குவித்து மூக்குப்பொடி எடுக்கும் மூக்குப்பொடி விளையாட்டு, பெருவிரலை அழுத்தி ஒன் டூ திரீ சொல்லி விளையாடும் ‘ரெஸ்ட்லிங்’, ஒருவர் விரலால் மற்றொருவர் விரலை அடித்து விளையாடும் ‘விரல் விளையாட்டு’, கையை மடித்தும் (ஸ்டோன் – கல்) விரித்தும் (பேப்பர் – தாள்) இருவிரல் காட்டியும் (சிசர் – கத்தரிக்கோல்) விளையாடும் ‘ஸ்டோன் பேப்பர் சிசர்’ முதலியவை மாணவர்களிடையே பிரபலம். குறிப்பேடுகளையும் பேனாக்களையும் கருவிகளாகக் கொண்ட பல விளையாட்டுக்களும் உள்ளன. கட்டம் போட்டு எண்களை எழுதும் ‘பிங்கோ’, தாளில் சிங்கம், புலி, முயல், மான் என்று எழுதி வைத்துக்கொண்டு பேனாவால் அடித்து விளையாடும் ‘சிங்கம் புலி’, ஆளுக்கொரு எழுத்து எழுதித் திரைப்படப் பெயர் உருவாக்கும் ‘படம்பெயர்’, பூப்பெயர் அல்லது கதாநாயகன், நாயகி பெயர்களைத் துண்டுச் சீட்டுக்களில் எழுதி விளையாடும் ‘பூஸ்ட் அல்லது செட்’ – இவையெல்லாம் உட்கார்ந்த இடத்திலிருந்தே விளையாடப்படுபவை.

காலையில் முதல் பிரிவு பாடவேளைக்கு வகுப்பறைக்குள் நுழையும் ஆசிரியரின் முதல் வேலை மாணவர்களிடம் இருக்கும் ஸ்டிக் பேனாக்களைக் கைப்பற்றுவதுதான். என்ன காரணம்? ‘ஸ்டிக்’ என்றொரு விளையாட்டு மாணவர்களிடையே வெகுபிரபலம். நான்கு பேர் விளையாடலாம். சதுரக் கட்டம்.

அதன் நான்கு புறமிருந்தும் ஸ்டிக் பேனாவை ஒவ்வொருவர் வைத்து ஆடலாம். ஒருவர் தம் பேனாவைச் சுண்டி எதிர் ஆளின் பேனாவை அடித்துக் கட்டத்தை விட்டு வெளியேற்ற வேண்டும். இதற்கு மூடியில் கொக்கி உள்ள ஸ்டிக் பேனா மிகவும் உதவும். ஆகவே இந்தப் பேனாவுக்குக் கடைகளில் கிராக்கி.

இவ்விதம் இன்னும் பல விளையாட்டுக்கள் மாணவர்க ளிடையே புழங்குகின்றன. ஒன்பதாம் வகுப்பு தொடங்கிப் பன்னி ரண்டாம் வகுப்பு முடிக்கும் வரைக்குமான நான்காண்டுகள் பாடப் புத்தகமும் வகுப்பறையுமாகவே சிறைத் தண்டனை பெற்றவர்களைப் போலக் காலம் கழிக்க நேரும் பதின்வயது மாணவர்களின் கண்டுபிடிப்புகள் இந்த விளையாட்டுக்கள். உடலும் மனமும் செழுமை பெற்று வளரும் பருவத்தில் அவர்கள் முதியோரைப் போல ஒரே இடத்தில் இரவும் பகலும் உட்கார்ந்திருக்கிறார்கள். உணவு உண்ணப் போகும்போதும் வகுப்பறைக்குச் செல்லும்போதுமான நடைதான். விளையாட்டுத் திடல்களை அவர்கள் காண்பதே இல்லை. பல பள்ளிகளில் விளையாட்டுத் திடல்களே இல்லை. கட்டிடங்களே நிர்வாத்க தினருக்கு வருமானம் தருபவை. விளையாட்டுத் திடல்களுக்கு ஒதுக்கும் இடம் வீண் என்பது பள்ளியினரின் புரிதல்.

படிப்பு ஒன்றைத் தவிர வேறு எதையும் சிந்திக்கக் கூடாது என்னும் கட்டுப்பாடுகளை மீறும் இளம் மனங்கள் தங்களுக்கான விளையாட்டுக்களை அனுமதிக்கப்பட்ட இடத்திற்குள் உருவாக்கிக் கொண்டிருக்கின்றன. இந்த விளையாட்டுக்களுக்கும் அனுமதி கிடையாது. கண்காணிப்பு களை மீறி எளிதாக விளையாடும் வகையிலே படைத்துக் கொண்டவை இவை. ஆம். இந்தக் குருத்துக்களின் படைப்பாற்றல் வெளிப்பாடுகள் இவ்விளையாட்டுக்கள். இந்த ஆற்றல்களை கை விரல்களுக்குள்ளேயே முடக்கி வைத்திருக்கப் போகிறோமா? சுதந்திர வெளியில் அபரிமிதமாகப் பெருகி வளர அனுமதிக்கப் போகிறோமா?

***தி இந்து*, 07.03.2014**

●

இன்புறுத்தும் மருத்துவம்

சித்தம், ஆயுர்வேதம், யுனானி, ஓமியோபதி, யோகாவும் இயற்கை மருத்துவமும் ஆகிய ஐந்து மருத்துவக்கல்லூரிகளை நிர்வகிப்பது இந்திய மற்றும் ஓமியோபதி மருத்துவத்துறையாகும். சித்த மருத்துவத்திற்குச் சென்னை, பாளையங்கோட்டை ஆகிய இரண்டு இடங்களிலும் ஆயுர்வேதத்திற்குக் கன்னியாகுமரி கோட்டாற்றிலும் ஓமியோபதிக்கு மதுரை திருமங்கலத்திலும் யுனானி, இயற்கை மருத்துவம் ஆகியவற்றுக்குச் சென்னையிலும் என ஆறு அரசு கல்லூரிகள் இருக்கின்றன. கடந்த சில ஆண்டுகளாக இக்கல்லூரிகளில் மாணவர் சேர்க்கை நடப்பதற்கு மத்திய மருத்துவக் கவுன்சில் அங்கீகாரம் கொடுக்க மறுப்பதும் தமிழக அரசு போராடி அங்கீகாரம் பெறுவதுமாகப் பிரச்சினை நடந்துவந்தது.

இக்கல்லூரிகளில் உள்கட்டமைப்பு வசதிகள் இல்லை எனவும் போதிய ஆசிரியர்கள் இல்லை எனவும் கூறப்பட்டது. இப்போது ஓரளவு ஆசிரியர் பணியிடம் நிரப்பப்பட்டுள்ளது. சமீபத்தில் தமிழக அரசு இக்கல்லூரிகளின் உள்கட்டமைப்பு வசதிகளை மேம்படுத்த 15 கோடி ரூபாய் ஒதுக்கி யுள்ளது. ஆராய்ச்சிப் பிரிவுகளை உருவாக்க 12 கோடி ரூபாய் வழங்கப்படும் எனவும் அறிவித்துள்ளது. இது வரவேற்கப்பட வேண்டியதும் பாராட்டப்பட வேண்டியதுமான செய்தி.

மாற்று மருத்துவத்தைப் பரம்பரையாகச் செய்து வருவோரும் சுயமாகக் கற்றுக்கொண்டோருமே

செய்துவந்த சூழல் நிலவியது. அதனால் ஏற்படும் பல்வேறு பிரச்சினைகளைக் கருத்தில்கொண்டு அவற்றை முறைசார் கல்விக்குள் கொண்டுவந்து அவற்றுக்கெனக் கல்லூரிகள் தொடங்கிச் சில பத்தாண்டுகள் ஆகின்றன. ஆண்டுக்குக் கிட்டத் தட்ட ஐந்நூறு மாணவர்கள் சேர்க்கை அளவுக்கு அரசுக் கல்லூரிகளில் இடங்கள் உள்ளன. அனைத்துக் கல்லூரிகளிலும் சேர்த்து இரண்டாயிரம் மாணவர்களுக்கு மேல் பயில்கின்றனர். எனினும் இத்துறை சார்ந்து அரசு இதுவரை போதிய கவனம் செலுத்தவில்லை.

கடந்த பத்தாண்டுகளில் புதிதாக நுழைந்த பலநோய் களுக்கு மாற்று மருத்துவ சிகிச்சைகள் நல்ல பலன் கொடுத்திருக் கின்றன. குறிப்பாகச் சிக்குன்குனியா காய்ச்சலைக் குணமாக்கவும் குணமானபின் பலநாட்கள் நீடித்த மூட்டுவலி, சோர்வு போன்ற பிரச்சினைகளைத் தீர்க்கவும் இம்மருத்துவ சிகிச்சைகள் பெரிதும் உதவின. சமீபகாலத்தில் தமிழகத்தை அச்சுறுத்திய டெங்குக்காய்ச்சலின் பரவலை விரைந்து கட்டுப்படுத்தியதிலும் இம்மருத்துவங்களுக்குக் குறிப்பிடத்தக்க பங்கு உண்டு.

சித்தமருத்துவ முறையிலான பப்பாளி இலைச்சாறு, மலைவேம்பு இலைச்சாறு, நிலவேம்புக்குடிநீர் ஆகியவை மிக எளிதாக இந்நோயைக் குணப்படுத்தவும் வராமல் தடுக்கவும் உதவின. திருமங்கலம் ஓமியோபதி மருத்துவக்கல்லூரி பல இடங்களில் முகாம் நடத்தி உரிய மருந்துகளை விநியோகித்தது மட்டுமல்லாமல் இருபத்துநான்கு மணிநேரமும் தொடர்பு கொள்ள செல்பேசி எண்களை அளித்து மக்களுக்கு உரிய ஆலோசனைகளை வழங்கியது. மருந்துகளைப் பரிந்துரை செய்து வாங்கிக்கொள்ளவும் வழிகாட்டியது.

இம்மருத்துவத் துறைகள் தாங்கள் வழங்கும் மருந்து களையோ மருந்துப்பெயர்களையோ மறைத்து வைக்கவில்லை. மக்கள் எளிதாகத் தாங்களே கையாளும்படி பெயர்களையும் தயாரிப்புமுறைகளையும் தெரிவித்தும் அவற்றைப் பெறும் இடங்களையும் முறைகளையும் அறிவித்தும் வெளிப்படைத் தன்மையால் மக்களை நெருங்கிச் சென்றன. நாமக்கல் மாவட்டத்தில் சிக்குன்குனியா வேகமாகப் பரவியபோது ஓமியோபதி மருத்துவர்களின் ஆலோசனைப்படி 'ரஸ்டாக்ஸ்' என்னும் மருந்தை முன்தடுப்பாகப் பலர் பயன்படுத்தித் தற்காத்துக்கொண்டனர்.

மக்களை நோயிலிருந்தும் அச்சத்திலிருந்தும் மீட்டதோடு அரசையும் காத்தவை இம்மருத்துவ முறைகளே. வேகமாகப் பரவும் நோய்களைக் கட்டுப்படுத்த அரசால் இயலவில்லை

என்று எதிர்கட்சிகளால் குற்றம்சாட்ட இயலாத அளவுக்கு நோய்களை விரைந்து கட்டுப்படுத்திய மாயத்தைக் கடந்த ஆண்டு கண்டோம். தாகம் என வருவோர் தாமே மொண்டு பருகிச் செல்ல வாய்த்த திருவிழாத் தண்ணீர்ப்பந்தல் போல மூலிகைக் குடிநீரும் இலைச்சாறுகளும் மக்களுக்குப் பயன்பட்டன. எல்லா அரசு மருத்துவமனைகளிலும் இவை கிடைக்கும்படி செய்து மக்களைக் காத்ததோடு நற்பெயரையும் பெற்றது அரசு. இப்போதைய நிதி ஒதுக்கீட்டு அறிக்கையில் அரசும் இம்மருத்துவ முறைகளின் சிறப்பையும் அவை பயன்பட்ட விதத்தையும் விதந்து குறிப்பிட்டுள்ளது.

இந்நிலையில் உள்கட்டமைப்பு வசதிகளை மேம்படுத்தவும் ஆராய்ச்சிக்கும் நிதி ஒதுக்கியுள்ள அரசு இவற்றைப் பரவலாக்க மேலும் சில நடவடிக்கைகளை எடுப்பது அவசியமாகிறது. ஆண்டுதோறும் இவ்விதம் இக்கல்லூரிகளுக்கும் ஆராய்ச்சிக்கும் தொடர்ந்து நிதி ஒதுக்கீடு செய்யவேண்டும். இக்கல்லூரிகளில் பயிலும் மாணவர்களுக்குத் தன்னம்பிக்கையும் பெருமிதமும் தோன்றும் அளவு உள்கட்டமைப்பு வசதிகள் அப்போதுதான் மேம்படும். பல்வேறு கருத்தரங்குகள், பயிலரங்குகள், மருத்துவமுகாம்கள் நடைபெறவும் நிதி உதவி தேவை. அவற்றையும் கருத்தில்கொண்டு நிதி ஒதுக்கீட்டைத் தொடரவேண்டும்.

இம்மருத்துவக் கல்லூரிகளில் மாணவர் சேர்க்கை தொடர்பான நடவடிக்கையிலும் பெருமளவு மாற்றம் தேவை. ஒவ்வொரு கல்வியாண்டிலும் மாணவர் சேர்க்கை நடைபெற செப்டம்பர், அக்டோபர் மாதங்கள் ஆகிவிடுகின்றன. இந்தக் கல்வியாண்டில் அங்கீகாரப் பிரச்சினைகள் ஏதுமில்லாதபோதும் மாணவர் சேர்க்கைக் கெடுவான அக்டோபர் இறுதியில்தான் கலந்தாய்வு நடத்தப்பட்டு போதிய அவகாசம்கூட இன்றி மாணவர் சேர்க்கை நடைபெற்றது. மறுகலந்தாய்வு நடத்தக் காலம் இன்மையால் ஏற்பட்ட காலியிடங்களை நிரப்ப முடியவில்லை. மார்ச் மாதத்தில் பன்னிரண்டாம் வகுப்புத் தேர்வு எழுதும் மாணவர்கள் மே மாதத்தில் முடிவுகளைப் பெறுகின்றனர். இப்படிப்பில் சேரவேண்டுமானால் அதன் பின் கிட்டத்தட்ட ஆறுமாதங்கள் காத்திருக்க வேண்டிய நிலை.

ஐந்து படிப்புகளில் தாம் சேர விரும்பும் துறை கிடைக்குமா என்பதைத் தெரிந்துகொள்வதற்கு எந்தவழியும் இல்லை. கிடைக்கும் என்னும் உறுதியில்லாத நிலையில் வேறு ஏதாவது படிப்புகளில் சேர்ந்துவிடுகின்றனர். பின்னர் இப்படிப்பு கிடைக்குமானால் ஏற்கனவே சேர்ந்த படிப்பிலிருந்து விலகிவருவதா

வேண்டாமா என முடிவெடுக்கத் திணறுகின்றனர். ஏனென்றால் பிறபடிப்புகளில் கிட்டத்தட்ட ஒருபருவம் முடிந்து தேர்வு எழுதத் தயாராகும் நிலையில்தான் இப்படிப்புகளுக்கான கலந்தாய்வு நடைபெறுகிறது. சேர்ந்த கல்லூரியிலிருந்து செலுத்திய கட்டணத்தை முழுமையாகத் திரும்பப்பெறவும் இயல்வ தில்லை. பன்னிரண்டாம் வகுப்புத் தேர்வு எழுதியபின் அடுத்த படிப்பில் சேர எட்டு மாதக் காத்திருப்பு மாணவர்களுக்கு மனஉளைச்சலை ஏற்படுத்துகிறது. பொறியியல், ஆங்கில மருத்துவக் கல்வி ஆகியவற்றிற்கு நடைபெறுவதைப்போல ஜூலை மாதத்திற்குள் கலந்தாய்வை முடித்து மாணவர்கள் சேர்வதற்கு வழிவகை செய்யவேண்டும்.

மாற்று மருத்துவப்படிப்பை முடித்தோருக்கான அரசு வேலைவாய்ப்பும் மிகவும் குறைவு. வட்டத் தலைநகர அரசு மருத்துவமனைகளில் சித்தம் அல்லது ஓமியோபதி மருத்துவத் துறை மட்டும்செயல்படுகிறது. மாவட்டத் தலைநகர் என்றால் இவ்விரு துறைகளும் இருக்கின்றன. ஒரே மருத்துவர்தான். அவர்களும் வெளிநோயாளிகளைப் பார்ப்பதோடு சரி. ஆயுர்வேதம், யுனானி, இயற்கை மருத்துவம் ஆகிய துறைகள் இன்னும் அரசு மருத்துவமனைகளில் செயல்படவில்லை. அவற்றைக் கற்கும் மாணவர்களுக்கு அரசு வேலைவாய்ப்பே கிடையாது. அரசு மருத்துவமனைகள், ஆரம்ப சுகாதார நிலையங்கள் ஆகியவற்றில் மாற்று மருத்துவத்திற்கான அனைத்துப் பிரிவுகளும் தொடங்கி மருத்துவர்களை நியமிக்க வேண்டும்.

நோயாளிகளுக்குத் தேவையான மருந்துகளைப் பெற மருத்துவர்களையே நாடவேண்டியுள்ளது. அவசரத்திற்கு ஏதாவது மருந்து வாங்கவேண்டும் என்றால்கூட மருந்துக்கடைகள் இல்லை. பெருநகரங்களில் எங்காவது ஒளிந்திருக்கும் மருந்துக் கடைகளைத் தேடிப் போகவேண்டும். கூட்டுறவு மருந்தகங்களில் மாற்று மருத்துவ மருந்துகளும் எளிதில் கிடைக்கும்படி செய்ய வேண்டும்.

இம்மருத்துவ முறை ஒவ்வொன்றும் தனக்குரிய தனித் தன்மைகொண்டது என்றபோதும் இவற்றுக்குரிய பொதுவான சிறப்புக்கள் பல. இவை பக்க விளைவுகள் அற்றவை. நோயின் விளைவுகளை மட்டும் குணப்படுத்தாமல் நோயை வேரோடு போக்கி முழுமையாகக் குணப்படுத்துபவை. மக்களுக்குப் பெரும் செலவுகளை ஏற்படுத்தும் பல்வேறு கருவிச்சோதனைகள் அவசியம் இல்லாதவை. ஏழைமக்களும் வாங்கும்வகையில் குறைந்தவிலையில் மருந்துகளைக் கொண்டவை. நோயால்

துன்புறுவோரைச் சோதனைகளாலும் மருந்துகளாலும் மேலும் துன்புறுத்தாமல் மென்மையாகக் கையாண்டு அன்பும் ஆதரவும் அளித்து இன்புறுத்தும் மருந்துகளால் அணுகுபவை.

அன்றாட உணவுகள், மூலிகைகள் மூலமாகவும் எளிய உடற்பயிற்சிகள் வழியாகவும் பிரச்சினைகளைத் தீர்ப்பவை. உடலை மட்டுமோ உடலின் தனி உறுப்பை மட்டுமோ கவனத்தில் கொள்ளாமல் ஒவ்வோர் உறுப்பும் ஒட்டுமொத்த உடலின் பாகம் என்னும் முழுமை உணர்வைக் கொண்டவை. மனம் பற்றிய அறிதலையும் செய்து மருந்துகளைத் தேர்பவை. மக்களை அச்சுறுத்தியும் அந்நியப்படுத்தியும் விலகிப்போகச் செய்யாத குறைந்த வசதிகள் கொண்ட கட்டிட அமைப்புகளில் செயல்படுபவை.

நமது பாரம்பரியத்தையும் அடையாளத்தையும் தக்க வைப்பதோடு நம் பருவநிலைகள், வாழ்நிலைகளைக் கணக்கில் கொண்டு சிகிச்சைகளை உருவாக்கியுள்ள இம்மருத்துவ முறைகள் மக்களிடம் அரசுக்கு நற்பெயரை உருவாக்குவதிலும் முன்னிற்பவையாக இருக்கின்றன. ஆகவே அரசு இன்னும் கூடுதல் கவனம் செலுத்தி இம்மருத்துவ முறைகளையும் கல்வியையும் மேலெடுத்துச் செல்ல வேண்டும்.

2014

இழப்பதற்கு
உயிர் இருக்கிறது

அப்போது எழுத்துக்கும் எனக்கும் இருந்த தொடர்பு அறுந்துபோய்க் கிட்டத்தட்டப் பத்து மாதம் ஆகியிருந்தது. சென்னை, மாநிலக் கல்லூரி யில் தமிழ்ப் பேராசிரியராகப் பணியாற்றி வந்தேன். ஆசிரியனாக மட்டும் என்னை இருத்திக்கொள்ள முயன்ற காலம் அது. ஹைதராபாத் பல்கலைக் கழகத்தில் இருந்து மின்னஞ்சல் வழியாக ஓர் அழைப்பு. ஆராய்ச்சி மாணவர்கள் 'RAWCON' என்னும் அமைப்பாக இணைந்து ஆண்டுதோறும் நடத்தும் மூன்று நாள் மாநாட்டில் சிறப்பு விருந்தின ராகப் பங்கேற்க வேண்டும் என அழைப்பு. பங்கேற்பதில் பெரிதாக எனக்கு ஆர்வம் வரவில்லை. அப்பல்கலைக்கழகத்தில் பயின்ற தமிழ் மாணவர்கள் சிலர் வழியாகவும் என்னிடம் பேசினார்கள்.

பொதுநிகழ்வுகள் எதிலும் பங்கேற்க மட்டு மல்லாமல் பார்வையாளனாகச் செல்லவும்கூட ஆர்வமின்றிக் கல்லூரி, வகுப்பறை, வீடு என வட்டத்தைச் சுருக்கிக்கொண்டிருந்தேன். இந்நிலை யில் இந்த அழைப்பைப் பற்றி நண்பர்கள் சிலரிடம் பகிர்ந்துகொண்டேன். என்னை எவ்விதமாவது பொதுவெளிக்குக் கொண்டுவந்துவிட வேண்டும் எனச் சந்தர்ப்பத்தை எதிர்பார்த்திருந்த அவர்கள் இந்த மாநாட்டில் என்னைப் பங்கேற்கச் சொல்லி ஆலோசனை கூறினர். எழுத்தாளனாகச் செயல்படா விட்டாலும் கல்வியாளனாகச் செயல்படலாமே

என்பது அவர்கள் வாதம். என் மூச்சுக்காற்றையே திரும்பத் திரும்பச் சுவாசித்து அலுத்திருந்த காரணத்தால் கொஞ்சம் வெளியுலகக் காற்று எனக்கும் தேவைப்பட்டது. அந்த அழைப்புக்குச் சில நிபந்தனைகளின் பேரில் ஒப்புதல் கொடுத்தேன்.

புதுச்சேரி மத்தியப் பல்கலைக்கழகம், குப்பம் திராவிடப் பல்கலைக்கழகம் ஆகியவை தவிரப் பிற மாநிலப் பல்கலைக் கழகம் எதற்கும் நான் சென்றதில்லை. தமிழகப் பல்கலைக் கழகங்கள் அனைத்திற்கும் சென்றிருக்கிறேன். கருத்தரங்குகளில் பங்கேற்றிருக்கிறேன். அரசு கல்லூரி ஒன்றிற்கும் பல்கலைக் கழகத்திற்குமான வேறுபாட்டைப் பெரிதாக உணர்ந்ததில்லை. ஆகவே என் மனதில் இருந்த தமிழகப் பல்கலைக்கழகம் பற்றிய சித்திரத்தோடே ஹைதராபாத் மத்தியப் பல்கலைக்கழகத் திற்குச் சென்றேன்.

2015, செப்டம்பர் 9, 10, 11 ஆகிய மூன்று நாட்கள் அம்மாநாடு நடைபெற்றது. மூன்று நாட்களுமே அங்கே தங்கி யிருந்தேன். என் மனதில் இருந்த பல்கலைக்கழகம் அல்ல அது என்பதை முதல்நாளே உணர்ந்தேன். அப்பல்கலைக்கழக வளாகத்தில் இடதுசாரி, தலித், வலதுசாரி எனப் பல்வேறு மாணவர் அமைப்புகளின் பதாகைகள், போராட்டங்கள் ஆகியவற்றைக் கண்டேன். ஐந்து மாணவர்களை விடுதியில் இருந்து நீக்கிவிட்டதாகவும் அதை எதிர்த்துப் போராட்டமும் பேச்சு வார்த்தைகளும் நடைபெறுவதாகவும் அறிந்தேன். விடுதி மாணவர்களின் கூட்டம், ஆலோசனைகள், துணைவேந்தருடன் பேச்சுவார்த்தை எனப் பல செய்திகளைப் பரவலாகப் பேசிக் கொண்டிருந்தனர். பல்கலைக்கழக வளாகத்திற்குள்ளேயே இருந்த ஆசிரியர் குடியிருப்பில் ஒரு பிரச்சினை. பேராசிரியர் ஒருவரது வீட்டுக்குள் அத்துமீறிக் காவல்துறை நுழைந்திருக் கிறது. அதை எதிர்த்து ஆசிரியர் அமைப்புகள் ஒருபுறம் போராட்டம் நடத்திக்கொண்டிருந்தன.

நான் நினைத்திருந்தமைக்கு மாறாக அங்கே பரவலாக அறியப்பட்டிருந்தேன். என் வருகை குறித்த பரபரப்பும் நிலவியது. பல தரப்பினர் என்னைச் சந்திக்க வந்தனர். வெவ்வேறு மாநில மாணவர்களும் ஆவலாக வந்து பேசினர். என் நாவல்களின் ஆங்கில மொழிபெயர்ப்பைப் பலர் வாசித்திருந்தனர். ஒருநாள் இரவில் உணவுக்குப் பிறகு தமிழ் மாணவர் சந்திப்பு ஒன்றுக்கு நண்பர் ஒருவர் ஏற்பாடு செய்தார். அதில் பங்கேற்றேன். பல்கலைக்கழகத் தேர்வாணையராக இருந்தவர் ஆவணப் பதிவு ஒன்றிற்காகக் கொஞ்ச நேரம் ஒதுக்கி நான் பேச வேண்டும் என்றார். அதற்கும் ஒத்துழைத்தேன். பல்கலைக்கழகத்திற்கு

வெளியிலிருந்து என்னைச் சந்திக்க வந்தோர் பலர். மேலும் மாணவர், ஆசிரியர் அமைப்புகளின் போராட்டக் களங்களில் சிற்றுரை வழங்க வேண்டும் என அழைப்புகள் வந்தன. அதற்கு மட்டும் நான்இணங்கவில்லை. மாநாட்டில் என் சிறப்புரையின் போது அரங்கு கொள்ளாத கூட்டம். பலர் நின்றுகொண்டு கேட்டனர். உரையின் முடிவில் உரையாடல் நிகழ்வும் நடந்தது. சில வினாக்களை நான் தவிர்த்தேன். யாரும் என்னை வற்புறுத்த வில்லை. அனைவருமே என் மனநிலையை முழுமையாகப் புரிந்துகொண்டு என்னை அணுகினர்; நடத்தினர்.

என்னை இத்தனை பேர் அறிந்திருக்கிறார்கள் என்பதும் என் நாவல் பிரச்சினை பற்றிய புரிதல் கொண்டிருக்கிறார்கள் என்பதும் எனக்கு ஆச்சர்யம் தந்த விஷயங்கள். அப்போதே அப்பல்கலைக்கழகம் கொதிநிலையில்தான் இருந்திருக்கிறது. அரசியல் விழிப்புணர்வுடன் இயங்கும் மாணவர்களையும் பேராசிரியர்களையும் கண்டேனே தவிர அங்கிருந்த கொதி நிலையை நான் உணரவில்லை. நான் மட்டுமல்ல, அங்கே இருந்தவர்களே அதை உணர்ந்திருந்தார்களா என்பது சந்தேகம் தான். தொடர்ந்து அங்கிருந்து வந்த செய்திகளை வாசித்துக் கொண்டிருந்தேன். முடிவாக 2016 ஜனவரி மாதம் 17ஆம் நாள் ரோஹித் வெமுலாவின் தற்கொலைச் செய்தி. நான் அங்கே போயிருந்தபோது விடுதியில் இருந்து நீக்கப்பட்டிருந்த ஐந்து மாணவர்களில் ரோஹித்தும் ஒருவர் என்பது தெரிந்தது.

கொதிநிலையை யாரும் தணிக்கவில்லை. கொதிப்பில் ஓர் உயிர் வெளியே வழிந்துவிட்டது. அதன்பின் கொதி கொஞ்சம் கொஞ்சமாக உள்ளடங்கி எல்லாம் வற்றிவிட்டது; அல்லது வற்றிவிடும். வாய்ப்பிருப்போர் கொதிநீரில் கொஞ்சம் மொண்டு தங்களை நனைத்துக்கொள்வார்கள். பருகி ஆசுவாசம் அடைவார்கள். ஆளுக்கொரு கோப்பை மொண்டால் சீக்கிரம் பாத்திரம் காலியாகிவிடும். நீருக்கு எப்போதும் இந்த நிலை தான். ஆனால் எரியும் விறகு மட்டும் அணையவே இல்லை. அது அணைவது போலத் தோன்றும். சிறுகாற்று ஊதலில் பற்றி எரியும். எல்லாவற்றையும் ஆவியாக்கிய பிறகு இந்த மடத்தீ என்ன செய்யும்? உயிரற்ற மயானத்தில் கனன்று எரிந்து யாருக்கு என்ன பயன் தரும்? ரோஹித் வெமுலாவின் முகத்தில் என் மகனைக் கண்டேன். அவன் எழுதி வைத்திருந்த கடித வாசகங்களில் வெளிப்பட்ட அறிவின் கூர்மை என்னைத் தீய்த்தது. அதைப் பயன்கொள்ளாத இவ்வுலகம் எனக்குப் பிடிக்கவில்லை. இது போன்ற பிடிக்காத மனநிலைதான் ரோஹித்தையும் செலுத்தியிருக்கக் கூடுமோ?

இழப்பு தரும் பெரும்சோர்வுக்கு ஆளானேன். அப் பல்கலைக்கழக நண்பர்கள் பலருடன் பின்னர் பேசியபோது அனைவரையுமே சோர்வும் சலிப்பும் ஆட்கொண்டிருப்பதை உணர முடிந்தது. ரோஹித் தற்கொலை விவகாரம் தேசிய அளவில் பெரிதாக உருவெடுத்தது, ஊடகங்களில் பேசப்பட்டது, பல்வேறு கதைகள், திரிபுகள் என எவ்வளவோ வந்தன. எல்லாம் இருக்கட்டும். என் ஆதங்கம் எல்லாம் ரோஹித் உயிருக்கு என்ன பதில் என்பதுதான். அந்த உயிருக்குரிய வாழ்வதற்கான உரிமையைப் பறித்தவர்கள் நாம் எல்லாரும்தானே? உயிரைப் பறிக்கும் அளவுக்கு அப்படி என்ன தீர்க்க முடியாத பிரச்சினை? எப்பேர்ப்பட்ட பிரச்சினையாக இருந்தாலும் சுமுகமாகப் பேசித் தீர்த்து, விட்டுக்கொடுத்து இணக்கமாக வாழ்வதைத் தடுக்கும் சக்தி எது? வாழ்க்கை பற்றி ஏராளமான கனவுகளோடும் ஆசைகளோடும் இருந்த உயிர் இந்த உலகைப் புறக்கணித்துப் போனதன் துயரை என்னால் தாங்க இயலவில்லை.

இரண்டு கவிதைகள் எழுதி என் ஆதங்கத்தைத் தீர்த்துக் கொண்டேன். வேறென்ன செய்ய முடியும் என்னால்? கவிதைகள்:

சரியான வழி

தற்கொலைதான்
நமக்குச் சரியான வழி
உங்கள் அதிகாரத்தை
உங்கள் அகம்பாவத்தை
உங்கள் வெறியை
உங்கள் அன்பை
உங்கள் கரிசனத்தை
உங்கள் இரக்கத்தை
உங்கள் ஆதிக்கத்தை
உங்கள் கீழ்மையை
உங்கள் திமிரை
உங்கள் கருணையை
உங்கள் தயவை
உங்கள் பிச்சையை
புறக்கணிக்கிறோம்
உதாசீனப்படுத்துகிறோம்
எதிர்க்கிறோம்
என்பதை உணர்த்த
நமக்குச் சரியான வழி
தற்கொலைதான்.

பெருந்தன்மை

அவன் எழுதியிருந்த கடைசி வாசகங்கள்:
'யார்மீதும் புகாரில்லை

> ஒருவரையும் குற்றம் கூறவில்லை
> என் சாவுக்கு எவரும் காரணமல்ல'
> எல்லாவற்றையும்
> ஒத்துக்கொள்ளும் பெருந்தன்மை
> நமக்குத்தான் இல்லை.

இயற்கையில் பிறக்கும் ஒவ்வொரு உயிருக்கும் இங்கே வாழ்வதற்கான உரிமை இருக்கிறது. அதை யார் பறித்தாலும் எது பறித்தாலும் குற்றம்தான். வாழ்வதற்கான வாய்ப்புக்களை உருவாக்கித் தருவதும் ஏற்படும் பிரச்சினைகளைப் போக்குவதும் தான் உயரிய உயிராகிய மனிதரின் கடமை. ஆனால் ஏன் மனிதர்கள் இப்படி இருக்கிறார்கள்? மதம், சாதி, இனம், மொழி, நிறம் என எத்தனையோ பெயர்களால் மற்றவர்களை ஆக்கிரமிப்பதும் பிறர் மீது அதிகாரம் செலுத்துவதும் எதனால்? ஓர் உயிருக்குப் பிறப்பின் வழி சுமத்தப்படும் அடையாளங்களை ஒருபோதும் துறக்கவே இயலாதா? அடையாளம் சுமத்துவதை நிறுத்தவே மாட்டார்களா? உயிரைவிட அடையாளம் முக்கியமா? அடையாளத்தைச் சொல்லி இழிவுபடுத்தும் காலம் முடியவே முடியாதா? ஆக்கிரமிப்பாளர்களும் அதிகார வெறியர்களும் இவ்வுலகில் சாசுவதமாக வாழப் போகிறவர்களா? எல்லாவற்றையும் பகிர்ந்து, சக மனிதரோடு இணங்கி வாழும் மகிழ்ச்சியை ஏன் அனுபவிக்க மறுக்கிறார்கள்? சக உயிரைத் துன்பத்தில் ஆழ்த்துவதன் வழியாக எதைச் சாதிக்க நினைக்கிறார்கள்? கிடைத்தற்கரிய தேவலோகப் பதவியையா பெற்றுவிடப் போகிறார்கள்? இப்படி எத்தனையோ கேள்விகள் எனக்குள்.

ரோஹித் ஏன் இப்படி முடிவெடுத்தார்? அவருக்குச் சோர்வைக் கொடுத்தது எது? உலகியல் தேவைகளுக்கு அவரால் முகம் கொடுக்க முடியவில்லையா? எதிராளிகளின் வியூகங்களை உடைக்கும் வல்லமை நமக்கு இல்லையே என்னும் கழிவிரக்கமா? ஆதரவு சக்திகளின் போதாமை குறித்த துயரமா? தொடர் போராட்டமும் அலைக்கழிப்பும் ஏற்படுத்திய நிம்மதி யின்மையா? இந்த மனிதர்களோடு வாழ்ந்து என்ன கிழிக்கப் போகிறோம் என்னும் வெறுப்பா? இல்லை, தன்னையே தரும் போராட்ட உத்திமுறையா? எதுவானாலும் உயிரிழப்பை என்னால் ஏற்றுக்கொள்ள இயலவில்லை. தமிழ் ஈழத்திற்காக உண்ணாவிரதம் இருந்து தம் உயிரை விட்ட திலீபனின் நினைவு தோன்றும்போதெல்லாம் எனக்குள் பெரும் அதிர்வு உருவாகும். அவர் உயிர்விடக் காரணமான இருதரப்பையும் என்னால் ஏற்றுக்கொள்ள இயலவில்லை. ஒருவர் வாழ வழி சொல்லாமல் சாக வழி சொல்வோரின் பின்னணிக் காரணம் ஏதானாலும் என் மனம் ஒப்புவதில்லை. அதே அதிர்வும் எண்ணங்களும் ரோஹித் விஷயத்திலும் எனக்கேற்பட்டன.

மயிர்தான் பிரச்சினையா?

எப்போதோ ஒருகாலத்தில் போர்க்கள உயிரிழப்பு இயல்பானதாகக் கருதப்பட்டிருக்கலாம். இன்றைக்கும் உயிரிழப்பு இயல்பானதுதானா? அப்படியானால் என்ன வகையில் முன்னேற்றம் கண்டிருக்கிறோம்? எங்கே வந்து சேர்ந்திருக்கிறோம் நாம்? ரோஹித் எதன் அடையாளம் அல்லது குறியீடு? இழப்பின் குறியீடு எனச் சொல்லலாமா? இழப்பினால் நாம் பெற்ற அல்லது பெறப் போகும் உரிமைகளின் குறியீடா? இன்னும் எத்தனை காலம் குறியீடுகளை உருவாக்கிக் கொண்டிருக்கப் போகிறோம்?

எல்லாவற்றையும்விட என்னை அலைக்கழித்துக் கொண்டிருக்கும் அடிப்படையான கேள்வி ஒன்றே ஒன்று தான். அது: இழப்பதற்கு உயிர் இருக்கிறது; உயிரை இழந்த பிறகு பெறுவதற்கு என்ன இருக்கிறது?

காலச்சுவடு, பிப்ரவரி, 2017

தற்காலிகத் திருப்தி தரும் ஏற்பாடு

நாமக்கல் பேருந்து நிலையத்தில் ஒலிபெருக்கி விளம்பரம் ஒன்றைக் கேட்டேன். 'தமிழ் மீடியத்துல படிக்கறது நம்ம நாட்டு நாணயம் மாதிரி. உள்நாட்டுக்குள்ளதான் செல்லுபடியாகும். இங்கிலீஷ் மீடியத்துல படிக்கறது முத்திரைப்பவுன் மாதிரி. உலகத்துல எங்க போனாலும் செல்லுபடியாகும்.' தனியார் ஆங்கில வழிப்பள்ளி ஒன்றிற்கான விளம்பரத்தில் வரும் வாசகம் அது. ஏற்கனவே நிலவுவதும் தற்போது வலுப் பெற்றிருப்பதுமான பொதுப்புத்தி சார்ந்த கருத்து இது. இந்நிலையில் எல்லா மக்களையும் ஈர்க்கும் நோக்கில் அரசுப் பள்ளிகளிலும் ஆங்கிலவழி வகுப்புகள் இவ்வாண்டு முதல் தொடங்கப்படும் என அறிவித்து இப்போது மாணவர்சேர்க்கையும் மும்முரமாக நடைபெற்று வருகிறது.

ஒன்று, ஆறு, பதினொன்று ஆகியவற்றில் ஆங்கில வழி வகுப்புகள் தொடங்கப்பட்டுள்ளன. ஆறாம் வகுப்பிலும் பதினொன்றாம் வகுப்பிலும் ஆங்கில வழி வகுப்பில் சேரக் கிராமத்து மாணவர்கள் அவ்வளவாக விரும்பவில்லை. இதுவரை தமிழ்வழியில் படித்ததோடு ஆங்கிலத்தின்மீது அச்சமும் கொண்டுள்ள அம்மாணவர்கள் திடுமென ஆங்கில வழிக்கு மாறுவதில் தயக்கம் கொண்டுள்ளனர். ஆனால் பெரும்பாலான பள்ளிகளில் முதல்வகுப்பு ஆங்கில வழியில் பிள்ளைகளைச் சேர்க்கப் பெற்றோர் ஆர்வம் காட்டுகின்றனர். பல மாவட்டங்களில் அரசுத்

தொடக்கப்பள்ளிகளில் மாணவர்சேர்க்கை அதிகரித்துள்ளது. போதிய மாணவர் சேர்க்கை இன்மையால் மூடப்படுமோ என்று பயந்திருந்த ஓராசிரியர், ஈராசிரியர் பள்ளிகள் எல்லாம் இப்போது புத்துயிர் பெற்றிருக்கின்றன. ஆசிரியர் அமைப்புகள் ஆங்கில வழிக் கல்விக்கு எந்த எதிர்ப்பையும் தெரிவிக்காமைக்கு இதுமுக்கியமானகாரணம்.

அரசுப் பள்ளி ஆசிரியர்களுக்கு இப்போது உற்சாகம் வந்துள்ளது போலவும் தோன்றுகின்றது. ஒவ்வொரு பள்ளியின் முன்னும் ஆங்கில வழி வகுப்புகள் பற்றிய பதாகைகள் வரவேற்கின்றன. தனியார் பள்ளிகளை விஞ்சும் வகையில் அரசுப் பள்ளிகள் விளம்பரங்களும் செய்கின்றன. சுவரொட்டிகள், துண்டறிக்கைகள் ஆகியவற்றை ஆசிரியர்களே தமது செலவில் தயார் செய்து விநியோகிக்கின்றனர். ஆங்கில வழிக் கல்வியோடு புத்தகம், நோட்டு, சீருடை, செருப்பு, மதிய உணவு ஆகியவை இலவசம் என்பதையும் சேர்த்து விளம்பரப்படுத்துகின்றனர். ஆங்கில வழி அறிவிப்பால் அரசுப் பள்ளி ஆசிரியர்களிடம் மட்டுமல்ல, அங்கே சேர்க்கலாமா வேண்டாமா என ஊசலாட்டம் கொண்டிருந்த பெற்றோர்களிடமும் மகிழ்ச்சி நிலவுகிறது. தனியார் பள்ளிகளில் பயிலும் வசதியான பிள்ளைகள் போலவே தங்கள் பிள்ளைகளும் ஆங்கிலத்தில் படிப்பார்கள் என்பதால் அந்த மகிழ்ச்சி. ஆங்கிலம் - தமிழ் என்பவை தனியார் பள்ளிகள் - அரசுப் பள்ளிகள் மற்றும் ஏற்றதாழ்வுக் கான குறியீடாகவும் கருதப்படுகின்றன. அது இப்போது உடைபட்டிருக்கிறது.

அரசுப் பள்ளிகளில் ஆங்கில வழி வகுப்புகள் தொடங்கப் படுவதால் ஆங்காங்கே சிறியஅளவில் சிறைகளைப் போன்ற அறைகளுக்குள்ளும் வீடுகளுக்குள்ளும் நடைபெற்றுவந்த தனியார் நர்சரி, பிரைமரி, தொடக்கப்பள்ளிகள் பல இவ்வாண்டு மூடப்படும் நிலைக்குத் தள்ளப்பட்டுள்ளன. பல பள்ளிகள் கட்டணத்தைக் குறைத்திருக்கின்றன. கட்டணம் செலுத்தும் நடைமுறைகளில் பல்வேறு சலுகைகளை அறிவித்திருக்கின்றன. இப்பள்ளிகள் மாதம் நூறிலிருந்து இருநூறு ரூபாய் வரை செலவு செய்ய ஆற்றல் உள்ள வருவாய்ப் பிரிவு மக்களைக் குறிவைத்தவை. ஏற்கனவே நிலைப்பட்டுவிட்ட மிகப் பெரும் பள்ளிகளுக்குப் பெரிதாகப் பாதிப்பு ஏதுமில்லை. சமச்சீர்க் கல்விப் பாடத்திட்டத்தால் ஏற்பட்ட பாதிப்பிலிருந்து மீளும் பொருட்டு அவை ஏற்கனவே பல்வேறு பாய்ச்சல்களை நிகழ்த்திவிட்டன. மதிப்பெண் வாங்க வைத்தல், சிபிஎஸ்இ, இண்டர்நேஷனல் ஸ்கூல் தொடங்குதல் முதலியவற்றால் உயர் நடுத்தர வர்க்க, உயர்தர வர்க்கப் பிரிவினரைத் தம் நிரந்தர

வாடிக்கையாளராகக் கொண்டிருக்கின்றன. இருபத்தைந்து விழுக்காடு ஏழை மாணவர்களைச் சேர்த்துக்கொள்ள வேண்டும் என்னும் சட்டத்தை அவை நிறைவேற்றும் விதம் குறித்துத் தனி ஆய்வே செய்யலாம். எந்தச் சட்டத்தையும் தங்களுக்கேற்ப மாற்றிக்கொள்ளமுடியும் என்பது அவர்களது அசைக்க இயலாத நம்பிக்கை. தனியார் பள்ளிகளுக்கு ஆண்டு தோறும் அரசு கட்டண நிர்ணயம் செய்கிறது. அதில் ஒரு விழுக்காடேனும் நடைமுறைக்கு வருகிறதா?

கடந்த திமுக ஆட்சியில் தமிழ் வழிக் கல்வி பற்றி அவ்வப் போது பேசப்பட்டது. சமச்சீர்க் கல்வித் திட்டம் கொண்டு வரப்பட்டது. தொழிற்கல்வியில் சிவில், மெக்கானிக்கல் படிப்புகள் தமிழ் வழியில் தொடங்கப்பட்டன. நல்ல தர மதிப்பெண் பெற்ற மாணவர்கள் பலர் விரும்பி அவற்றில் சேர்ந்துள்ளனர். தமிழ் வழியில் படித்தோருக்கு வேலைவாய்ப்பில் குறிப்பிட்ட அளவு முன்னுரிமை என அரசாணை பிறப்பிக்கப்பட்டது. அதன்படி தமிழ்நாடு அரசுப் பணியாளர் தேர்வாணையம், ஆசிரியர் தேர்வு வாரியம் ஆகியவை நடத்தும் போட்டித் தேர்வுகளில் இட ஒதுக்கீடும் வழங்கப்பட்டது. இந்த நடவடிக்கைகள் எல்லாம் மக்களிடம் பெற்ற செல்வாக்கைவிட இப்போதைய அதிமுக ஆட்சி அறிவித்துள்ள ஆங்கில வழிக் கல்வித் திட்டம் பெரும் வரவேற்பைப் பெற்றிருக்கிறது.

நலிந்தோருக்குச் சில சலுகைகள் வழங்குவதாகிய திமுகவின் திட்டங்கள் மக்களிடம் சென்று சேர்ந்ததைவிட நலிந்தோரை வலியோருக்கு நிகராக உயர்த்துவதாகக் கருதப் படும் அதிமுகவின் ஆங்கில வழிக் கல்வித் திட்டம் பரபரப்பாக மக்களிடம் சென்று சேர்ந்திருக்கிறது. ஒருவகையில் முந்தைய அதிமுக ஆட்சி, மக்கள் விரும்பாத பலியிடல் தடைச் சட்டம், மழைநீர் சேகரிப்புத் தொட்டி அமைத்தல், அரசு ஊழியர்கள் பணிநீக்கம் முதலியவற்றின் மூலம் எதிர்ப்பைச் சம்பாதித்திருந்தது. இப்போது மக்கள் நாடித் துடிப்பை உணர்ந்து அவர்கள் விருப்பத்திற்குரிய திட்டங்களைச் செயல்படுத்தி வருகிறது.

ஆங்கில வழிக் கல்வி அறிவிப்பைக் கடுமையாக எதிர்ப்பது மட்டுமல்லாமல் பல்வேறு தமிழ் அமைப்புகள் போராட்டங்களையும் நடத்துகின்றன. ஆங்கிலவழிக் கல்வியால் தமிழ் அழிந்துவிடும் என்று அவை கவலைப்படுகின்றன. தமிழை அழிப்பதற்கு இந்த இனம் எத்தனையோ முயற்சிகளை எடுத்து வருகிறது. ஆனால் இன்றுவரை தமிழ் தாக்குப் பிடித்திருக்கிறது. எதிர்காலத்தில் இந்த இனத்தின் முயற்சி வெற்றி பெறலாம். தமிழைக் காப்பாற்ற முயலும் இந்த அமைப்புகள் நாள்தோறும் போராட்டம் நடத்திக்கொண்டே

இருக்கவேண்டியதுதான். அரசுப் பள்ளிகளில் பயிலும் பிள்ளைகள் பொருளாதாரத்தில் நலிந்தவர்கள், தலித்துகள் ஆகியோரே. அவர்களும் மற்றவர்கள் பயிலும் ஆங்கில வழிக் கல்வியைப் பயிலக் கிடைத்த வாய்ப்பு இது என்று வரவேற்புக் கூறுவோரும் உள்ளனர்.

தமிழ் அமைப்புகள் நடத்தும் போராட்டத்திற்குப் பெரிய ஆதரவு இருப்பதாகத் தெரியவில்லை. தமது இருப்பைத் தெரிவிக்கும் பொருட்டான செய்லபாடு இது. அவ்வளவே. 'உங்கள் பிள்ளைகளை, பேரன் பேத்திகளைத் தமிழ் வழியில் படிக்க வைக்கிறீர்களா? அரசுப் பள்ளியில் படிக்க வைக்கிறீர்களா?' என்னும் கேள்விகளைக் கேட்டால் பதில் சொல்லும் தார்மீக வலு அவர்களிடம் இல்லை.பொதுத்தளத்தில் தாங்கள் வலியுறுத்தும் கருத்துக்களைச் சொந்த வாழ்க்கையில் கடைபிடிப்பதில்லை என்னும் இரட்டை நிலை கொண்ட சமூகம் நமது. தயாநிதி மாறனைத் தேசிய அரசியலுக்கு அறிமுகப்படுத்தும் போது 'அவருக்கு இந்தி தெரியும்' என்று காரணம் கூறியவர் தமிழினத் தலைவர். இந்தி எதிர்ப்பில் ஈடுபட்ட தலைமுறை இன்னும் வாழ்ந்துகொண்டிருக்கிறது என்னும் உணர்வுகூட அவருக்கு இல்லை.

பொதுவாகக் கல்வி பற்றியோ மொழி பற்றியோ தெளிவானதும் முன்னேற்றத்திற்கு உரியதுமான திட்டங்களை எந்த ஆட்சியும் செயல்படுத்துவதில்லை. ஒரு ஆட்சியின் திட்டங்களுக்கு முரணாக இன்னொரு ஆட்சி திட்டங்களைப் போடுவதும் எப்பேர்ப்பட்ட திட்டமாக இருப்பினும் வேறொரு ஆட்சியில் போட்ட திட்டங்களைச் செயல்படுத்தாமல் அடுத்த ஆட்சி கைகழுவி விடுவதும்தான் தமிழக அரசியலாக இருந்து வருகிறது. திமுக ஆட்சி தமிழ் தொடர்பாகப் பேசிக் கொண்டேயிருந்தாலும் தமிழ் வளர்ச்சிக்கான செயல்களாகப் பெயரளவுக்கான திட்டங்களைப் போடுவதோடு நின்றுவிடும். அதிமுக ஆட்சி அந்தப் பெயரளவுக்கான திட்டங்களைக்கூடச் செயல்படுத்தாமல் நிறுத்திவிடும். இந்த ஆட்சிகள் கல்வித்துறையில் இருக்கும் மையமான பிரச்சினைகளைப் பற்றி ஒருபோதும் கவலைப்படுவதில்லை.

பாடத்திட்டங்கள், கற்பித்தல் முறைகள், பள்ளிக்கான அடிப்படைக் கட்டமைப்புகள், ஆசிரியர் மாணவர் உறவு உள்ளிட்ட பல்வேறு விஷயங்கள் பற்றி அக்கறை காட்டுவதில்லை. ஒன்றைத் தொடங்கினால் அதற்குத் தொடர்ச்சி தருவதும் இல்லை. அவ்விதம் முடங்கிப் போன திட்டத்திற்குச் செயல்வழிக் கற்றல் முறை நல்ல உதாரணம். ஆங்கில வழிக் கல்வியும் பரபரப்பாகத் தொடங்கப்பட்டுப் படிப்படியாக நம்

வழக்கமான சடங்குக் கல்வி முறைக்குள் முடங்குவதுதான் நடக்கும். ஆங்கில வழிக் கல்வி பயிற்றும் பெரும்பாலான தனியார் பள்ளி மாணவர்களுக்கு மொழி ஆளுமையோ மொழிப் புலமையோ இருப்பதில்லை. மனப்பாடம் செய்து மதிப்பெண் பெறுபவர்களாக அவர்கள் உருவாகி வருகின்றனர். தமிழ் வழியில் பயிற்றும் அரசுப் பள்ளிகளும் மனப்பாடக் கல்வி முறையையே பின்பற்றுகின்றன. மாணவர்களின் திறன்களை மேம்படுத்தும் சிந்தனை சார் கல்வி அல்ல, அவர்களைப் பணியடிமைகளாக்கத் தயார்ப்படுத்தும் கல்வி முறையே இது.

அதற்கான வழியைத் தனியார் பள்ளிகள் என்னும் பெயரில் திறந்துவிட்ட அரசு இன்று புலிவால் பிடித்த கதையாக அவற்றைத் தொடர்ந்து செல்ல வேண்டியிருக்கிறது. தனியார் பள்ளிகள் மிகச் சிறப்பான தயாரிப்புகளை வெளித்தள்ளுகின்றன. அவற்றோடு அரசுப் பள்ளிகள் போட்டியிட முடியவில்லை. தனியார் பள்ளிகளின் மோசமான பல்வேறு நடவடிக்கைகளைக் கட்டுப்படுத்த அரசு தயாரில்லை. பள்ளி நேரம் முடிந்த பின் பல மணி நேரம் படிக்க வைப்பது, ஒன்பதாம் வகுப்புப் பாடம் நடத்தாமலே பத்தாம் வகுப்புப் பாடத்தை நடத்துவது, பதினொன்றாம் வகுப்புப் பாடத்தை நடத்தாமலே பன்னிரண்டாம் வகுப்புப் பாடத்தை நடத்துவது, ஆசிரியர்களை அடிமைகளாக வைத்திருப்பது உள்ளிட்ட பல்வேறு விஷயங்களில் அரசு தலையீடு மிகக் குறைவு. தனியார் பள்ளிகளில் பயிற்றுவித்தலை விடப் பயிற்சிமுறைகளுக்கே மிகுந்த முக்கியத்துவம். அரசுப் பள்ளிகளில் பயிற்சிமுறைகளுக்கு அவ்வளவு வாய்ப்பு இல்லை.

இவற்றைக் கட்டுப்படுத்துவதை விட்டுவிட்டு அரசுப் பள்ளிகளையும் தனியார் பள்ளிகளோடு போட்டியிடச் செய்யும் வகையிலான நடவடிக்கைகளையே அரசு மேற்கொள்கிறது. அத்தகைய நடவடிக்கைகளில் ஒன்றுதான் ஆங்கில வழி வகுப்புகள் தொடக்கமும். ஆனால் தனியார் பள்ளிகளைப் பல்வேறு வழிகளில் கட்டுப்படுத்தும் நடவடிக்கைகளை மேற்கொள்ளாமல் அவற்றோடு போட்டியிட்டு அரசுப் பள்ளிகள் வெற்றி பெறுவது இயலாத காரியம். ஆங்கில வழிக் கல்வி வந்தபின்னும் தனியார், அரசுப் பள்ளி வேறுபாடுகள் அப்படியே தொடர்வதுதான் நடக்கும். மதிப்பெண் பெறுவதிலோ உயர்கல்வி வாய்ப்புகளிலோ தனியார்ப் பள்ளி மாணவர்களின் ஆதிக்கமே நிலவும்.

இன்று அரசுப்பள்ளிகளில் ஏற்பட்டிருக்கும் உற்சாகம் வெகுசீக்கிரம் வடிந்துவிடும். ஆங்கிலவழிக் கல்வி என்பது மக்களுக்குத் தற்காலிகத் திருப்திதரும் ஏற்பாடு என்பது விரைவில் புரியும். எந்தப்பொருள் சந்தையில் வந்தாலும் அதன் விலை

மலிவுத் தயாரிப்பும் சந்தைக்கு வந்து சாதாரண மக்களின் வாங்கும் திறனைச் சுரண்டும். ஆனால் விலை மலிவுத் தயாரிப்புகள் மக்களுக்குத் தரும் திருப்தி முக்கியமானது. ஒருபொருளை வாங்கியபின் அதற்குரிய தவணைத் தொகையைக் கட்டி முடிப்பதற்குள்ளாகவே அப்பொருள் பல்லிளித்துவிடும். என்றாலும் தொடர்ந்து மக்கள் அத்தகைய பொருளை வாங்கிக் கொண்டேயிருக்கக் காரணம் அதுதரும் திருப்தி மனநிலைதான்.

தனியார் பள்ளிகளுக்கும் அரசுப் பள்ளிகளுக்குமான தரவேறுபாடு அத்தனை சீக்கிரம் நிரப்பிவிடக் கூடியதல்ல. பல்வேறு கட்டமைப்பு வசதிகளையும் போக்குவரத்து வசதிகளையும் கொண்டுள்ள தனியார் பள்ளிகளின் கரங்கள் சந்து பொந்துகளிலும் நுழையும் ஆற்றல் பெற்றவை. பெற்றோரின் பொருளாதாரத் தகுதி அறிந்து அதனைச் சுரண்டும் திட்டங்களைத் தீட்டுவதில் கைதேர்ந்தவை. மாணவர்களின் இருபத்துநான்கு மணி நேரத்தையும் கண்காணிக்கும் வல்லமைபெற்ற கண்களை உடையவை. ஆசிரியர்களைத் தேர்ந்த கண்காணிப்பு நிபுணர்களாக அவை மாற்றி வைத்திருக்கின்றன. அவற்றை அரசுப் பள்ளிகள் வெறும் ஆங்கிலவழிக் கல்வியால் மட்டும் எதிர் கொண்டு விடமுடியாது.

வாக்கு வங்கி, எதிர்க்கட்சி ஆட்சி ஆகியவற்றை மட்டும் கருத்தில் கொள்ளாமல் உருப்படியான கல்விக்கொள்கைகளைக் கடைப்பிடித்துத் திட்டங்களை உருவாக்கிச் செயல்படுத்துவதால் மட்டுமே சிறப்பான கல்விமுறையை ஓர் அரசால் உருவாக்க முடியும். கல்வி மொழி பற்றியும் அப்படி ஒரு தெளிவான கொள்கை அரசுக்கு இருக்க வேண்டும். தாய்மொழி வழிக் கல்வியின் சிறப்பைப் பற்றி மீண்டும் மீண்டும் பேச வேண்டியதில்லை. தனியாராக இருப்பினும் அரசாக இருப்பினும் சரி, எல்லாப் பள்ளிகளிலும் தாய்மொழி வழிக் கல்விதான் இருக்க வேண்டும் என்று சட்டம் கொண்டு வர இயலாதா?

இந்தி கற்க வேண்டும் என்று வலியுறுத்திய காங்கிரஸ் காரர்கள் தமிழில் உயர்கல்வி முழுவதையும் பயிற்றுவிக்க முடியும் என்றும் கருதித் திட்டங்கள் தீட்டியுள்ளனர். இந்தியும் கற்கவேண்டும், ஆங்கிலமும் கற்கவேண்டும் என்று கருதிய மும்மொழிக் கொள்கை உடையவர்கள் அவர்கள். அதேசமயம் தாய்மொழி வழிக்கல்வியை ஆதரித்ததோடு அதைச் செயல்படுத்த முயன்றுள்ளனர். தாய்மொழி வழிக்கல்விதான் காங்கிரஸ் கட்சியின் கல்விக் கொள்கையாக இருந்திருக்கிறது. அதை வலியுறுத்தியும் அதற்காக எடுக்கப்படும் முயற்சிகளை விளக்கியும் சி. சுப்பிரமணியம் 'தமிழால் முடியும்' என்று புத்தகமே எழுதியிருக்கிறார்.

‘இன்றைக்குப் பாடம் தமிழிலேயே சொல்லிக் கொடுக்க வேண்டும் என்று நாம் சொல்வது ஆங்கில மொழியைக் கற்றுக் கொள்ளக்கூடாது என்ற அடிப்படையில் அல்ல... ஆங்கில மொழியை அல்லது இன்னொரு ஐரோப்பிய மொழியை நம்முடைய இளைஞர்கள் எல்லோரும் கட்டாயம் கற்றாக வேண்டும். அப்படிக் கற்றுக்கொண்டு அதன்மூலமாக அங்கில நூல்களை எல்லாம் படிப்பதற்கான ஒருமுறையை நாம் வகுக்க வேண்டும் என்கிற அடிப்படையில்தான் இன்றைக்கு ஆங்கிலம் முன்பு சொல்லிக் கொடுத்ததைவிட இன்னும் கொஞ்சம் நல்ல முறையிலே பள்ளிக்கூடங்களிலே சொல்லிக் கொடுக்க வேண்டும்...’ (வள்ளுவர் பண்ணை வெளியீடு, சென்னை, 1962, ப.151, 152) என்று அதில் கூறுகிறார். தமிழ் வழிக் கல்வியை வலியுறுத்தும் பல கருத்துக்கள் அந்நூலில் இடம் பெற்றிருக் கின்றன. அதை எதிர்ப்பவர்கள் வைக்கும் வாதங்களுக்குத் தர்க்கப்பூர்வமான பதில்களைத் தருகிறார். அதில் உள்ள பிரச்சினைகளைத் தீர்க்கத் தாங்கள் எடுக்கும் முயற்சி பற்றியும் விரிவாகப் பதிவு செய்திருக்கிறார்.

பக்தவத்சலம் தமிழக முதலமைச்சராக இருந்த காலத்தில் தான் தமிழ்நாட்டுப் பாடநூல்கழகத்தின் வாயிலாகப் பல்துறை நூல்கள் வெளியிடும் பணி தொடங்கப்பட்டுச் சிறப்பாக நடந்தது. கலைக் கல்லூரிகளில் தமிழ் வழிக்கல்வி தொடங்கப்பட்டதும் அக்காலத்தில்தான். இம்முயற்சிகள் தொடராமல் போனது ஏன் என்பது விரிவாக விவாதிக்கப்பட வேண்டிய கேள்வி. பாடநூல் தயாரிப்பு வேலையில் சிலஆண்டுகள் முயன்றால் உயர்கல்வி முழுவதையும் தமிழ்வழியில் கற்பிக்க முடியாமல் போய் விடுமா? தாய்மொழி வழியில் கற்று எல்லாத்துறைகளிலும் சாதனைகள் புரிந்தநாடுகள் பல. இன்றுவரை தாய்மொழி வழிக்கல்வியையே பின்பற்றும் நாடுகளே மிகுதி.

இன்று ஆங்கிலம் மிகமிகத் தேவை. மொழி அறிவாக அது தேவையே தவிர துறை அறிவாக அல்ல. சீனா, ஜப்பான், கொரியா உள்ளிட்ட தம்மொழிக்கே முதன்மை கொடுக்கும் நாட்டினர் பலரும் இன்றைய உலகமயமாக்கல் சூழலில் ஆங்கிலத்தின் தேவையை உணர்ந்து பயில்கிறார்கள். ஆங்கிலத்தைக் கற்றுக் கொள்வதற்குப் பல வழிமுறைகள் இன்று இருக்கின்றன. ஆதாரக் கருவிகள் குறுவட்டு வடிவிலும் இணையதளங்களாகவும் குவிந்து கிடக்கின்றன. அவற்றையெல்லாம் பயன்படுத்திப் பள்ளியில் ஒரு மொழியாக ஆங்கிலத்தைப் பயிற்றுவித்தால் எளிதாக மாணவர்கள் கற்றுக்கொள்வார்கள். ஒருமொழியைப் பயன்பாட்டுத் தேவைக்குக் கற்க அதிகபட்சம் ஆறுமாதம் போதும் என்பது வல்லுநர்கள் கருத்து.

மொழிக்கல்வியும் மொழிவழிக்கல்வியும் ஒன்றல்ல. சகல துறைகளையும் ஒரு மொழியினூடாகக் கற்றுக்கொள்வது மொழி வழிக்கல்வி. ஆங்கிலத்தைக் கற்கவேண்டும் என்பதற்காக எல்லாத் துறைகளையும் அம்மொழியில் கற்பிப்பது அறிவீனம் அல்லவா? தாய்மொழி வழிக்கல்வியே சிறந்தது. தேவையான மொழியை இணையாகக் கற்றுக்கொள்ளலாம். நம் பள்ளிப் பாடத்திட்டத்தில் இருக்கும் ஆங்கிலப்பாடம் மொழிக்கல்வி அல்ல. இலக்கியக்கல்வி. ஆங்கிலத்தில் ஒரு தொடரைக்கூடச் சுயமாக எழுதத் தெரியாத மாணவர்களுக்கு வோர்ட்ஸ் வொர்த்தையும் ஷேக்ஸ்பியரையும் ஆர் கே நாராயணனையும் சரோஜினி தேவியையும் பாடத்தில் வைத்திருக்கிறோம். இப்படி இருப்பின் ஆங்கிலத்தைக் கண்டு மாணவர்கள் ஓடாமல் என்ன செய்வார்கள்?

பாடத்திட்டத்தில் மாற்றம் கொண்டுவந்து மொழிக்கல்வி யாக ஆங்கிலத்தைச் சிறப்பாகக் கற்பிப்பதற்கும் எல்லா நிலைகளிலும் தமிழ்வழியில் கற்பிப்பதற்கும் எந்த அரசு திட்டம் கொண்டுவரும்? ஆங்கிலத்தை மொழியாகக் கற்பது எளிது. நடைமுறையில் நிரூபணமாகி நம் பிள்ளைகள் ஆங்கிலத்தில் சரளமாகப் பேசவும் எழுதவும் வாசிக்கவும் செய்தால் யார் தமிழ்வழிக் கல்வியை எதிர்க்கப் போகிறார்கள்?

காலச்சுவடு, ஜூலை 2013

கல்வியில் சமூக அநீதி

ஆண்டுதோறும் பன்னிரண்டாம் வகுப்புத் தேர்வு முடிவுகள் வெளியானவுடன் தமிழகத்தில் பெற்றோர்கள், கல்வி நிறுவனங்கள், ஊடகங்கள் எனப் பலதரப்பிலும் பதற்றமும் சுறுசுறுப்பும் தொற்றிக்கொள்கின்றன. விண்ணப்பங்கள், கலந்தாய்வு, கல்வி ஆலோசகர்களின் இடையறாத பேச்சுக்கள் எனப் பரபரப்பாகி விடுகிறது சூழல். எல்லாப் பார்வைகளும் மருத்துவம், பொறியியல் என்னும் தொழிற்கல்விகளைப் பற்றியே இருக்கின்றன. ஏராளமான பொறியியல் கல்லூரிகள் உருவாகிவிட்டதும் அவற்றில் சேர்வதற்குரிய மதிப்பெண் அளவு மிகவும் குறைக்கப்பட்டுள்ளது மாகிய காரணங்களால் பெரும்பாலோர் அதற்கு முயல்கின்றனர். தங்கள் தொழில் பெரும் லாபகரமாக நடக்க மாணவர்களைப் பிடித்துப் போட்டுவிட வேண்டும் எனக் கல்லூரி நிர்வாகங்கள் அலைபாய்கின்றன.

பொறியியல் கல்விக்கு உலகளாவிய அளவில் வேலைவாய்ப்புகள் இருக்கின்றன என்பது உண்மையே எனினும் அப்படிப்புகளில் சேர்ந்து விட்டு முடிக்கச் சிரமப்படும் மாணவர்கள் பலர். ஆர்வம், திறன் ஆகியவற்றைக் கணக்கில் கொள்ளாமல் மந்தைகளாய்ப் பொறியியலை நாடுகின்றனர். அதேசமயம் கலைஅறிவியல் படிப்புகள் தொடர்பாக ஏளனமும் புறக்கணிப்புமான மனநிலை சமூகத்தில் உருவாகியுள்ளது. அரசே இந்த மன நிலையில்தான் செயல்படுகின்றது என்பதற்குக்

கலைஅறிவியல் கல்லூரிகளில் மாணவர்சேர்க்கை தொடர்பாக நிலவும் நடைமுறையே உதாரணம்.

கலைஅறிவியல் கல்லூரிகளில் மூவகை உள்ளன. அரசு கல்லூரிகள், அரசு உதவி பெறும் கல்லூரிகள், சுயநிதிக் கல்லூரிகள் எனபன அவை. அரசு கல்லூரிகளிலும் அரசு உதவிபெறும் கல்லூரிகளிலும் கிட்டத்தட்ட ஒரேஅளவான கட்டணம்தான். சுயநிதிக் கல்லூரிகளைப் பொருத்தவரை கட்டணத்தை அவர்களே தீர்மானித்துக் கொள்ளலாம். மருத்துவம், பொறியியல் ஆகிய படிப்புகளுக்கு ஒற்றைச் சாளரமுறை மூலம் கலந்தாய்வு நடத்தி மாணவர்சேர்க்கை நடைபெறுகின்றது. ஆனால் கலை அறிவியல் கல்லூரிகளுக்கு இந்த நடைமுறை இல்லை. ஒரு மாணவர் பல கல்லூரிகளுக்கும் தனித்தனியாக விண்ணப்பிக்க வேண்டும்.

இன்று கலை அறிவியல் படிப்புகளில் சேரும் மாணவர்கள் பெரும்பாலும் கிராமப்புறம் சார்ந்த முதல் தலைமுறையினராக உள்ளனர். தமிழகத்தில் உள்ள கலை அறிவியல் கல்லூரிகள் அனைத்தையும் பற்றிய பட்டியல் எதுவும் அவர்களுக்குக் கிடைப்பதில்லை. முயன்று சில கல்லூரிகளைப் பற்றித் தெரிந்து கொண்டாலும் அவற்றின் தரம் பற்றி ஏதும் அறியமுடிவதில்லை. பெரும்பாலான மாணவர்கள் தாங்கள் அருகில் உள்ள ஏதாவது ஒரு அரசு கல்லூரிக்கு விண்ணப்பிப்பதோ சுயநிதிக்கல்லூரி ஒன்றில் சேர்வதற்கு முயல்வதோதான் நடக்கிறது. அரசு கல்லூரிகளில் குறிப்பிட்ட கல்லூரிக்கு விண்ணப்பித்த மாணவர்களுக்கு மட்டும் கலந்தாய்வு முறை மூலம் படிப்புகள் ஒதுக்கப் படும் நடைமுறை கடைபிடிக்கப்படுகிறது. அதிலும் பல குழப்பங்கள். வேறுவேறு மாவட்டக் கல்லூரிகளில் ஒரேநாளில் கலந்தாய்வு அறிவிக்கப்பட்டால் இரண்டுக்கும் விண்ணப்பித்த மாணவர் ஏதாவது ஒரு கல்லூரிக் கலந்தாய்வில் மட்டுமே பங்கேற்கமுடியும். அப்படித் தேர்ந்தெடுத்த கல்லூரிக்குச் சென்றால் அவர் விரும்பும் பாடம் கிடைக்காமல் போய்விடவும் வாய்ப்பிருக்கிறது. அவர் வேண்டாம் என ஒதுக்கிய கல்லூரியில் ஒருவேளை அவர் விரும்பும் பாடம் கிடைத்திருக்கவும் கூடும்.

ஒவ்வொரு பாடத்திற்கும் என்ன முறைப்படி மதிப்பெண் அளவீடு தீர்மானிக்கப்படுகிறது என்பது அக்கல்லூரி நிர்வாகத் திற்கு மட்டுமே தெரிந்த ரகசியம். அறிவியல் படிப்பு ஒன்றிற்கு எல்லாக் கல்லூரிகளிலும் ஒரேமாதிரியான அளவீட்டில் மதிப்பெண் வழங்கப்படுவதில்லை. அறிவியல் பாடத்திற்கு ஒவ்வொரு கல்லூரியிலும் துணைப்பாடம் வெவ்வேறு துறை சார்ந்ததாக இருக்கிறது. பன்னிரண்டாம் வகுப்பில் அறிவியல் வகுப்பு எடுத்து இயற்பியல், வேதியியல், தாவரவியல், விலங்கியல் ஆகிய பாடங்களைப் படித்துவரும் மாணவர் பிஎஸ்ஸி

இயற்பியல் சேர விரும்பினால் பல கல்லூரிகளில் இடம் கிடைக்காது. காரணம் பிஎஸ்ஸி இயற்பியல் பட்டத்திற்குச் சார்புப் பாடமாகக் கணிதமே பல கல்லூரிகளில் வைக்கப் பட்டிருக்கும். பன்னிரண்டாம் வகுப்பில் கணிதம் படிக்காத மாணவர்களின் விண்ணப்பங்களைப் பரிசீலனைக்குக்கூட அக்கல்லூரிகளில் எடுத்துக்கொள்ள மாட்டார்கள். இத்தகைய விவரங்கள் ஏதும் மாணவர்களுக்குத் தெரிவதில்லை. கல்லூரிக்குள் நடக்கும் கலந்தாய்வுக்குச் சென்று இடம் கிடைக்காமல் திரும்பும்போதுதான் இதைப் பற்றிய விவரம் ஓரளவுக்குத் தெரியவரும்.

நான் பணியாற்றும் நாமக்கல் கல்லூரிக்குப் பழங்குடியின மாணவர்களின் விண்ணப்பம் கணிசமான அளவில் வரும். கொல்லிமலை அருகில் இருப்பதால் அங்கு வாழும் மலையாளி இன மாணவர்கள் தங்களுக்குத் தெரிந்ததும் அண்மையில் இருப்பதுமான கல்லூரிக்கு விண்ணப்பிப்பர். ஆனால் பொதுவாகப் பழங்குடியின மாணவர்களுக்கான இடஒதுக்கீடு ஒரே ஒரு விழுக்காடுதான். கல்லூரியில் உள்ள மொத்த இடங்கள் ஐந்நூறு எனக் கொண்டால் ஐந்து இடம் மட்டுமே பழங்குடியின மாணவர்களுக்கு ஒதுக்கப்படும். நகரத்தில் உள்ள பல கல்லூரி களுக்குப் பழங்குடியின மாணவர்களின் விண்ணப்பமே போதுமான அளவு வருவதில்லை. தங்களுக்கு அருகில் உள்ள கல்லூரிகளுக்கு விண்ணப்பிக்கும் மாணவர்கள் இங்கு போட்டி மிகுதியாக இருக்கும் என அறிவதில்லை. வேறு கல்லூரிகளுக்கு விண்ணப்பித்தால் இடம் எளிதாகக் கிடைக்கும் என்பதும் அவர்களுக்குத் தெரிவதில்லை. ஒற்றைச் சாளரமுறை மூலமான கலந்தாய்வு இருக்குமானால் மாணவர்கள் தங்களுக்கு விருப்பமான கல்லூரியையும் பாடத்தையும் தேர்ந்தெடுத்துக் கொள்ள வாய்ப்பு உருவாகும்.

கலை அறிவியல் படிப்புகளில் என்னென்ன விதமான பாடங்கள் உள்ளன என்பதுகூட இப்போது தெரிவதில்லை. சில கல்லூரிகளில் மட்டுமே அரசியல் அறிவியல் பாடம் உள்ளது. மிகச்சில கல்லூரிகளில் புவியியல் பாடம் உள்ளது. இவை பற்றி எல்லாம் பிற பகுதி மாணவர்கள் அறிய வாய்ப்பேதும் இல்லை. தங்களுக்குப் பிடிக்கிறதோ இல்லையோ அக்கல்லூரியில் இருக்கும் பாடங்களில் தங்களுக்குக் கிடைக்கும் ஏதாவது ஒன்றில்தான் சேர்ந்தாக வேண்டும். எதுவும் கிடைக்கவில்லை என்றால் உயர்கல்வியை அவர்கள் தொடர்வதில்லை. பன்னிரண்டாம் வகுப்பு முடித்தும் உயர்கல்வியைப் பலர் தொடராமல் போவதற்குக் கலை அறிவியல் கல்லூரிகளில் நிலவும் மாணவர் சேர்க்கைமுறை மிக முக்கியமான காரணம் ஆகும்.

ஒற்றைச் சாளரமுறை மூலமான கலந்தாய்வில் மாணவர் சேர்க்கை நடைபெறுமானால் அரசு கல்லூரிகள் இப்போ திருக்கும் நிலையிலிருந்து மாறிச் சீர்படவாய்ப்பு ஏற்படும். ஒவ்வொரு ஆண்டும் பல கோடி ரூபாய் கலை அறிவியல் கல்லூரிகளுக்காக அரசு ஒதுக்குகிறது. ஆனால் இந்த நிதிப் பயன்கள் மாணவர்களைச் சென்று சேர்வதில்லை. பொறியியல் கல்லூரிகளின் தர நிர்ணயத்தில் அரசு கல்லூரிகளும் அரசு உதவிபெறும் கல்லூரிகளும் முதலிடத்தில் உள்ளன. அவற்றில் இடம் முடிந்த பின்னரே சுயநிதிக் கல்லூரிகளை மாணவர்கள் தேர்வு செய்கின்றனர். ஆனால் கலை அறிவியல் கல்லூரிகள் விஷயத்தில் நிலைமை அப்படியே தலைகீழ். ஓரளவு கட்டணம் செலுத்த முடியுமானால் சுயநிதிக் கல்லூரிகளுக்குச் சென்று விடுகின்றனர். அரசு கல்லூரிகள் கடைசித் தரத்தில் இருக்கின்றன. ஒற்றைச் சாளர முறைச் சேர்க்கை இருக்குமானால் தமிழக அளவில் ஒவ்வொரு கலைக் கல்லூரியின் தரமும் நிர்ணயம் செய்யப்படும். அப்போது தம் கல்லூரி பின்தங்கினால் அது கேவலம் என்னும் உணர்வு உண்டாகும். மேலும் அரசிடமிருந்து ஏன் இப்படிப் பின்தங்கியிருக்கிறது எனக் கேள்வி வருவதற்கும் குறைந்தபட்ச வாய்ப்பு உள்ளது.

அரசு, அரசு உதவி பெறும் கலை அறிவியல் கல்லூரிகள் எதிலும் இந்த ஆண்டு மாணவர் தேர்ச்சி விழுக்காடு எவ்வளவு, ஏன் குறிப்பிட்ட பாடத்தில் அதிகமான தேர்ச்சி இல்லை போன்ற வினாக்கள் கேட்கப்படுவதேயில்லை. ஒற்றைச் சாளரமுறை இருக்குமானால் ஒவ்வொரு கல்லூரியின் தேர்ச்சி விழுக்காடும் வெளிப்படநேரும். அதற்குக் கல்லூரி நிர்வாகம், ஆசிரியர்கள் என எல்லாரும் பதில் சொல்லவேண்டிய கட்டாயம் உருவாகும். அரசு உதவி பெறும் பெரும்பாலான கல்லூரிகள் இன்று சுயநிதிக் கல்லூரிகளாகவே செயல்படுகின்றன என்றுதான் சொல்லவேண்டும். அரசு உதவிபெறும் பாடப்பிரிவுகளுக்கு மாணவர்களைச் சேர்க்க அவை அவ்வளவாக ஈடுபாடு காட்டுவதில்லை. அக்கல்லூரிக்குள்ளேயே நடத்தப்படும் சுயநிதிப்பாடங்களுக்கு மாணவர்களைச் சேர்க்கவே கவனம் செலுத்துகின்றன. பொறியியல், மருத்துவக் கல்வியில் அரசு சார்ந்த கல்வி நிறுவனங்களுக்கு இருக்கும் மதிப்பு கலை அறிவியல் கல்லூரிகளில் இல்லை என்பது மிகப் பெரிய சமூக முரண்.

அரசு, அரசு உதவி பெறும் கல்லூரிகளின் நிலை இதுவென்றால் சுயநிதிக் கல்லூரிகளின் நிலையோ படுமோசம். சுயநிதிக் கல்லூரிகள் மாணவர் சேர்க்கைக்குப் பணம் ஒன்றையே அளவுகோலாக வைத்துள்ளன. இக்கல்லூரிகள் ஒரு பாடப்

பிரிவுக்கு இருநூறு மாணவர்கள் வரைகூடச் சேர்த்துக்கொள்ள விதிகள் இடம் தருகின்றன. இதில் எந்த வகையான இட ஒதுக்கீடும் பின்பற்றப்படுவதில்லை. சில கல்லூரிகளில் தாழ்த்தப்பட்ட, பழங்குடியின மாணவர்கள் ஒருவர்கூடப் படிப்பதில்லை. காரணம் அக்கல்லூரியில் உள்ள இடம் முழுவதையும் கல்லூரி நிர்வாகமே நிரப்பிக்கொள்ளலாம் என்பதுதான். அரசு ஒதுக்கீடு என்று ஏதுமில்லை. சமூகநீதி பேசும் திராவிடக் கட்சிகள் பலஆண்டுகளாக ஆட்சி செய்யும் தமிழகத்தில் இது தான் நிலை. சாதி உணர்வுகளை முன்னிறுத்தித் தொடங்கப்பட்ட கட்சிகளும் இந்தச் சமூக அநீதியைக் கண்டுகொள்ளவே இல்லை. ஐயாயிரம் மாணவர்கள் பயிலும் கல்லூரி ஒன்றில் ஐந்துபேர் கூடத் தாழ்த்தப்பட்ட, பழங்குடியினத்தைச் சேர்ந்தவர்கள் இல்லை என்றால் இது என்ன சமூக நீதி?

மருத்துவம், பொறியியல் படிப்பு சார்ந்த சுயநிதிக் கல்லூரி களில் சரிபாதி இடங்கள் அரசு ஒதுக்கீட்டிற்கென உள்ளன. அதில் இடம் பெறும் மாணவர்கள் அரசு நிர்ணயித்துள்ள கட்டணம் செலுத்தினால் போதும். அவ்விடங்கள் அரசு இட ஒதுக்கீட்டு விதிப்படி எல்லாப் பிரிவினருக்குமான இடங்களைக் கொண்டுள்ளன. ஆனால் சுயநிதிக் கலை அறிவியல் கல்லூரிகளில் இந்த முறை ஏதுமில்லை. மேலும் இக்கல்லூரிகள் குறிப்பிட்ட சில பாடப்பிரிவுகளையே கொண்டுள்ளன. கல்விச் சந்தையில் விலைபோகும் பாடப்பிரிவுகளை மட்டுமே இவை நடத்துகின்றன. ஏதாவது ஒரு படிப்புக்குச் சந்தையில் மவுசு கூடுமானால் உடனே அதற்குரிய தொகையைப் பல்கலைக்கழகத்திற்குச் செலுத்தி அப்படிப்பை உடனே பெற்றுவிடுகின்றன. அதே போல நடந்து கொண்டிருக்கும் ஏதாவது ஒரு பாடப்பிரிவுக்குச் சந்தையில் மவுசு குறையுமானால் அப்படிப்பை உடனே நிறுத்திவிடவும் செய்கின்றன. சுயநிதிக் கல்லூரிகளில் வரலாறு, பொருளாதாரம் உள்ளிட்ட கலைப்பாடப் படிப்புகளே கிடையாது. ஐந்நூற்றுக்கும் மேற்பட்ட கல்லூரிகள் இருந்தும் கலைப்பாடப் பிரிவுகள் இல்லை என்பதை எவ்விதம் புரிந்துகொள்வது?

1998 முதல் 2008 வரை தமிழ் இலக்கியம் படித்தவர்களுக் கான குறைந்தபட்ச வேலைவாய்ப்பான பள்ளி, கல்லூரிகளில் ஆசிரியப் பணி வாய்ப்பு ஓரளவு இருந்தது. அதன் காரணமாகத் தமிழ் இலக்கியப் படிப்பைத் தொடங்கிய இக்கல்லூரிகள் தற்போது அவற்றை நிறுத்தி வருகின்றன. ஆங்கிலஇலக்கியம் படித்தவர்களுக்கான தேவை கூடியிருப்பதால் எல்லாக் கல்லூரிகளும் அப்பாடப் பிரிவைத் தொடங்கி இரண்டு மூன்று வகுப்புகள் வைத்து நடத்திக்கொண்டிருக்கின்றன. அடிப்படை அறிவியல் பாடங்களைக்கூட இக்கல்லூரிகள்

பல ஆண்டுகளாக நடத்தாமல் இருந்தன. சமீப காலத்தில்தான் அவற்றைத் தொடங்கியுள்ளன. மாணவர்களிடம் வரவேற்புப் பெறாத பாடங்களுக்கும் எப்படியாவது ஓரிருவரைப் பிடித்துப் போட்டு அந்தத் துறையின் ஆசிரியப் பணியிடங்களைத் தக்க வைத்துக்கொள்ள அக்கறை காட்டும் அரசு கல்லூரிகள் ஒருபுறம். எந்தச் சமயத்திலும் ஒருபடிப்பை நிறுத்திவிடும் சுயநிதிக் கல்லூரிகள் மறுபுறம். மிகவும் தன்னிச்சையோடு தொழிலாக நடத்தப்படும் சுயநிதிக் கல்லூரிகளில் பல தற்போது தன்னாட்சி அந்தஸ்தைப் பெறவும் முயல்கின்றன. தன்னாட்சி பெற்றுவிட்டால் தொழில் இன்னும் அமோகமாக நடைபெறும். அதற்கு அரசின் கல்விக்கொள்கை துணை செய்கிறது.

இவ்வாறு கலை அறிவியல் கல்லூரிகளில் நிலவும் முரண்களைத் தீர்க்க ஓரளவு ஒற்றைச் சாளரமுறை மூலமான மாணவர் சேர்க்கை உதவும். ஆனால் அரசு இதைப் பற்றி அக்கறை காட்டவில்லை. தம் தற்காலிக நலன் ஒன்றையே முன்னிறுத்தும் ஆசிரிய இயக்கங்கள் இதைப் பற்றி வாய் திறப்பதில்லை. மாணவர் அமைப்புகள் பெரிதாகக் குறிப்பிடும்படி எதுவும் இல்லை. பெயரளவுக்கு இயங்கும் சில அமைப்புகளும் போராட்ட உணர்வு கொண்டிருக்கவில்லை. கலை அறிவியல் கல்வி பற்றிப் பேசும் கல்வியாளர்களும் மிகக்குறைவே. ஆகவே ஒற்றைச் சாளர முறையை வற்புறுத்தும் தரப்பு எதுவுமே இல்லை.

சமூக அநீதி ஒன்றுக்கு ஒட்டுமொத்தத் தமிழ்ச் சமூகமும் துணைபோய்க் கொண்டிருக்கிறது. சமூகத்தின் மனசாட்சியாக விளங்கும் கலை அறிவியல் படிப்புகளைப் புறக்கணிக்கும் சமூகம் வரலாற்று அறிவை இழந்துவிடும்; மொழி உணர்வைப் புறக்கணித்துவிடும்; அடிப்படை மனிதாபிமான எண்ணங்களைத் தம் சிந்தனையிலிருந்தே விரட்டிவிடும். 1980களில் ஈழப் போராட்டத்திற்கு ஆதரவாகத் தமிழகக் கலை அறிவியல் கல்லூரி மாணவர்கள் எழுச்சிமிக்க போராட்டங்களை நடத்தினர். சமூகத்தின் பல தரப்பினரும் ஏதோ ஒருவகையில் ஈழப்போராட்டத்தோடு தம்மை இணைத்துக்கொண்டனர். அன்று கலை அறிவியல் பாடங்களுக்குச் சமூகத்தில் நல்ல மதிப்பு இருக்கவே செய்தது. ஆனால் 2008இல் ஈழத்தில் மனிதப் பேரழிவு நடந்தபோது தமிழ்ச் சமூகம் சுரணையற்று வேடிக்கை பார்த்துக் கொண்டிருந்ததற்குக் காரணம் கலை அறிவியல் படிப்புகள் இங்கு மதிப்பிழந்து போனதுதான் என்றுகூட எனக்குத் தோன்றுகின்றது.

சிற்றேடு

•

ஓமைக்ரானை வரவேற்கலாமா?

நான் முடிதிருத்திக்கொள்ளும் கடையில் மாணவர் ஒருவர் பகுதிநேரமாக வேலை செய்கிறார். பல்தொழில்நுட்பக் கல்லூரியில் பயில்பவர். அவர் கேட்டார், 'இந்த முறையும் ஆன்லைன் எக்ஸாம் வந்திரும்ல சார்?' 'இல்லப்பா. நேரடித் தேர்வுதான்னு அரசு அறிவிச்சுடுச்சே' என்றேன். 'ஓமைக்ரான் வந்துக்கிட்டு இருக்குதுல்ல சார். தமிழ்நாட்டுக்கும் வந்துரும். வந்துட்டா எக்ஸாம ஆன்லைனுக்கு மாத்திருவாங்கன்னு எல்லாரும் பேசிக்கறாங்க சார்.' அந்த மாணவரின் முகத்தில் எதிர்பார்ப்பும் மகிழ்ச்சியும் கூடியிருந்தன. அவை ஒரு மாணவருக்கு மட்டும் உரியதல்ல. மாணவ சமுதாயத்தின் எதிர்பார்ப்பு. மாணவ சமுதாயத்தின் மகிழ்ச்சி. 'தேர்வுக்காக ஓமைக்ரான வரவேற்கலாமா தம்பி?' என்று கேட்க நினைத்ததை அடக்கிக் கொண்டேன்.

இணையத் தேர்வுதான் வேண்டும் என்று மாணவர்கள் போராடினார்கள். பெரும்பாலும் கலைக்கல்லூரிகள் மாணவர்கள். மருத்துவம் தவிர அனைத்து உயர்கல்வி நிறுவனங்களும் பல்கலைக்கழகங்களும் இணையத் தேர்வுகளையே நடத்தினார்கள். ஒவ்வொரு வகைக் கல்வி நிறுவனங்கள் கையாண்ட தேர்வு முறையில் சிற்சில பேதங்கள் இருந்தன. எனவே இப்போராட்டத்திற்கு எல்லா மாணவர்களும் ஆதரவு கொடுத்தார்கள்.

அவர்களின் ஆவேசமான பேச்சுகள் சமூக ஊடகங்களில் கலக்கலாக வலம் வந்தன. பல காரணங்களை அவர்கள் சொன்னார்கள்.

போதுமான அளவுக்கு வகுப்புகள் நடைபெறவில்லை, மாணவர்களுக்குக் கட்டாய வருகைப்பதிவு கிடையாது என்பதாலும் நோய்த்தொற்று பயத்தாலும் பல மாணவர்கள் வகுப்புக்குச் செல்லவில்லை, இணைய வகுப்புகள் சரியாக நடைபெறவில்லை, நேரடித் தேர்வுக்குத் தயாரிக்கப் போதுமான அவகாசம் இல்லை எனப் போராடிய மாணவர்கள் சொன்ன காரணங்களை மறுத்துவிட முடியாது. போராட்டத்தை எதிர்கொள்வதற்கு ஒன்றரை மாதம் கூடுதல் வேலைநாள், அதன் பிறகே நேரடித் தேர்வு என்று அரசு அறிவித்தது. மாணவர் போராட்டம் முடிவுக்கு வந்தது. ஆனால் மாணவர் மனதில் இணையத் தேர்வு ஆழப் பதிந்துவிட்டது.

இதுகாலம் வரைக்கும் நடந்து வந்திருக்கும் நேரடித் தேர்வு முறை மாணவர்களுக்குப் பிடிக்கவில்லை. பதின்வயதில் இருக்கும் மாணவர்களைக் குற்றவாளிகள்போல் நடத்தும் தேர்வு முறை அது. சிறைக்கு நிகரானது தேர்வறை. மூன்று மணி நேரம் ஒரே இடத்தில் அமர்ந்திருக்க வேண்டும்; அந்தப் பக்கம் இந்தப் பக்கம் திரும்பக் கூடாது. வினாத்தாளையும் விடைத்தாளையும் தவிர எதையும் பார்க்கக் கூடாது. கண்காணிப்பாளர் ஒருவர் கண்கொத்திப் பாம்பாகச் சுற்றி வருவார். இடையிடையே மேற்பார்வையாளர்கள் வருவார்கள். பறக்கும் படை வரும். எந்த மாணவரையும் எழுப்பி நிறுத்தி வைத்துப் பரிசோதிப்பார்கள். சிறுபேச்சுச் சத்தம் வந்தாலும் கடுமையாகத் திட்டுவர். விடைத்தாளை வாங்கிக் கொண்டு வெளியே அனுப்பிவிடுவர். காப்பி அடித்தால், துண்டுச்சீட்டு வைத்திருந்தால் அவர்கள் மீது புகார் செய்யலாம். தேர்வு முடிவை நிறுத்தி வைத்தல், ஒரு பருவத்திற்கோ ஓராண்டுக்கோ தேர்வு எழுதத் தடை விதித்தல் முதலிய தண்டனைகள் உண்டு.

நீட் மாதிரியான தேர்வுகளின்போது கடைபிடிக்கப்படும் கடும் நடைமுறைகளை அறிவோம். தேர்வு மையத்திற்குள் நுழைவதற்கே பல கெடுபிடிகள். முடியை நீளமாக வைத்திருக்கக் கூடாது, நகை அணிந்திருக்கக் கூடாது, நீள நகங்கள் இருக்கக் கூடாது என எத்தனையோ 'கூடாது'கள். சிறைகளில்கூடச் சில சுதந்திரம் கிடைக்கும். தேர்வறையில் சுதந்திரமே இல்லை. தண்ணீர் குடிக்க எழுந்து போனால் உடன் வர ஆளுண்டு. கழிப்பறைக்குப் போக முடியாது. நிர்ப்பந்தம் என்றால் காவலோடு போக வேண்டும். ஒருவரைக் குற்றவாளியாகப் பார்க்கும், நடத்தும் சூழலை யார்தான் விரும்புவார்கள்?

எல்லாக் குற்றங்களையும் செய்து பிழைப்பு நடத்தும் மூத்த சமூகம் பதின்வயதில் இருப்போரை எந்நேரமும் குற்றம் செய்யத் தயாராக இருப்பவர்களாகக் கருதி நடத்தும் என்றால் அது யாருக்குப் பிடிக்கும்? இப்போதிருக்கும் நேரடித் தேர்வு முறை மாணவர்கள் மீது நம்பிக்கை கொண்டிருக்கவில்லை. அறிவைப் பரிசோதிக்கும் இடத்தில் நம்பிக்கைக்கு இடம் இல்லை என்றால் அது என்ன சோதனை?

இந்தத் தேர்வுமுறை மாணவர்களுக்குப் பெரும்சலிப்பைத் தருகிறது. பள்ளிப் படிப்பிலிருந்து உயர்கல்விவரைக்கும் எத்தனை எத்தனை தேர்வுகள், வினாத்தாள்கள். ஒருவகுப்புக்கும் இன்னொன்றுக்கும் ஏதாவது மாற்றமோ ஏற்றமோ இருக்கிறதா? ஒரே வகையான கேள்விகள். பாடத்தில் உள்ளதை மனனம் செய்து எழுத நிர்ப்பந்திப்பவை. தாம் மனனம் செய்திருப்பவற்றில் இந்தக் கேள்விக்கான பதில் எது என்று கண்டுபிடித்துக்கொள்வது மட்டுமே மாணவரின் வேலை. பத்தாம் வகுப்பு வினாத்தாள் எந்த அமைப்பு முறையைக் கொண்டிருக்கிறதோ அதே முறையில்தான் முதுகலை வகுப்பு வினாத்தாளும் இருக்கிறது. முதல் வகுப்பி லிருந்து வினாத்தாள்களை எடுத்துப் பார்த்தால் அமைப்பு முறையில், மதிப்பெண் வழங்கும் விதத்தில் மாற்றமே இருப்ப தில்லை. பாடத்தின் அளவு கூடுகிறதே ஒழிய கற்பிக்கும் முறையும் தேர்வு முறையும் ஒன்றேதான்.

சுயமான கற்றலுக்கும் வெளிப்பாட்டுக்கும் நம் கல்வி முறையில் இடமில்லை. உயர்கல்வி வரைக்கும் ஏற்கனவே நிர்ணயிக்கப்பட்ட பாட நூல்கள்தான். பாடநூலைக் கடந்து எந்தப் பக்கமும் மாணவர் திரும்புவதை அனுமதிப்பதில்லை. சுயமாகச் சில சொற்களை மாணவர் எழுதுவதற்கும் வாய்ப்பில்லை. கற்பிக்கும் முறையும் ஒன்றேதான். கண்களை மூடி மாணவர் கேட்டால் எல்லா ஆசிரியரின் குரலும் ஒரே மாதிரி ஒலிக்கும். கற்பித்தல் என்பது வெறும் ஒப்பித்தலாக இருக்கிறது. அதில் மாணவருக்கு எந்தப் பங்கும் இல்லை. மாணவர் பங்கு பெற வந்தால் ஆசிரியர் பதற்றம் அடைந்துவிடுவார். கற்பித்தல் முறைக்கு ஏற்ற தேர்வுமுறையே இருக்கிறது.

இணையத் தேர்வுமுறை அறிமுகமானதால் முந்தைய முறையை 'நேரடித் தேர்வு' என்று குறிப்பிடுகிறோம். 'நேரடித் தேர்வு' என்பது பல வகையிலும் பொருத்தமான சொற்சேர்க்கை. நேரடியாக வந்து மாணவர் எழுதும் தேர்வு என்பது மட்டுமல்ல, பாடத்தில் இருப்பதை நேரடியாக அப்படியே எழுதுவது என்றும் கொள்ளலாம். பத்தாம் வகுப்பு, பன்னிரண்டாம் வகுப்பு விடைத்தாள்களை ஆசிரியர்கள் மதிப்பிடும்போது பாடநூலில் என்ன இருக்கிறதோ அதைச் சொல் மாறாமல்

எழுதி இருக்கிறார்களா என்பதைத்தான் கவனித்து மதிப்பெண் வழங்குகிறார்கள். மறுகூட்டல், மறுமதிப்பீடு ஆகியவற்றுக்கு மாணவர் விண்ணப்பிக்கும் போது சமாளிப்பதற்கு இந்த மதிப்பீட்டு முறையே ஆசிரியர்களுக்குப் பாதுகாப்பாகத் தோன்றுகிறது.

நேரடித் தேர்வு முறையில் தேர்ச்சி பெறுவோமா என்னும் அச்சம் மாணவருக்கு மிகுதியாக உண்டு. முதலில் தேர்ச்சி; பிறகு மதிப்பெண் விகிதம். தேர்ச்சி பெறாதவருக்குச் சமூக இழிவு வந்து சேர்கிறது. தேர்ச்சி பெற்றுவிட்டால் அது பெரும்சாதனையாகக் கொண்டாடப்படுகிறது. தேராதவர் எதற்கும் லாயக்கற்றவராகக் கருதப்படுகிறார். ‘படிக்காதவர்’, ‘படிப்பு வராதவர்’, ‘தேர்ச்சி பெறாதவர்’ முதலியவை வசை போலத்தான் கூறப்படுகின்றன. ஓரிரு தாள்களில் நிலுவை வைத்ததால் பட்டம் பெறாதவர்கள் தாம் கல்லூரிக்குச் சென்று படித்ததையே மறக்க விரும்புகின்றனர். அதை வெளியே சொல்லாமல் மறைக்கின்றனர்.

இணையத் தேர்வுமுறை நல்ல மாற்றாக மாணவர்களுக்குத் தோன்றுகிறது. எந்த இடத்தில் இருந்து வேண்டுமானாலும் தேர்வெழுதலாம். வீட்டில் தனித்திருந்து எழுதலாம். வீட்டார் உதவியோடு எழுதலாம். ஊரின் பொதுவிடத்தில் நண்பர்களோடு உட்கார்ந்து எழுதலாம். கல்விக்கூடத்திற்கு வந்தாலும் மரத்தடியிலோ வகுப்பறையிலோ இருந்து எழுதலாம். உட்கார்ந்து எழுத வசதியான இடம் இல்லாத மாணவர்கள் கல்லூரிக்கு எழுத வந்தபோது முதலில் கல்லூரி நிர்வாகம் அதை அனுமதிக்கவில்லை. கல்லூரிக்கு முன்னால் சாலையோரத்தில் உட்கார்ந்து மாணவர்கள் தேர்வெழுதினர். அது செய்திகளில் வெளியானதும் வகுப்பறைகள் திறந்து விடப்பட்டன. வகுப்பறையில் அமர்ந்து எழுதினாலும் கண்காணிக்க ஆசிரியர் கிடையாது. பரிசோதிக்க ஆட்கள் இல்லை. எழுதும் போது தொந்தரவு செய்யப் பறக்கும் படைகள் வராது.

இணையத் தேர்வை மாணவர்கள் எத்தகைய திட்டமிடல்களோடும் மகிழ்ச்சியாகவும் எழுதினார்கள் என்று பார்த்தால் வியப்பாக இருக்கும். வெளியூர் மாணவர்கள் கல்லூரிக்கு அருகிலேயே அறையோ வீடோ வாடகைக்கு எடுத்துக் குழுவாகத் தங்கினார்கள். எல்லோரிடமும் பாட நூல்கள் இருந்தன. தேர்வுக்கு முந்தைய நாள் இரவில் நன்றாகச் சாப்பிட்டார்கள்; தூங்கினார்கள். மறுநாள் காலையில் தயாராகி விடைத்தாள், பாடநூல்கள் சகிதம் குழுவாக அமர்ந்து வினாத்தாளை எதிர்பார்த்துக் காத்திருந்தார்கள். வினாத்தாள் அனுப்பப் பட்டதும் ஆளுக்கொரு பகுதியாகவோ எண் வாரியாகவோ பிரித்துக்கொண்டு பாடநூல்களில் விடைகளைத் தேடினார்கள்.

தாம் கண்டுபிடித்த விடையை முதலில் எழுதினார்கள். எழுதிய பிறகு அதைப் பிறருக்குக் கொடுத்தும் பிறரிடமிருந்து தாம் பெற்றும் பகிர்ந்துகொண்டார்கள்.

அவசரம் இல்லாமல் தேர்வு எழுதினார்கள். நேரத்தை அறிவிக்கவோ கடைசி நிமிடம் என்று சொல்லிப் பிடுங்கவோ கண்காணிப்பாளர் இல்லை. 'ஆபனவர் ஒன்லி', 'டென் மினிட்ஸ் ஒன்லி' என்றெல்லாம் எச்சரிக்கை விடுக்கும் குரல்கள் காதுகளில் வந்து டமாரம் கொட்டவில்லை. வீட்டிலிருந்து எழுதியவர்களும் இவ்வாறு குழுவாகச் சேர்ந்துகொண்டார்கள். வீட்டார் உதவியும் கிடைத்தது. சிலரது விடைத்தாளில் அக்கா, அண்ணன், தம்பி, தங்கை என்று பலருடைய கையெழுத்துகளும் காணப்பட்டன. கல்லூரிக்கு வந்து வகுப்பறையில் இருந்து எழுதிய மாணவர்களுக்கு விடைகளைச் சொல்லிக் கொடுத்தும் எடுத்துக் கொடுத்தும் ஆசிரியர்கள் உதவினார்கள். இப்படியெல்லாம் அதிசயம் நடத்திக் காட்டியது ஆன்லைன் தேர்வுமுறை.

விடைத்தாள்களை அனுப்புவதற்குத் தாராளமான கால அவகாசம் கிடைத்தது. தேர்வு நேரம் முடிந்த இரண்டு மணி நேரத்திற்குள் ஸ்கேன் செய்து அனுப்ப வேண்டும், பிறகு அஞ்சலில் விடைத்தாளை அனுப்ப வேண்டும், ஸ்கேன் பிரதிக்கும் விடைத்தாளுக்கும் வித்தியாசம் கூடாது என்றெல்லாம் சொல்லப்பட்டாலும் அப்படிப்பட்ட ஒப்பீடு ஏதும் நடக்கவில்லை. ஆயிரக்கணக்கான தாள்களில் அப்படி ஒப்பிட்டுப் பார்ப்பது சாதாரணமல்ல. ஆகவே மாணவர்கள் அவசரம் இல்லாமல் பக்கங்களை நிரப்ப முடிந்தது. எதையும் விடாமல் எழுத முடிந்தது.

விடைத்தாள் மதிப்பீட்டில் ஆசிரியர்கள் மகிழ்ச்சியாக ஈடுபட்டார்கள். இத்தனை பேரைப் பெயிலாக்கியே தீருவேன் என்று கங்கணம் கட்டிக்கொண்டு மதிப்பீட்டுக்குச் செல்லும் ஆசிரியர்கள் சிலரின் முகத்தில்கூடப் புன்னகையைப் பார்க்க முடிந்தது. எல்லா விடைத்தாள்களிலும் நல்ல மதிப்பெண்கள். தேர்ச்சி பெறாதவர் எவருமே இல்லை. பல பாடங்களில் தேர்ச்சி பெறாமல் நிலுவை வைத்திருந்த மாணவர்கள் இந்தச் சந்தர்ப்பத்தைப் பயன்படுத்தித் தேர்வெழுதி நிலுவைகளை எல்லாம் தூசிபோலத் தட்டி எறிந்தார்கள்.

தேர்வு எழுதுவதற்குத் தமக்குத் தோதான இடத்தைத் தேர்ந்தெடுத்துக் கொள்ளலாம். விருப்பமானவர்களுடன் உட்கார்ந்து எழுதலாம். இதுவரைக்கும் 'படி படி' என்று நச்சரித்த பெற்றோர் இப்போது படிக்கும்படி சொல்லவேயில்லை. தொல்லை விட்டது. கங்காணிகளாகச் செயல்பட்ட ஆசிரியர்கள் இப்போது சிரித்த முகத்துடன் உதவிக்கு வந்தனர். தாராளமாக

நேரத்தை எடுத்துக்கொள்ள முடிந்தது. விடுபட்டதை எழுதிச் சேர்க்க நேரம் இருந்தது. எழுதி முடித்த தன் தேர்வுத்தாளை தானே பார்த்து ரசிக்க முடிந்தது. தேர்ச்சியைப் பற்றிய அச்சமே இல்லை. அது உத்தரவாதம். இத்தகைய சுதந்திரத்தை அனுபவிக்க வாய்த்த யாரும் அதை எளிதில் இழக்க விரும்புவார்களா?

தேர்வு எழுதாமலே தேர்ச்சி என முதலில் அறிவித்தமை, பிறகு ஆன்லைன் தேர்வு முறையைக் கொண்டு வந்தமை ஆகியவை தமிழ்நாட்டுச் சட்டமன்றத் தேர்தலிலும் எதிரொலித்தது. முந்தைய முதலமைச்சர் எடப்பாடி பழனிச் சாமிக்கு மாணவர்கள் பட்டங்கள் கொடுத்தனர்; பதாகைகள் வைத்தனர். 'மாணவர்களின் மனிதக் கடவுளே, எங்கள் ஓட்டு உங்களுக்கே' என்று சுவரொட்டிகள் ஒட்டப்பட்டன. தேர்வு முறையை நிரந்தரமாக மாற்றுவோர் ஆட்சியையே பிடித்துவிட முடியும் போலத் தோன்றியது.

ஏற்கனவே இருந்த நேரடித் தேர்வு முறைக்கும் இப்போது வந்த இணையத் தேர்வு முறைக்கும் இந்தச் சுதந்திர உணர்வு தான் முக்கியமான வேறுபாடு. தேர்வு நடக்கும் இடம் மாறிய தால் எல்லாம் மாறின. மாணவர்களுக்கு நன்மை நடந்தது போலப் பல தளங்களுக்கும் பயன்கள் சேர்ந்தன. பல்கலைக் கழகங்கள் மகிழ்ச்சியில் மிதந்தன. வினாத்தாள் அச்சிட வேண்டிய தில்லை. விடைத்தாள் வழங்கவும் தேவையில்லை. தேர்வு நடைமுறைகளுக்கான செலவுகள் ஏதுமில்லை. ஆனால் மாணவர் களிடம் ஏற்கனவே இருந்தபடியே தேர்வுக் கட்டணம் பெற முடிந்தது. செலவேயில்லை. வரவு மிகுந்தது. துணைவேந்தர் ஒருவர் சொன்னார், 'பல்கலைக்கழகம் இப்பத்தான் கொஞ்சம் காசப் பாக்குது.' ஆசிரியர்களுக்கும் மகிழ்ச்சிதான். தம் முயற்சி ஏதும் இல்லாமலே தம் மாணவர்கள் எல்லோரும் தேர்ச்சி பெறுகிறார்கள் என்பது மட்டுமே மகிழ்ச்சிக்குப் போதுமானது.

தேர்வெழுதும் இடத்தைத் தவிர்த்துவிட்டால் இருவகைத் தேர்வுமுறையும் ஒன்றேதான். மாணவர் கையில் கொடுத்துக் கொண்டிருந்த வினாத்தாள் இப்போது புலனம் வழியாக வந்து சேர்கிறது. ஏற்கனவே எழுதிக் கொண்டிருந்த அதே முறையில் தாளில் விடைகளை மாணவர்கள் எழுதுகின்றனர். ஆசிரியரிடம் ஒப்படைத்தது மாறி இப்போது ஸ்கேன் செய்து புலனம் வழியாக வும் அஞ்சல் வழியாகவும் அனுப்புகின்றனர். வேறொன்று மில்லை. தேர்வுமுறை மாறுகிறது என்றால் வினாத்தாள் அமைப்பு மாற வேண்டும், எழுதும் முறை மாற வேண்டும், மதிப்பீட்டு முறை மாற வேண்டும். இப்படி எந்த மாற்றமும் நிகழவில்லை. ஆனால் மாணவர்களுக்கு உத்வேகமும் மகிழ்ச்சியும் தருவதாக

இந்தத் தேர்வுமுறை இருக்கிறது. ஒப்பீட்டு அளவில் முந்தைய முறையைவிடச் சுதந்திரமானது இது என்பதோடு எளிதில் தேர்ச்சி பெற வசதியாக இருக்கிறது என்பதாலும் மாணவர்கள் இந்த முறையே வேண்டும் என்கிறார்கள்.

இந்தச் சந்தர்ப்பத்தில் 'காப்பியடித்து எழுதித் தேர்ச்சி பெற விரும்புகிறார்கள்' என மாணவர்கள் மேல் குற்றம் சொல்கிறார்கள். வினாத்தாளைப் புலனத்தில் அனுப்பும் ஒரே செயலால் மட்டும் இது இணையத் தேர்வாகி விடாது. உண்மையாகவே இணையத் தேர்வுமுறை ஒன்றைக் கொண்டு வருவது பற்றி யோசிக்க வேண்டியது கல்வித்துறையின் கடமை. அதற்குக் கல்வித்துறையின் அனைத்து அங்கங்களும் உழைக்க வேண்டியதிருக்கும். முதலில் பாடநூலைப் பார்த்து அப்படியே விடை எழுதும் வகையில் நேரடி வினா விடை முறையில் வினாத்தாள் அமையக் கூடாது. நேரடி வினாவுக்கு இருபத்தைந்து விழுக்காடு இடம் தரலாம். போட்டித் தேர்வுகளில் கேட்கப்படும் தர்க்க முறை, கொள்குறி முறை உள்ளிட்ட வெவ்வேறு வகை வினாக்களைக் கொண்டதாக வினாத்தாள் அமைக்கப்பட வேண்டும். கற்கும் கோட்பாடுகளைப் பொருத்திச் சுயமாக எழுதும் பகுதிகள் பாடத்தில் கணிசமாக இருக்க வேண்டும். ஒருவரைப் பார்த்து ஒருவர் எழுதும் வாய்ப்பு இதில் இருக்காது. ஒவ்வொருவரும் சுயமான திறனைப் பயன்படுத்த வேண்டியிருக்கும்.

இவ்வாறு வினாத்தாள் அமையுமானால் அது மாணவர் களைப் பட்டம் பெறுவதற்கு மட்டுமல்ல, போட்டித் தேர்வு களுக்கும் உயர்கல்விக்கும் தயார்ப்படுத்தும். இத்தகைய வினாத்தாள் எடுப்பதென முடிவு செய்துவிட்டால் பாடத்திட்டத் தில் பெரும் மாற்றம் வரும். பாடத்திட்டக் குழுக்கள் மாற்றி அமைக்கப்பட்டு மாணவர் உள்ளிட்ட பல தரப்பினருக்கும் பிரதிநிதித்துவம் வழங்க வேண்டும். பாடநூல்கள் குறைவாகவும் சுயத் தேர்வு நூல்கள் மிகுதியாகவும் பாடத்திட்டம் அமையும். கல்வியில் ஆசிரியர் முதன்மையானவராக இப்போது இருக்கிறார். அது மாறி மாணவர் முதன்மை பெறுவார். மாணவரின் கல்விக்குத் துணை புரிபவராக ஆசிரியர் இடம்பெறுவார். ஆசிரியரின் அதிகாரக் கொடி பறக்கும் இடமாக வகுப்பறை இருக்காது. தமக்குரியதைக் கோரிப் பெறும் மாணவருக்கு உரிமையான இடமாக வகுப்பறை மாறும்.

மாணவர் எங்கிருந்தும் தேர்வு எழுதலாம். கூட்டாக அமர்ந்து எழுதினாலும் விடையைத் தேடிக் கண்டுபிடித்துக் காப்பியடிக்கும் செயலுக்குப் பதிலாக ஆக்கப்பூர்வமான விவாதம் நடக்கும். ஒவ்வொருவரும் தன்னறிவு விளங்க விடையளிக்க முடியும். தேர்வு எழுதுவதற்கு மடிக்கணினி, இணைய வசதி

ஆகியவையும் தேவை. பள்ளி மாணவருக்கு வழங்கப்படும் இலவச மடிக்கணினி போதுமானதில்லை. திறன் கூடிய மடிக்கணினிகளை அரசு வழங்கலாம். மடிக்கணினி வாங்குவதற்கு மானியம் கொடுக்கலாம். இணைய இணைப்புக்குச் செல்பேசி நிறுவனங்களைச் சலுகைகள் வழங்கச் செய்யலாம். விடுதிகளில் இணைய இணைப்புக்கு ஏற்பாடு செய்யலாம். கல்லூரி முழுவதும் தேர்வுக் காலங்களில் மட்டும் இணைய வசதி சிறப்பாகக் கிடைக்க ஏற்பாடு செய்யலாம். கல்லூரியில் இருக்கும் கணினி அறிவியல் ஆய்வகங்களை மேம்படுத்தலாம். அனைத்துத் துறைகளையும் கணினி வசதியுடவை ஆக்கலாம். மனமிருந்தால், திட்டம் இருந்தால் எத்தனை எத்தனையோ 'லாம்'.

இப்போது பல தேர்வுகள் இணைய வழியில் நடக்கின்றன. சில நிறுவனங்கள் இத்தேர்வுகளை நடத்தித் தர முகவர்களாகச் செயல்படுகின்றன. கல்வித் தேர்வுகள், போட்டித் தேர்வுகள், நேர்காணல்கள் எல்லாம் இணைய வழிக்கு மாறிவிட்டன. மாணவர்கள் பலரும் அவ்வசதிகளைக் கற்றுக்கொண்டு, அதன் நிபந்தனைகளுக்கு உட்பட்டுத் தேர்வுகளை எழுதுகிறார்கள். ஒருவாரம் மாணவர்களுக்குப் பயிற்சி கொடுத்தால் போதும். தேர்ந்துவிடுவார்கள். ஆசிரியர்களுக்கு ஒருமாதப் பயிற்சி தேவைப்படலாம்.

உண்மையான இணையத் தேர்வு முறையை அமல்படுத்தினால் நம் கல்விமுறையிலேயே பல மாற்றங்கள் ஏற்படும். ஒரே சமயத்தில் எல்லாம் மாறவில்லை என்றாலும் படிப்படியாக மாறும். இணையம் அத்தகைய நிர்ப்பந்தத்தை உருவாக்கும். மாற்றங்களுக்கு மாணவர்கள் மட்டுமல்ல, ஆசிரியர்கள் தயாராக வேண்டும். பல்கலைக்கழகம் தயாராக வேண்டும். அரசு தயாராக வேண்டும். ஒப்பீட்டு அளவில் குறைவானவர்களே பயிலும் மருத்துவக் கல்விக்குச் சமூகம் கொடுக்கும் முக்கியத்துவத்தில் பாதியளவு பொறியியல், கலைப்பாடங்களுக்கும் கொடுத்தால் போதும்.

2022 ஜனவரி 20 முதல் பல்கலைக்கழகங்கள், கல்லூரிகள் நேரடித் தேர்வுகளை நடத்த இருக்கின்றன. அதை எழுத ஒவ்வொரு தாளுக்கும் மாணவர் செலுத்தும் கட்டணத் தொகை அளவுக்கோ அதைவிடக் குறைவாகவோ செலுத்தினாலே இணையத் தேர்வுக்குப் போதுமானது. உண்மையான இணையத் தேர்வை மாணவர்கள் உற்சாகத்துடன் எழுதுவார்கள். அப்போது ஒமைக்ரானை மாணவர்கள் வரவேற்க மாட்டார்கள் என்பதே என் எண்ணம்.

***காலச்சுவடு*, ஜனவரி, 2022.**

●

மனிதாபிமானமற்ற பேரிடர்க் காலம்

கொரானோ மூன்றாவது அலை காரணமாகப் பள்ளி, கல்லூரி மாணவர்களுக்கு அரசு விடுமுறை அறிவித்திருக்கிறது. அதையொட்டி நடைபெற்ற தொலைக்காட்சி விவாதம் ஒன்றில் தனியார் கல்வி நிறுவனக் கூட்டமைப்பைச் சேர்ந்த பொறுப்பாளர் ஒருவர் பேசும்போது மாணவர்களின் கல்வி பாதிக்கப்படுகிறது என்னும் கவலையை வெளிப்படுத்தினார். அப்போது அவர் வலியுறுத்திய கோரிக்கைகள் இரண்டு. ஒன்று, எக்காரணத்தைக் கொண்டும் பள்ளிகளையும் கல்லூரிகளையும் மூடக் கூடாது; இரண்டாவது, மாணவர்களிடம் கட்டணம் வசூலிக்கக் கட்டுப்பாடுகளை அரசு விதிக்கக் கூடாது என்பது. தனியார் (சுயநிதி) கல்வி நிறுவனங்கள் பெரும் கஷ்டத்தில் இருப்பதாகப் புலம்பிய அவரைப் பார்க்கப் பரிதாபமாக இருந்தது. பாவனை, தர்க்கம், சொல்லாட்சி எல்லாம் ஒருசேர இணைந்து அவர் மீதும் தனியார் கல்வி நிறுவனங்கள் மீதும் இரக்கத்தை உருவாக்கின. உண்மையிலேயே தனியார் கல்வி நிறுவனங்கள் நஷ்டத்தில் இயங்கு கின்றனவா? இந்தப் பொதுமுடக்கத்தைச் சமாளிக்க முடியாத அளவு திண்டாட்டத்தில் இருக்கின்றனவா?

அரசுப் பள்ளிகளிலும் கல்லூரிகளிலும் இவ்வாண்டு மாணவர் சேர்க்கை அதிகரித்திருக் கிறது. தனியார் நிறுவனங்களில் கற்றவர்கள் பலர் அரசு நிறுவனங்களை நோக்கி வந்துள்ளனர். அந்த

வகையில் தனியார் நிறுவனங்களுக்கு இலேசான பாதிப்புத் தான். ஆனால் அவர்கள் லாபத்தில் எந்தக் குறையும் இல்லை. லாபத்தில் குறை வராத அளவுக்குத் தனியார் நிறுவனச் செயல்பாடுகள் பல கைகளை விரித்திருக்கின்றன.

மாணவர்களிடம் பெறும் கட்டணத்தைக் குறைத்து எழுபத்தைந்து விழுக்காடு பெற்றுக்கொள்ளலாம் என அரசு அறிவித்திருந்த போதும் எந்தத் தனியார் நிறுவனமும் அதைப் பின்பற்றவில்லை. முழுக் கட்டணம் வசூலிக்க எல்லாவிதமான தந்திரோபாயங்களையும் கையாண்டனர். பெருந்தொற்று காரணமாக வேலையும் வருமானமும் இழந்த பெற்றோர் பலர் கல்விக் கட்டணம் செலுத்த இயலாமல்தான் அரசு நிறுவனங்களை நாடினர். அப்படியும் கட்டணச் சலுகை வழங்கவோ கால அவகாசம் தரவோ தனியார் நிறுவனங்கள் தயாராக இல்லை. எந்த வழியிலாவது பணத்தைப் பிடுங்கிவிட வேண்டும் என்றே முயன்றனர். பண விஷயத்தில் மனிதாபிமானப் பேச்சுக்கே இடமில்லை. எத்தனையோ கல்வி நிறுவனங்கள் வருமான வரித் துறையின் சோதனைக்கு ஆளானதும் கணக்கில் வராத பணம் கட்டுக்கட்டாகக் கைப்பற்றப்பட்டதுமான செய்திகளைக் கண்டிருக்கிறோம். என்ன நடந்தாலும் சரி, இந்நிறுவனங்கள் மக்களுக்கு எந்தச் சலுகையும் காட்டுவதில்லை என்பதில் உறுதியாக இருக்கின்றன.

முதல் பொதுமுடக்கத்தின்போது அச்சத்தின் காரணமாக ஆசிரியர்களுக்கும் தனியார் நிறுவனங்கள் விடுமுறை விட்டன. பின்னர் வலைவழி வகுப்பு முறை வந்தவுடன் ஆசிரியர்களை அவ்வகுப்பு எடுக்கச் செய்தன. ஆனால் ஊதியத்தைப் பாதியாகக் குறைத்தன. சில நிறுவனங்கள் இருபத்தைந்து, முப்பது விழுக்காடு ஊதியமே வழங்கின. சொந்த ஊர்களுக்குச் செல்வதன் மூலம் குறை ஊதியத்தில் வாழ முயன்ற ஆசிரியர்களைத் வீட்டிலிருந்து தொடர்ந்து வகுப்பு நடத்தவும் இந்நிறுவனங்கள் அனுமதிக்கவில்லை. நிறுவனத்திற்கு நேரில் வந்து அங்கிருந்தே வகுப்பு எடுக்க வேண்டும் என விதித்தன. நிர்வாகத்தின் கண்காணிப்பில் இருந்தால்தான் ஆசிரியர்கள் சரியாகச் செயல்படுவர் என்னும் எண்ணம் ஒருபுறம். வகுப்பெடுக்கும் நேரம் போக மீத நேரத்தில் ஆசிரியர்கள் 'சும்மாதானே இருப்பார்கள், அப்போது வேறு வேலை கொடுக்கலாம்' என்பது இன்னொரு புறம்.

மூளை உழைப்பை உயர்வாகவும் உடல் உழைப்பைத் தாழ்வாகவும் கருதும் நிலை இருக்கும் நம் சமூகத்தில் இரண்டுக்குமான வேறுபாட்டைக் கருத்தில் கொள்ளாத நிலையும் உள்ளது. ஒருமணி நேரம் வகுப்பெடுக்கத் தயாரிக்க வேண்டும், படிக்க வேண்டும் என்பதையும் ஒருமணி நேரம்,

இரண்டு மணி நேரம் தொடர்ந்து வகுப்பெடுப்பதற்கு ஆற்றல் தேவை என்பதையும் தனியார் நிறுவனங்கள் பொருட்படுத்துவதே யில்லை. வகுப்பெடுக்காத ஓய்வு நேரமெல்லாம் ஆசிரியர்கள் சும்மா இருக்கிறார்கள் என்பதே ஆழமான எண்ணம். சரி, வகுப்பில்லாத நேரத்தில் ஆசிரியர்களுக்கு என்ன வேலை?

ஓர் ஆசிரியருக்கு இத்தனை மாணவர்கள் என்று நிர்வாகம் பிரித்துவிடும். அந்த மாணவர்களின் கற்றலைப் பரிசோதிப்பது ஆசிரியர்களின் வேலை என்று மேலோட்டமாகப் பார்த்தால் தோன்றும். மாணவரின் கற்றலைப் பற்றி விசாரிப்பது போலப் பெற்றோரிடம் ஆசிரியர் பேசுவார். அத்துடன் நிறுவனத்திற்குச் செலுத்த வேண்டிய கல்விக் கட்டணம் குறித்தும் ஆசிரியர் பேச வேண்டும். பெற்றோரின் மனதைக் கரைத்து, கவர்ந்து, வலியுறுத்தி, அச்சுறுத்தி எப்படியாவது கல்விக் கட்டணத்தைப் பெற்றுவிட வேண்டும். எத்தனை மாணவரது கட்டணத்தை ஆசிரியர் பெற்றுத் தருகிறார் என்பதைப் பொருத்தே அவருக்கு வழங்கும் ஊதியத்தின் அளவு இருக்கும்.

ஒதுக்கப்பட்ட அனைவரிடமும் கட்டணம் வசூலித்துத் தந்துவிடும் ஆசிரியருக்கு முழுமையான ஊதியம். பாதிதான் வசூலிக்க முடிந்தது என்றால் அவருக்குப் பாதி ஊதியம்தான். வசூலிக்கத் திறனில்லாத ஆசிரியர் பாடம் கற்பிப்பதில் எத்தனை சிறந்தவராக இருப்பினும் ஊதியம் இல்லாமல் இருக்க வேண்டியதுதான். அல்லது வேலையை விட்டு நின்றுவிடலாம். தனியார் வங்கிகள் கடனை வசூலிக்கவென்று தனியாக ஆட்களை நியமிக்கிறார்கள். தனியார் கல்வி நிறுவனங்களோ ஆசிரியர்களிடம் கட்டணம் வசூலிக்கும் வேலையை விட்டு விடுகின்றன.

வலைவழித் தேர்வுகளைத் தனியார் நிறுவனங்கள் கடுமை யான எதிர்த்தன. அதன் காரணம் மாணவர்கள் கல்லூரிக்கு வந்தால் கட்டணம் செலுத்தினால்தான் தேர்வு நுழைவுச்சீட்டு எனச் சொல்லிக் கட்டணத்தைப் பெறலாம் என்பதுதான். கல்லூரிக்கு வராமல் வீட்டிலிருந்தே தேர்வு எழுதலாம் என்ற போதும் நுழைவுச்சீட்டைப் பல்கலைக்கழகங்கள் மாணவர் களுக்கு நேரடியாக அனுப்பக் கூடாது, தங்களிடமே கொடுக்க வேண்டும், தாங்களே மாணவர்களுக்கு அனுப்பிவிடுவோம் எனக் கல்லூரிகள் கேட்டுப் பெற்றன. தேர்வு நுழைவுச்சீட்டை ஒரு பொறியாகப் பயன்படுத்திக் கட்டணத்தை வசூலிப்பது தான் நோக்கம். மாணவர் கல்லூரிக்கு வரக் கூடாது என்பதால் ஆசிரியரே நேரடியாக மாணவர் வீட்டுக்குச் சென்று கட்டணத்தைப் பெற்றுக்கொண்டு நுழைவுச்சீட்டை வழங்கும் வேலையும் நடந்தது.

ஆசிரியர்களுக்குக் கொடுக்கப்படும் மற்றொரு வேலை புதிய மாணவர்களைப் பிடித்து வந்து தம் நிறுவனங்களில் சேர்ப்பது. குடியிருப்புப் பகுதிகளுக்குச் சென்று தம் பள்ளியைப் பற்றியோ கல்லூரியைப் பற்றியோ பெற்றோரிடமும் மாணவரிடமும் பேச வேண்டும். துண்டறிக்கை வழங்க வேண்டும். தம் நிறுவனம் பிள்ளைகளுக்கு எத்தகைய வசதிகளைச் செய்து கொடுக்கின்றது என்பதை விளக்க வேண்டும். கட்டணச் சலுகை பற்றி விவரிக்க வேண்டும். மாணவர் சேர்க்கை நடக்கும் காலத்தில் அரசுப் பள்ளி, கல்லூரிகளின் முன் தனியார் பள்ளி ஆசிரியர்கள் திரளாக வந்து நின்றுகொண்டு மாணவர்களைப் பிடிப்பார்கள். அரசு நிறுவனத்தில் இடம் கிடைக்காதவர்கள், தாம் விரும்பும் படிப்புக்கு வாய்ப்பில்லாதவர்கள் எல்லாம் தனியார் நிறுவன ஆசிரியர்களின் இலக்கு.

தம் நிறுவனம் எப்படிச் சிறப்பாக நடக்கிறது, ஒழுக்கமும் ஒழுங்கும் பின்பற்றப்படுகின்றன என்றெல்லாம் சொல்வதோடு கட்டணத்தை முழுமையாகச் செலுத்த வேண்டியதில்லை, அரசு தரும் கல்வி உதவித்தொகையில் ஒரு பருவக் கட்டணத்தைக் கழித்துக்கொள்ளலாம் எனவும் ஆசை காட்டி ஈர்ப்பது ஆசிரியர்களின் வேலை. சிக்கும் மாணவர்களையும் பெற்றோர்களையும் உடனே தம் நிறுவன வண்டியில் ஏற்றி அனுப்பி வைப்பார்கள். எந்தச் சான்றிதழும் இல்லை என்றாலும் பணம் கட்டினால் போதும், சேர்க்கை உறுதி. ஓர் ஆசிரியர் எத்தனை மாணவரைச் சேர்க்கிறாரோ அதற்கேற்ப ஊதிய உயர்வு கிடைக்கும். தொற்றுக் காலமாகிய இப்போது மாணவர் சேர்க்கையைப் பொருத்துத்தான் ஊதியமே வழங்கப்படுகிறது.

கல்வியாண்டின் தொடக்கத்தில் ஆசிரியர்கள் பிள்ளை பிடிப்பவர்களாக மாறுகிறார்கள். வீடு வீடாகச் சென்று பிள்ளைகள் இருக்கும் வீடுகளைக் கணக்கெடுப்பதும் பெற்றோரிடம் பேசுவதும் பள்ளி ஆசிரியர்களின் வேலை. அரசுப் பள்ளிகளில் பன்னிரண்டாம் வகுப்பு முடித்திருக்கும் மாணவர்களைக் கண்டறிந்து அவர்களைத் தம் கல்வி நிறுவனத்திற்குக் கொண்டு வந்து சேர்ப்பது கல்லூரி ஆசிரியர்களின் வேலை. ஒரு கல்வி நிறுவனமே ஒரே வளாகத்திற்குள் பள்ளி, கலைக்கல்லூரி, பொறியியல் கல்லூரி, கல்வியியல் கல்லூரி உள்ளிட்டவற்றை நடத்துகின்றன. அந்த வளாகத்திற்குள் ஒரு மாணவர் நுழைந்து விட்டால் உயர்கல்வி வரைக்கும் அதே நிறுவனத்தில் பயில்வதற்கு ஏற்பாடு செய்ய வேண்டியதும் ஆசிரியரின் பொறுப்பாகிறது. ஆசிரியத் தொழிலை அவர்கள் செய்ய வேண்டிய கடமை இரண்டாம் பட்சம். சேர்க்கைக்கு ஆள் பிடிப்பது, பணம் வசூலிப்பது முதலிய முகவர் வேலைதான் முதல் கடமை.

இளநிலை படிக்கும் மாணவர் அதை முடித்ததும் மாற்றுச் சான்றிதழைப் பெற முடியாது. அதே நிறுவனத்தில் முதுநிலைப் படிப்புக்குச் சேர நிர்ப்பந்திக்கப்படுவார். அல்லது கல்வியியல் பயில அங்கேயே சேர வேண்டும். விவரமான பெற்றோராக இருந்தாலும் போராடித்தான் மாற்றுச் சான்றிதழைப் பெற முடியும். இப்படிப் பல வழிகளைப் பயன்படுத்தித் தமக்கு வர வேண்டிய கட்டணத்தைத் தனியார் கல்வி நிறுவனங்கள் வசூலிக்கின்றன. மாணவர்களாகிய வாடிக்கையாளர் எண்ணிக்கை குறையாமல் பார்த்துக் கொள்கின்றன.

இந்தத் தொற்றுக் காலத்தில் தனியார் நிறுவனங்களுக்குச் செலவோ மிகவும் குறைவு. ஆசிரியர்கள் பலரை வேலையை விட்டு நிறுத்தின. பிறருக்கு ஊதியத்தைக் குறைத்தன. ஆசிரியரல்லாப் பணியாளர்கள் பலரை வேலையிலிருந்து அனுப்பிவிட்டன. குறிப்பாகத் துப்புரவாளர்கள், விடுதிகளில் சமையல் செய்வோர், பாத்திரம் துலக்குவோர், பரிமாறுவோர், சுத்தம் செய்வோர், பேருந்து ஓட்டுநர்கள் எனக் கணிசமானோரை ஊதியம் கொடுத்துத் தக்க வைக்கும் தேவை இல்லை எனக் கருதி நிறுவனங்கள் செயல்பட்டுள்ளன. மாணவர்கள் விடுதியில் இல்லை, அவர்களிடம் விடுதிக் கட்டணம் பெற முடியாது, ஆகவே ஊதியம் வழங்க முடியாது என்பதுதான் தர்க்கம். தொற்றுக் காலத்தைக் குறைந்த ஊழியர்களைக் கொண்டே கடக்க முடியும் என நிறுவனங்கள் கருதியதால் ஊதியம் வழங்கும் பெருஞ்செலவு குறைந்தது. வகுப்புகள் நடைபெறாத காரணத்தால் மின்கட்டணம், தண்ணீர்த் தேவை உள்ளிட்ட அடிப்படைச் செலவுகளும் பராமரிப்புச் செலவுகளும் இல்லை.

கணக்கிட்டுப் பார்த்தால் தனியார் நிறுவனங்களுக்கு இந்தக் காலகட்டத்தில் வரவு மிகுதி; செலவு குறைவு. தனியார் கல்வி நிறுவனம் என்பது தொழிலாகத்தான் பார்க்கப்படுகிறது. ‘கல்விச் சேவை’ என்றெல்லாம் வாய் வார்த்தைக்காகச் சொன்னாலும் அதைத் தொழிலாகப் பார்த்துத்தான் முதலீடு செய்கின்றனர். தொடக்க முதலீடு குறைவு; வரும் வருமானத்தைக் கொண்டு வளர்ச்சி பெற்றுவிடலாம் என்பது இந்தக் கல்வித் தொழிலின் அடிப்படைச் சூத்திரம். இன்று சில கிலோ மீட்டர் தொலைவுக்குக் கட்டிடங்களாக எழும்பி நிற்கும் பல கல்வி நிறுவனங்களின் தொடக்க முதலீடு மிகமிகக் குறைவு. மாணவர்களிடம் பெறும் கட்டணத்தைக் கொண்டே ஆண்டாண்டுதோறும் கட்டிடங்களும் வசதிகளும் செய்யப்பட்டன. ஓரளவுக்கு வளர்ந்த பிறகு வரும் வருமானத்தில் பெரும்பகுதி லாபமாக எஞ்சுகிறது. எந்தத் தொழிலை விடவும் லாப உறுதிகொண்டது கல்வித் தொழில். ஒவ்வோர் ஆண்டும் மாணவர்கள் படித்துத்தான் ஆக வேண்டும்.

வருமானம் தரும் வாடிக்கையாளர் இருந்துகொண்டே இருப்பது உறுதி. லாபகரமாக நடக்கும் தொழில் இது என்பதில் ஐயமே இல்லை.

ஆனால் பெருந்தொற்றுக் காலத்தில் தனியார் கல்வி நிறுவனங்களின் கைகள் கொடுப்பதற்கு நீளவேயில்லை. பிடுங்குவதற்கு முரட்டுக் கரங்கள் குவிந்தன. பெற்றோர்களுக்கு வேலை இல்லை; போதுமான வருமானம் இல்லை என்பது இந்நிறுவனங்களுக்குத் தெரியாதா விஷயமா? நினைத்தால் மாணவர்களுக்கு ஓராண்டுக் கட்டணமே வேண்டாம் என்றோ பாதிக் கட்டணம் போதுமென்றோ சலுகை தந்திருக்கலாம். அல்லது இயலாத பெற்றோரின் பிள்ளைகளுக்காவது கட்டணச் சலுகை கொடுத்திருக்கலாம். அத்தகைய மனிதாபிமானம் இந்த நிறுவனங்களுக்கு வரவேயில்லை.

ஆசிரியர் உள்ளிட்ட பணியாளர்களுக்கு ஏற்கனவே கொடுத்த ஊதியத்தையாவது குறைக்காமல் முழுமையாகக் கொடுத்திருக்கலாம். தனியார் நிறுவனங்களில் பணியாற்றும் பலரும் சமூகத்தின் அடிமட்டத்தில் இருந்து வந்தவர்கள். எந்தச் சாதியிலிருந்து வந்தவர்கள் என்றாலும் பெரும்பாலனவர்களுக்கு உடைமைப் பின்புலம் ஏதும் கிடையாது. மாத ஊதியத்தைக் கொண்டே குடும்பம் நடத்த வேண்டிய நிலைதான். கொடுங் காலத்தில் தம் ஊழியர்களைக் காக்க வேண்டிய கடமை நிறுவனங்களுக்கு இல்லையா? கடமையை விடவும் ஊழியர் களின் வாழ்வாதாரத்தை விடவும் லாபம் ஒன்றே இவற்றின் குறிக்கோள்.

வரலாற்றைப் பார்த்தால் பஞ்சம், வெள்ளம், தொற்று நோய் முதலிய பேரிடர்கள் வந்த காலத்தில் எல்லாம் மனிதாபிமானம் மருந்துக்கும் செயல்படவில்லை என்பது தெரிகிறது. குறிப்பாக வணிகர்கள், முதலாளிகள், உடைமையாளர்கள் முதலியோர் பேரிடர் கால நெருக்கடியைப் பயன்படுத்திக் கொள்ளை லாபம் சம்பாதிக்க முனைந்தனர். பொருள்களைப் பதுக்கி வைத்தனர்; செயற்கையான கிராக்கியை உருவாக்கினர். மக்களிடம் இருந்து விலைமதிப்பான பொருள்களை மிகக் குறைந்த விலைக்கு வாங்கினர். நிலம், வீடு ஆகியவற்றை எழுதி வாங்கி அபகரித்தனர். பெண்டு பிள்ளைகளை அடிமை கொண்டனர். பேரிடர் என்பது இவர்களுக்கு கொள்ளை லாபம் சம்பாதிக்கும் அதிர்ஷ்டக் காலம்.

இன்று உலகம் மாறிவிட்டது. போக்குவரத்து பெருகி யிருக்கிறது. ஒருபகுதியில் விளையும் பொருட்களை இன்னொரு பகுதிக்குக் கொண்டு சென்று தேவையைத் தீர்க்கும் நடைமுறை வந்திருக்கிறது. ஒருபகுதி மக்களுக்கு இன்னொரு பகுதி மக்கள்

உதவுவதற்கான செய்தித் தொடர்புகளும் வாய்ப்புகளும் கூடி யிருக்கின்றன. எனினும் குறுமுதலாளிகள், சிறுமுதலாளிகள், பெருமுதலாளிகள் அனைவருக்கும் எத்தகைய நெருக்கடியிலும் லாபம் சம்பாதிக்கும் மனநிலை மட்டும் மாறவில்லை. அந்த மனநிலைதான் கல்வியிலும் வெளிப்படுகிறது.

தனியார் கல்வி நிறுவனங்கள் செயல்படுவதைத் தவிர்க்க இயலாத நிலையில் உள்ளோம். ஆனால் அவற்றை முறைப் படுத்தவும் வழிகாட்டவும் மனிதாபிமான நடைமுறைகளைக் கைக்கொள்ளவும் அரசு வலியுறுத்த முடியும். ஆசிரியர்களும் பணியாளர்களும் பாதிப்படையாமல் பார்த்துக்கொள்ள இயலும். தொற்றுக்காலத்தில் ஒருவரையும் பணியிலிருந்து வெளியேற்றக் கூடாது என்பதைக் கட்டாயமாக்கலாம்; கண்காணிக்கலாம். தனியார் நிறுவனங்கள் எந்த நேரத்திலும் தம் ஊழியர்களை வெளியேற்றலாம், புதியவர்களைச் சேர்த்துக் கொள்ளலாம் என்றிருக்கிற நடைமுறை ஆசிரியர்களையும் பிற பணியாளர்களையும் எப்போதும் அச்சத்திலேயே வைத்திருக் கிறது. அரசு நினைத்தால் அவர்களுக்குக் குறைந்தபட்சப் பணி பாதுகாப்பை வழங்க முடியும். அதே போலப் பணியாளர்களுக்கு உரிய ஊதியத்தை வழங்குவதையும் உறுதிப்படுத்த நடவடிக்கை மேற்கொள்ளலாம். தனியார் கல்வி நிறுவனங்களில் பணியாற்றுவோர் நலனை அரசு கருத்தில் கொள்ள வேண்டியது அவசியம். அரசைத் தவிர மக்கள் யாரிடம் அடைக்கலம் கோர முடியும்?

அருஞ்சொல், 25.01.2022

மயிர்தான் பிரச்சினையா?

ஆசிரியர்களுக்கும் மாணவர்களுக்கும் இடையே ஏற்படும் பிரச்சினைகள் பற்றிச் சமீபமாகப் பல்வேறு செய்திகள் வருகின்றன. மாணவரை ஆசிரியரும் ஆசிரியரை மாணவரும் பாதுகாத்த காலம் போய்விட்டது. மாணவர்களிடமிருந்து தங்களுக்குப் பாதுகாப்பு வேண்டும் என்னும் வினோதக் கோரிக்கையை வைத்து ஆசிரியர்கள் போராட்டம் நடத்துகின்றனர். குற்றம் சாட்டும் எல்லா விரல்களும் மாணவர்களை நோக்கியே நீள்கின்றன. ஆசிரியர்களை நோக்கி ஒற்றை விரலை நீட்ட விரும்புகிறேன்.

கொரானோ காரணமாகக் கடந்த இரண்டு ஆண்டுகளாகக் கல்விச் சூழலிலிருந்து அந்நியப்பட்டிருந்த மாணவர்கள் பலருக்குக் கலந்தாலோசனை தேவை என்பதில் சந்தேகமில்லை. பலருக்கு எழுதவும் படிக்கவும் மறந்து போய்விட்டது. வகுப்பில் உட்காரும் மனநிலை மாறிவிட்டது. மாணவர்கள் பலர் வேலைக்குச் சென்று சம்பாதிக்கின்றனர். சமூக வலைத்தளங்களில் நிறைய நேரம் செலவிட்டு இப்போது விடுபட முடியாமல் தவிக்கின்றனர். அவர்களை எல்லாம் மீண்டும் கல்விச் சூழலுக்குள் கொண்டு வருவது கடினமான வேலைதான். ஆசிரியர்களுக்குப் பொறுப்பு கூடிவிட்டது.

அதே போலத்தான் கல்விச் சூழலிலிருந்து ஆசிரியர்களும் இரண்டு ஆண்டுகளாக அந்நியப்பட்டிருந்தனர். வகுப்பறையில் பாடம் எடுக்க வாய்ப்பில்லை. தேர்வுகள் நடத்தவில்லை.

மாணவர்களை நேரடியாகச் சந்திக்க முடியவில்லை. கரும் பலகையில் எழுதவில்லை. இப்போது ஆசிரியர்கள் மீண்டும் கல்விச் சூழலுக்குள் தங்களைப் பொருத்திக்கொள்வதற்கும் மாணவர்களின் மனநிலையை உணர்ந்து அணுகுமுறைகளை உருவாக்கிக்கொள்வதற்கும் பயிற்சிகள் தேவை. ஆசிரியர்களுக்கும் கலந்தாலோசனை அவசியம்.

இன்று மாணவர்களோடு ஆசிரியர்களுக்குப் பிரச்சினைகள் வருவதற்கு முக்கியமான காரணம் தலைமுடி. ஒரு மாணவரைப் பார்த்தவுடன் சிலிர்த்துக்கொண்டு நிற்கும் முடிதான் ஆசிரியரின் கண்ணுக்குப் படுகிறது. இன்றைய இளைஞர்கள் முடி திருத்திக்கொள்ளும் முறை ஆசிரியர்களுக்கு உவப்பானதாக இல்லை. தலையைச் சுற்றிலும் மண்டை தெரியுமளவு ஒட்டச் சிரைத்துவிட்டுச் சேவலின் கொண்டை போல உச்சியில் அடர்த்தி யாக மயிரை வைத்துக்கொள்ளும் முறை இன்று பிரபலமாக இருக்கிறது. தலையின் ஒருபுறம் முழுமையாகச் செதுக்குதல், கோடிழுத்துக் கொள்ளுதல், மயிர்களை நேராக நிறுத்துதல், நெற்றியில் படரவிடுதல் எனச் சிறுசிறு மாற்றங்களுடன் அதில் பல பாணிகள் உள்ளன. கோடிழூத்தல் ஒன்றை எடுத்தால் அதிலேயே வெவ்வேறு விதங்கள். ஒற்றைக் கோடு, ரெட்டைக் கோடு, முக்கோடு, நேர்கோடு, சுற்றுக்கோடு. நெற்றியில் மயிரைப் படர விடுதலில் வெவ்வேறு அளவுகள். கண்ணை மறைத்தல், நடுநெற்றி வரை தவழுதல், பக்கவாட்டு நெற்றியில் படருதல்.

இத்தகைய முடிதிருத்தத்தைப் பொதுவாக *'Box Cutting'* என்று நம் இளைஞர்கள் சொல்கிறார்கள். முடிதிருத்தகங்களில் பல பாணிகளுக்கான படங்களை வைத்திருக்கிறார்கள். ஆல்பங்களும் உள்ளன. அவற்றில் விருப்பமானதைத் தேர்வு செய்து கொடுத்தால் அதன்படி முடிதிருத்துகிறார்கள். சமூக வலைத்தளங்களில் பார்த்த ஒருபாணியின் படத்தைக் காட்டி அப்படி வேண்டும் என்று கேட்கிறார்கள். தம் தலைமயிர் பாணியைத் தீர்மானிக்க இன்றைய இளைஞர்களுக்கு முன்னால் பல தேர்வுகள் கிடக்கின்றன. ஒவ்வொரு முறையும் ஒவ்வொரு பாணியை வைத்து அழகு பார்க்க அவர்களால் முடிகிறது. ஆண் பறவைகள் தம் இறகுகளை விரித்து அழகு காட்டிப் பெண் பறவைகளை ஈர்க்கின்றன என்கிறார்கள். ஆண் மயில் தன் தோகையை விரித்தாடும்போது பெண் மயில் மட்டுமா மயங்குகிறது? ஆண் விலங்குகள் தம் பிடரி மயிரைச் சிலிர்த்துக் காட்டிப் பெண் விலங்குகளை ஈர்க்கின்றனவே. மனிதனும் சமூக விலங்குதானே. தம் தலைமயிரைக் கலையாக்கிக் காட்ட விரும்புவது இயற்கை.

இணையத்தில் பார்த்தால் 2022ஆம் ஆண்டின் பிரபலமான முடிதிருத்த வகைகள் நூற்றுக்கணக்கில் வருகின்றன. ஒவ்வொன்றுக்கும் ஒவ்வொரு பெயர். *Fade* என்பதில் *Mid fade, Temple fade, Taper fade, Skin fade* எனப் போய்க்கொண்டேயிருக்கிறது. *Top* என்பதில் பல வகை. *Fade, Top* இரண்டையும் இணைத்து உருவாக்கியுள்ள பாணிகளே இன்று வழக்கில் இருக்கின்றன. அழகழகான படங்களைப் பார்க்கும்போது இளமைப் பருவத்தைக் கடந்துவிட்ட துயரம் பீடிக்கிறது. தமிழகத்தில் மட்டுமல்ல, உலக அளவில் இந்த வகை பாணிகள் இன்று பிரபலமாக இருப்பதை அறிய முடிகிறது. எல்லா வகையிலும் உலகமயமாக்கலில் கலந்துவிட்ட நம்மைத் தலைமயிர் மட்டும் விட்டுவிடுமா?

கடந்த ஐந்தாறு ஆண்டுகளில் கிரிக்கெட் வீரர் விராட் கோலி தன் தலையில் பலவிதமான பாணிகளைக் காட்டியிருக்கிறார். ஒவ்வொரு போட்டித் தொடருக்கும் ஒவ்வொரு பாணி. சில சமயம் ஒவ்வொரு போட்டிக்கும் மாற்றுகிறாரோ என்று தோன்றும். நம் நடிகர்களும் படத்திற்குப் படம் தலை பாணியை மாற்றியிருக்கிறார்கள். நடிகர் விஜய் படத்திற்குப் படம் புதுவிதம் காட்டியிருக்கிறார். ஒரே பாடலில் நான்கைந்து பாணிகளும் வந்திருக்கின்றன. 'துப்பாக்கி' படத்திற்குப் பிறகு 'இராணுவ ஸ்டைல்' முடிதிருத்தம் இளைஞர்களிடம் பிரபலமாயிற்று.

மாணவர்கள் இன்றைய தலைமுறையினர். எல்லாவற்றிலும் சமகாலத்துப் போக்குகளையே விரும்புவார்கள். அதுதான் தலைமயிரில் பிரதிபலிக்கிறது. இந்த வகை பாணி ஏன் ஆசிரியர்களுக்குப் பிடிக்கவில்லை? தலையைச் சுற்றிலும் ஒன்றுமில்லாமல் உச்சியில் கிரீடம் போல நின்றிருக்கும் மயிர்க்கற்றை ஆசிரியருக்கு 'அடங்காமை'யின் குறியீடாக அர்த்தமாகிறது. திமிர் என்று தோன்றுகிறது. ரவுடி பிம்பத்திற்குள் எளிதாக மாணவரை அடக்கிவிடுகிறார்கள். உடனே ஆசிரியரின் 'தான்' சீண்டப்படுகிறது. மாணவரின் தலைபாணியை ஏளனமாகச் சில ஆசிரியர்கள் பார்க்கிறார்கள். சிலர் சொற்களால் கேலி செய்கிறார்கள். சிலர் அறிவுரை சொல்லத் தொடங்கிவிடுகிறார்கள். இவற்றையெல்லாம் சகித்தபடி மனதில் திட்டிக் கொண்டே மௌனமாக மாணவர்கள் கேட்டுக்கொள்கிறார்கள்.

சில ஆசிரியர்கள் இவற்றில் திருப்திப்படுவதில்லை. எப்படியாவது மாணவரை அடக்கித் தம் கீழ்க் கொண்டுவந்துவிட வேண்டும் எனக் கருதி அடக்குமுறை உத்திகளைக் கையாள்கிறார்கள். சரியாக முடி வெட்டிக் கொண்டுதான் வர வேண்டும் என விரட்டுகிறார்கள், வெளியே நிறுத்துகிறார்கள், வருகைப் பதிவு வழங்க மறுக்கிறார்கள். மாணவரின் தன்மானத்தைக் கேள்விக்கு உட்படுத்தும் வகையில் கடுஞ்சொற்களை வீசுகிறார்கள்.

சாக்பீஸைத் தூக்கி எறிந்துவிட்டுக் கத்திரிக்கோலைக் கையில் எடுக்கத் துடிக்கும் ஆசிரியர்கள் பலருண்டு. ஆசிரியர்களின் அலுப்பூட்டும் பேச்சுக்களைக் கேட்டுப் பெரும்பாலான மாணவர்கள் தலைகுனிந்து போகும் இயல்புடையவர்களாக இருக்கிறார்கள். சிலர் எதிர்ப்புணர்வு கொண்டவர்கள். அவர்கள் ஆசிரியர்களுக்குப் பதிலடி கொடுக்கிறார்கள். சிலசமயம் சொற்கள்; சிலசமயம் கைகள்; சிலசமயம் கைக்குக் கிடைப்பவை. மாணவர் எந்த ஆயுதத்தை எடுக்க வேண்டும் என்பதை ஆசிரியரே தீர்மானிக்கிறார்.

ஆசிரியர்கள் கொஞ்சம் தம் இளமைக் காலத்தைத் திரும்பிப் பார்க்க வேண்டும். பள்ளியிலும் கல்லூரியிலும் அவர்கள் பயின்ற காலத்தில் எத்தகைய தலைமுடி பாணி இருந்தது? நெளி வைத்தல், முன்மண்டையில் கூடு வைத்தல், ஹிப்பி எனப் பல பாணிகளைக் கண்டிருப்பர். அந்தந்தக் காலத் திரைப்படங்களைப் பார்த்தால் ஒவ்வொரு பத்தாண்டிலும் என்னென்ன வகைகள் பிரபலமாக இருந்திருக்கின்றன என்பதைக் கண்டுகொள்ளலாம். 1980களில் நடக்கும் சம்பவங்களைக் கொண்ட 'சுப்பிரமணியபுரம்' படத்தில் காலப் பின்னணியை உணர்த்தத் தலைமுடி பாணியை ஒரு உத்தியாகக் கையாண்டிருந்தனர். இப்படிப் பல உதாரணங்களைச் சொல்லலாம். கல்விக் காலப் புகைப்படங்கள் தலைமயிர்ச் சரித்திரத்தைச் சொல்வன. தம் ஆல்பத்தை ஒவ்வொரு ஆசிரியரும் எடுத்து அடிக்கடி பார்க்க வேண்டும். தம் காலத்துத் தலைமயிர் பாணி பற்றி அப்போது என்ன விமர்சனங்கள் பெற்றோரிடமும் ஆசிரியர்களிடமும் இருந்தன என்பதைப் பற்றிச் சிந்தித்துப் பார்க்க வேண்டும்.

முப்பது வயதுக்கு மேல் ஒவ்வொருவரும் புதுப்பாணிக்கு மாறுவதிலிருந்து தேங்கிப் போய்விடுகிறார்கள். ஆனால் தம் தலைமயிரில் கவனம் சிதைவதில்லை. நரை வரத் தொடங்கியதும் சாயம் பூசத் தொடங்குகிறார்கள். சந்தையில் இன்று மிகுதியாக விற்கும் அலங்காரப் பொருட்களில் தலைச்சாயம் முக்கியமானது. வயதைக் குறைத்துக் காட்டும் சாயம் எது, முடி உதிராமல் படியும் சாயம் எது என்றெல்லாம் பார்த்துப் பார்த்துப் பூசிக் கொள்கிறார்கள். இயற்கைச் சாயம் என்றும் பூசிக்கொள்வது எளிது என்றும் சொல்லி வரும் விளம்பரங்கள் கணிசமானவை. நாற்பது வயதுக்கு மேற்பட்ட ஆண்களில் – குறிப்பாக நடுத்தரக் குடும்பத்தினர் – தலைச்சாயம் பூசாதவரைக் காண்பது கடினம். முடிதிருத்தகங்களிலேயே இப்போது விலைப்பட்டியலில் 'கட்டிங், சேவிங், டை' என்று மூன்றையும் சேர்த்து விலை குறித்திருக்கிறார்கள். சாயம் பூசாத சலூன்கள் இல்லை. தலைக்குச் சாயம் பூசாத ஆசிரியர் அதிசயம்.

மயிர்தான் பிரச்சினையா?

முப்பது வயதுக்கு மேல் படிப்படியாக வழுக்கைத் தலையை அடையும் ஆண்கள் சுற்றிலும் இருக்கும் மயிர்களை நீள வளர்த்தி அவற்றைச் சேர்த்துத் தூக்கிச் சீவி நடுமண்டையை மறைக்க முயல்கின்றனர். சிலரோ வழுக்கை தெரியாத வகையில் தமக்குப் பிடித்த பாணிச் செயற்கை முடியை ஒட்டிக்கொள்கின்றனர். இத்தகைய தோற்றம் கொண்ட ஆசிரியர்கள் பலர். தம் கால்சட்டைப் பையில் சீப்பு வைத்திருக்காத ஆசிரியர் உண்டா? தம் தலைமயிரில் இவ்வாறு கவனம் எடுத்துக்கொள்வதில் தவறு ஏதுமில்லை. ஆனால் பதின்வயதில் இருக்கும் மாணவர்கள் தம் தலைமயிரை எப்படி வைத்துக்கொள்வது எனத் தீர்மானிக்கும் செயலில் ஆசிரியர்கள் ஏன் இறங்குகிறார்கள்?

ஆசிரியர்களின் வீட்டிலும் மகன்கள் இருக்கிறார்கள். அவர்கள் *Box Cutting* பாணியைத் தான் விரும்புகிறார்கள். ஆசிரியப் பெற்றோரில் எத்தனை பேர் தம் மகன்களின் தலைமயிர் பாணியில் கைவைக்க முடியும்? ஒருவேளைக் கடுஞ்சிந்தை கொண்ட பெற்றோராக இருந்தால் பள்ளிக் காலம் வரைக்கும் கட்டுப்படுத்தி வைக்கலாம். கல்லூரிக்குள் நுழைந்துவிட்ட எந்த மகனின் தலையிலும் ஆசிரியப் பெற்றோர் கைவைக்க முடியாது. ‘போப்பா’, ‘போம்மா’ என்னும் ஒற்றை வார்த்தையில் அவர்கள் அறிவுரையைப் புறந்தள்ளிவிடுவார்கள். தம் பிள்ளைகளிடம் செல்லுபடியாகாத விஷயத்தை மாணவர்களிடம் வந்து ஏன் திணிக்க வேண்டும்?

மாணவர்களின் தலைமயிர் எப்படி இருக்க வேண்டும் என ஆசிரியர்கள் எதிர்பார்க்கிறார்கள்? மயிரைக் குறைவாக வைத்திருந்தால் ஆசிரியர்களுக்குப் பிடிக்கிறது. கொஞ்சம் நீளமாகத்தான் இருக்கட்டுமே. குடுமி வைத்து அதில் பூவும் சூடியிருந்தவர்கள் தானே நம் முன்னோர்? தலைக்கு எண்ணெய் தேய்த்துப் படியச் சீவியிருந்தால் ஆசிரியர்களுக்குப் பிடிக்கிறது. இன்றைய மாணவர்கள் தலைக்கு எண்ணெய் தேய்ப்பதை விரும்புவதில்லை. மயிர் புசுபுசுவென்று அலைந்து காற்றில் பறப்பதை விரும்புகிறார்கள். மொட்டை அடிப்பது, கரும்புள்ளி செம்புள்ளி குத்துவது, ஒருபுறம் மழிப்பது எனத் தலைமயிரில் தண்டனைகளை வைத்திருந்த காலம் போய்விட்டது.

குடுமிக் காலத்தில் குறிப்பிட்ட சாதியினர் இப்படித்தான் வைத்துக்கொள்ள வேண்டும் என்று நடைமுறை இருந்தது. உச்சிக்குடுமி வைத்திருக்கும் உரிமை பெற்றவர்கள் உயர்ந்த சாதியினர். பின்மண்டையில் குடுமி போட்டவர்கள் அடுத்த நிலைச் சாதியினர். முதுகில் முடிந்து குடுமி போட்டவர்கள் கீழ்நிலையினர். இந்தச் சாதி ஆதிக்கக் காலத்தை நாம் இன்னும்

கடக்கவில்லையா? மாணவர்களின் தலைமயிர் பாணியால் பதறிப் போகும் ஆசிரியர்களுக்குள் அந்தக்காலச் சாதி ஆதிக்க உணர்வு துளி ஒட்டிக்கொண்டிருக்கிறது போலும்.

சுதந்திர உணர்வோடு இன்றைய தலைமுறை தம் மயிரைக் காற்றில் அலைய விடட்டும். உச்சியில் மயிர்க் கிரீடம் தவழட்டுமே. 'உலகத்தோடு ஒட்ட ஒழுகல் பலகற்றும் கல்லார் அறிவிலாதார்' என்கிறார் வள்ளுவர். உலகத்தில் உண்டாகும் மாற்றங்களை உணர்ந்து அதற்கேற்ப உடனுக்குடன் மாறிக் கொள்ள வேண்டும். தினமும் இளவயதினரைச் சந்திக்கும் ஆசிரியர்களுக்கு அது மிகவும் அவசியம். மாற்றத்தை உணர்ந்து மனதைத் திறந்தால் மாணவர் தலைமயிர் பாணியை ஆசிரியர்கள் கண்டு ரசிக்கலாம். மனம் இல்லையேல் தலைகுனிந்துகொண்டு கடந்துவிடலாம். இன்றைய தலைமுறையின் சுதந்திரத்தில் எல்லை மீறித் தலையிடாமல் இருந்தால் போதும். ஆசிரியர்-மாணவர் பிரச்சினை உருவாகாது. மயிரை மாணவர்கள் பார்த்துக் கொள்ளட்டும். கற்பித்தலில் நாம் கவனம் செலுத்துவோம்.

அருஞ்சொல், 01.04.2022.

மயிர்தான் பிரச்சினையா? – 2

அருஞ்சொல்லில் வெளியான 'மயிர்தான் பிரச்சினையா?' கட்டுரைக்கு ஏராளமான எதிர்வினைகள். எழுத்துப்பூர்வமாக வந்தவை கொஞ்சம். புலனத்தில் எழுந்தவை பல. உரையாடலில் விவாதிக்கப்பட்டவற்றிற்கு அளவேயில்லை. எதிர்வினை என்றதும் எதிர்ப்பு என்று நான் பொருள் கொள்ளவில்லை. ஆதரவும் பரிசீலனையுமாக வந்தவை பல. 'எனக்கும் மாணவர் முடி குறித்து மோசமான பார்வை சமீப காலம்வரை இருந்தது. அதை நினைத்தால் வெட்கமாக இருக்கிறது' என்று சொன்னார் ஓர் ஆசிரியர். 'படிக்கும் காலத்தில் நான் ஸ்டெப் கட்டிங் வைத்திருந்தேன்' என்றும் 'ஒருதலை ராகம் படத்தில் வருகிற மாதிரி ஹிப்பிதான் அப்போது என் ஸ்டைல்', 'அப்போது நான் ஃபங்க் வளர்த்திருந்தேன் சார்' என்றும் சில நண்பர்கள் தங்கள் இளமைக் காலத்தைப் பகிர்ந்துகொண்டனர். 'மாறிக்கணுங்கிறீங்க' என்றவர்கள் பலர். 'நகரத்து மாணவர்களைவிடக் கிராமத்து மாணவர்களிடம் முடித்தோற்றம் பற்றிய கவனம் அதிகமாக இருக்கிறது' என்று ஓர் ஆசிரியரின் உற்று நோக்கல் பதிவாகி யிருக்கிறது. பாதகமில்லை, பரிசீலிப்பவர்கள் இருக்கிறார்கள்.

இந்தக் கட்டுரை வெளியான பிறகு சில கல்லூரி நிகழ்ச்சிகளுக்குச் சென்றேன். அங்கெல்லாம் மாணவர்கள் இக்கட்டுரை குறித்து மகிழ்ச்சியோடு பேசினர். தம் தரப்பில் நின்று பேசியதற்காகச் சிறப்புக் கைத்தட்டல்களையும் கொடுத்தனர். இப்போது 'Namma paiyan' என்னும் யுடியூப்

தளத்தில் *'Engineering College Days | Beard Problems'* என்றொரு குறும்படம் வெளியாகியுள்ளது. அது பொறியியல் கல்லூரி மாணவர்களின் தாடிப் பிரச்சினை பற்றிப் பேசுகிறது. இன்றைய மாணவர்கள் தாடி வைத்துக்கொள்வதை விரும்புகிறார்கள். தாடி வைத்தல் காதல் தோல்வியின் அடையாளம் என்னும் கருத்து இன்றில்லை. மெல்லிய கருந்தாடியைக் கன்னத்தில் படரவிடுவது இப்போதைய பாணி. தாடி வராத இளைஞர்கள் தாழ்வுணர்ச்சி கொள்கிறார்கள். அதை வளர்ப்பதற்குப் பலவிதமாக முயல்கிறார்கள். கல்லூரி நிர்வாகமும் ஆசிரியர்களும் தாடிக்கு எதிராக உள்ளனர். தாடி வைத்திருக்கும் மாணவர்கள் தம் ஆசிரியர்களை எதிர்கொள்ளப்படும் பாட்டைப் படம் விவரிக்கிறது. அதற்குத்தான் எத்தனை விருப்பங்கள்!

கட்டுரையைக் கடுமையாக எதிர்த்தவர்களின் கருத்துக் களைப் பொறுமையாக வாசித்தேன். ஏமாற்றமாக இருந்தது. ஆசிரியர்களுக்கு எதிரானது என்று முடிவு செய்துவிட்டால் வாசிப்புக்கு இடமேது? மாற்றங்களை உள்வாங்கிக்கொள்வதில் ஆசிரியர்கள் தவறவிடும் புள்ளிகளைப் பற்றிப் பேசுகிறது கட்டுரை. 'இன்றைய தலைமுறையினரின் மயிரைப் பார்த்ததும் ஏன் நமக்கு எரிச்சல் வருகிறது?' என்னும் கேள்வியைக் கேட்டுகொண்டு யோசிக்கக் கொஞ்சம் நேரம் கொடுத்தால் கட்டுரையின் தொனி விளங்கும். 'இந்தக் காலத்து மயிர்பாணி இது' என்று ஏற்றுக் கொள்வதில் நமக்குள்ள தடைகள் எவை? என்பதைத் துணைக் கேள்வியாகக் கொள்ளலாம். இதன் அடிப்படையில் இன்னும் வெவ்வேறு பிரச்சினைகளையும் பேசலாம். மற்றபடி ஆசிரியர் களுக்கு எதிரானது என்று முடிவு செய்துகொண்டு 'ஆசிரியர்கள் தெய்வங்கள்; புனிதர்கள்; எழுத்தறிவித்தவன் இறைவன். அவர்கள் மீது குறை சொல்லலாமா?' என்றெல்லாம் பழைய விழுமியங்களைத் தூக்கிக்கொண்டு வந்தால் எப்படி?

ஒரு விவாதத்தில் தர்க்க வகைகளைத் திறம்படப் பயன் படுத்தும் பல நூல்கள் நம்மிடம் உள்ளன. மணிமேகலை, நீலகேசி உள்ளிட்டவையும் பிற்காலச் சித்தாந்த உரைகள் பலவும் அப்படிப்பட்டவை. அந்தத் தர்க்க மனதை எங்கே இழந்தோம்? 'மயிர்தான் பிரச்சினையா?' என்று கேட்டால் உடனே 'மாணவர்கள் மது அருந்துவதை நியாயப்படுத்தி எழுதுங்கள், போதைப் பொருள் பயன்படுத்துவதை ஆதரியுங்கள், சீருடையைத் தவிர்த்துவிட்டு வண்ண உடைகளை அணியச் சொல்லுங்கள்' என்றெல்லாம் சொல்வது என்ன வகைத் தர்க்கம்? ஒவ்வொன்றைப் பற்றியும் பேச வேண்டும். அவை சரி, தவறு என்னும் பார்வை ஒருபுறம். இவை நிலவப் பின்னணிக் காரணங்கள் எவை என

ஆராய்வது இன்னொரு புறம். இவற்றைத் தவிர்ப்பது அல்லது மாற்றுவது எப்படி என்றெல்லாம் யோசிக்க வேண்டியிருக்கிறது. கர்நாடகத்தில் ஹிஜாப் பிரச்சினை வந்ததும் இந்தக் காலத்திலும் சீருடை தேவையா என்னும் கேள்வியைப் பலர் முன்வைத்தனர். மேற்கொண்டு அந்த விவாதம் செல்லவில்லை. சென்றிருக்க வேண்டும்.

அளவுகோல்களைப் பயன்படுத்துவதிலும் அப்படித்தான். ஓர் ஆசிரியர் மதுவருந்திவிட்டுப் பள்ளிக்கு வந்தார் என்று செய்தி வந்தால் 'எங்கேயோ ஓரிருவர் அப்படி இருக்கிறார்கள் என்பதற்காக எல்லா ஆசிரியர்களும் அப்படித்தான் என்று சொல்ல முடியுமா?' என்று கேட்பார்கள். அதுவே ஒரு மாணவர் மது அருந்திவிட்டு வந்தார் என்றால் 'மாணவ சமுதாயமே பாழ்பட்டு விட்டது' என்று ஒப்பாரி வைப்பார்கள். ஆசிரியர் ஒருவர் சாதி ரீதியாக மாணவர்களைப் பார்த்துத் திட்டுகிறார் என்றால் 'எல்லா ஆசிரியர்களையும் சொல்லாதீர்கள். அவர்மீது நடவடிக்கை எடுங்கள்' என்பார்கள். எங்கோ ஓரிடத்தில் மாணவர் சிலர் சாதி அடையாளக் கயிறு கட்டிக்கொண்டு வந்தால் எல்லாப் பள்ளிகளிலும் கல்லூரிகளிலும் அப்படித்தான் என்று மாணவ சமுதாயத்தையே வசை பாடுவார்கள். கொரானோ காலத்தில் படிப்பையே மறந்துவிட்ட மாணவர்களுக்குக் கலந்தாலோசனை தேவை என்றால் ஆதரிப்பார்கள். அப்படிப்பட்ட மாணவர்களைக் கையாள்வது குறித்து ஆசிரியர்களுக்கும் கலந்தாலோசனை தேவை என்றால் 'இவ்வளவு படித்துவிட்டு வந்த ஆசிரியர்களுக்கா கலந்தாலோசனை?' என்று கொதிப்பார்கள். நம் அளவுகோல் எங்கே நீள்கிறது, எங்கே சுருங்குகிறது என்று பாருங்கள்.

மாணவர்களுக்கு மட்டுமல்ல, எல்லாத் தரப்பினருக்கும் ஒழுக்கம் அவசியம். ஆனால் ஒழுக்கம் என்பதற்குக் காலம் கடந்த வரையறை ஏதுமில்லை. காலத்திற்கும் சூழலுக்கும் ஏற்ப ஒழுக்க விதிகளில் சிறுசிறு மாற்றங்களோ பெரும் மாற்றங்களோ நிகழ்கின்றன. அவற்றை உணர்ந்து ஏற்றுக்கொள்ளாமல் காலாவதி யான பழைய விழுமியங்களைத் தூக்கிக்கொண்டு வந்து புலம்பு கிறது ஒழுக்கவாதம். வலைவகுப்புகள், திறன் வகுப்பறைகள், கற்பித்தலில் நவீனக் கருவிகளின் பயன்பாடு என்றெல்லாம் மாறிக் கொண்டிருக்கிறோம். ஆனால் பழைய ஒழுக்க விதிகளில் எந்த மாற்றமும் செய்ய மாட்டோம் என்றால் சரியா? மாற்றங்களை இயல்பாகக் கொண்டு வளர்ந்து வருகிறது இளைய தலைமுறை. நிர்ப்பந்தம் ஏற்படும் வரை மாற மாட்டோம் என்று அடம் பிடிக்கிறது முந்தைய தலைமுறை. இந்த முரணைப் பற்றி நாம் விரிவாக விவாதிக்க வேண்டிய காலம் இது.

இந்த எதிர்வினைகளில் ஒரு மகிழ்ச்சி 'மயிர்' என்னும் சொல் பயன்பாடு இயல்பாகியிருப்பதுதான். 'மயிர்நீப்பின் உயிர்வாழாக் கவரிமா', 'தலையின் இழிந்த மயிர் அனையர்' என்றெல்லாம் திருவள்ளுவர் பயன்படுத்தியிருக்கிறார். 'வேரிமயிர் பொங்க எப்பாடும் பேர்ந்துதறி' என்கிறார் ஆண்டாள். 'சிலிர்த்து மெய்ம்மயிர் போர்த்தனர்', 'கருமைபோய் வெளுத்தது ஓர்மயிர்' என்பன கம்பராமாயணத் தொடர்கள். தமிழ் இலக்கிய நெடும் பரப்பில் 'மயிர்' என்னும் சொல் பயன்பாட்டுக்கு எத்தனையோ சான்றுகள். மக்கள் வழக்கில் இச்சொல் இன்றும் வாழ்கிறது. உடல் உறுப்புகளில் ஒன்றைக் குறிக்கும் இத்தகைய சொல்லை 'இடக்கர்' என்று கருதி ஒதுக்கும் போக்கு சமீப காலமாக நிலவி வருகிறது. இந்த விவாதத்தில் அது தகர்ந்திருக்கிறது. இயல்பாகவோ கோபமாகவோ பலரும் 'மயிர்' என்பதைச் சாதாரணமாகப் பயன்படுத்தியுள்ளனர். மகிழ்ச்சி.

'மயிர்தான் பிரச்சினையா?' கட்டுரையில் தெரிவித்துள்ள கருத்துக்கள் பல்லாண்டுகளாகவே எனக்குள் இருந்தவைதான் என்றாலும் கட்டுரையாக்கும் எண்ணத்தை உருவாக்கியது ஒரு செய்தி. சேலம் மாவட்டம் அரசு மேல்நிலைப் பள்ளி ஒன்றில் முடிவெட்டிக்கொண்டு வரும்படி தலைமையாசிரியர் சொன்னதை எதிர்த்த மாணவர் ஒருவர் பீர் பாட்டிலால் தாக்க வந்தார், பொருட்களை உடைத்தார் என்பதுதான் அது. அம்மாணவர் கைது செய்யப்பட்டுக் கூர்நோக்கு இல்லத்துக்கு அனுப்பி வைக்கப்படுவார் என்று காவல்துறை சொல்லியிருக்கிறது. அம்மாணவரின் செயல் தவறானது. பதின்வயது இளைஞர், அதுவும் மாணவர் ஒருவர் குற்ற மனநிலை கொள்வது மிகவும் வருத்தத்திற்குரியது. பதற்றத்துடன் மூச்சு வாங்க அவர் பேசும் காணொலியைப் பார்த்தபோது அவருக்குத் தேவை தண்டனை யல்ல; கலந்தாலோசனை என்றுதான் எனக்குப் பட்டது.

தேனி மாவட்டப் பள்ளிக் காட்சி ஒன்றும் அதைப் பற்றிய செய்திகளும் தொடர்ந்து வந்தன. 'ஏறுனா ரயிலு, போட்டா ஜெயிலு, எடுத்தா பெயிலு' என்று வசனம் பேசும் சிறுவனைப் பார்க்கப் பரிதாபமாக இருந்தது. ரயிலை அவர் பார்த்திருக்கக் கூடும். ஜெயிலைத் திரைப்படத்தில் கண்டிருக்கலாம். 'பெயில்' என்றால் என்னவென்று அம்மாணவருக்குத் தெரியுமா? இந்த வசனத்தை எங்கிருந்து அவர் எடுத்திருப்பார்? இத்தகைய மாணவர்களை எப்படி அணுகுவது? ஓர் ஆசிரியராக என் அணுகுமுறையில் என்ன மாற்றம் தேவை? என் மகனாக இருந்தால் காவல்துறையில் ஒப்படைக்க விரும்புவேனா? பாதுகாப்புக் கேட்டுப் போராட்டம் நடத்துவேனா? நெருக்கடியான காலத்தில்

என் பாதுகாப்புக்குப் படை திரண்டு வந்தவர்கள் மாணவர்கள். அவர்களிடமிருந்து பாதுகாப்பு கேட்கும் அவலமும் நேருமா? இவைதான் என் மனதுக்குள் ஓடின.

பரபரப்புக்காகவோ செய்தி மதிப்புக்காகவோ பொதுப்புத்தி சார்ந்தவற்றை ஊடகங்கள் அப்படியே முன்வைக்கின்றன. சிறுகேள்விகளைக்கூட எழுப்புவது கிடையாது. 'நான் ரௌடிதான்' என்று ஒரு மாணவர் சொன்னால் அது செய்தி மதிப்புப் பெறுகிறது. ஒரு மாணவர் தன்னை ரௌடி என்று சொல்லிக் கொள்கிறார் என்பது பொதுப்புத்திக்கு உவப்பாக இருக்கிறது. பதின்வயதினரைக் குற்றவாளிகளாகவும் குற்றம் செய்ய எந்நேரமும் தயாராக இருப்பவர்களாகவும் பொதுப்புத்தி கருதுகிறது. 'நான் ரௌடிதான்' என்பது பதின்வயதின் ஒப்புதல் வாக்குமூலமாக வெளிப்படும்போது எல்லோருக்கும் அத்தனை ஆனந்தம். 'நீ என்ன பெரிய ரௌடியா?' என்று ஓர் ஆசிரியர் கேட்கும் கேள்விக்குத்தான் இந்தப் பதில் வருகிறது. ஆனால் கேள்விக்கும் கேட்டவருக்கும் செய்தி மதிப்பில்லை.

'தூக்கிருவாங்க', 'போட்டுருவாங்க' என்னும் சொற்கள் ஓர் ஆசிரியரின் வாயில் இருந்து வருகின்றன. அதற்கு 'மயிரக்கூடப் புடுங்க முடியாது' என்று மாணவரிடம் இருந்து பதில் வருகிறது. மாணவர் பேச்சும் அவர் செயலும் படத்தில் தெரிகிறது. ஆசிரியரின் ஏளனத் தொனி மட்டும் குரலில் தெரிகிறது. அவர் தோற்றமும் செயலும் தெரியவில்லை. மாணவர் என்ன பேசினார், என்ன செய்தார் என்று ஆசிரியர் சொல்லும்போது எல்லோரும் நம்புகிறோம். 'முடிச்சிருவன்னு சொன்னாரு' என்று மாணவர் ஓர் ஆசிரியர் மீது குற்றம் சாட்டுகிறார். அதைப் 'பொய்' என்னும் ஒரே சொல்லில் எளிதாகக் கடந்துவிடுகிறோம். மாணவர் பொய்ப் பேசுவார்; ஆசிரியர் உண்மையே பேசுவார் என்பது என்ன வகை நியாயம்? ஏன் நாம் இன்னொரு பக்கத்து நியாயத்தைக் கணக்கில் எடுத்துக்கொள்வதே இல்லை?

ஆசிரியர்களாகட்டும், பொதுச்சமூக மனிதர்களாகட்டும், மாணவர்களை எதிர்மறையாகவே அணுகுகிறோம். மாணவர்கள் குற்றவாளிகள்; எந்த நேரத்திலும் குற்றம்புரியத் தயாராக இருப்பவர்கள் என்பதுதான் இந்த அணுகுமுறை. ஆகவே எப்போதும் அவர்களைக் கண்காணித்துக் கொண்டேயிருக்கிறோம். பெற்றோரின் கண்காணிப்பு, ஆசிரியர்களின் கண்காணிப்பு மட்டுமல்ல, பொதுமனிதர்களும் அவர்களைக் கண்காணித்துக்கொண்டேயிருக்கிறார்கள். நான்கைந்து மாணவர்கள் சேர்ந்து பேருந்து நிறுத்தத்தில் நின்று பேசிச் சிரித்துக் கொண்டிருக்கும் காட்சி கண்ணில் பட்டதும் 'இதுங்கெல்லாம்

வெளங்கவா போகுது' என்றொருவர் சாபம் விடுகிறார். நம் சமூகத்தில் மகிழ்ச்சியாக இருப்பதே குற்றமாகிவிடுகிறது. குற்றப் பார்வை கொண்ட கண்கள் இந்தச் சமூகத்தினுடையவை.

இதைச் சொன்னதும் 'மாணவர்களைக் கண்காணிக்கவே கூடாதா?' என்று பாய்ந்து வரும் குரல்கள் காதுகளில் விழுகின்றன. அவசியமான கண்காணிப்பும் ஆலோசனையும் தேவை. 'குற்றப் பார்வை' வேண்டாம் என்கிறேன். சமூகத்தில் கொலை, கொள்ளை, களவு, ஏமாற்று, லஞ்சம், ஊழல் உள்ளிட்ட பெருங்குற்றங்களில் ஈடுபவர்கள் பெரும்பான்மையாக முப்பது வயதுக்கு மேற்பட்டவர்கள்தான். பதின்வயதுப் பிள்ளைகள் சமூக, குடும்ப வாழ்வுக்குள் இன்னும் நுழையாதவர்கள். பொறுப்பு குறைவானவர்கள். பணி, ஊதியம் எனப் பணத்தைக் கையாளச் சந்தர்ப்பம் அமையாதவர்கள். ஆகவே குற்றம் செய்வதற்கான வாய்ப்புகளைக் குறைவாகவே பெற்றவர்கள். வாய்ப்பற்றவர்கள் மீதே சமூகத்தின் 'குற்றப் பார்வை' முழுவதுமாகப் படிகிறது. தன்னம்பிக்கைப் பிரச்சாரத்தை மேற்கொள்ளும் மூத்தவர்கள் இளையவர்கள் மேல் நம்பிக்கை கொள்வதில்லை என்பது முரண்.

மாணவர்களைக் குற்றப் பார்வையோடு அணுகுவதால் எல்லோரிடமும் அதிகாரத் தொனி வந்துவிடுகிறது. குறிப்பாக ஆசிரியர்கள் மாணவர் மீது செலுத்தும் அதிகாரத்திற்கு அளவே யில்லை. நிர்வாகத் துறைகளில் பணிபுரிபவர்கள் பலரை விடவும் அதிக ஊதியம் பெற்றபோதும் அவர்களுக்கு நிகரான அதிகாரம் ஆசிரியர்களுக்குக் கிடைப்பதில்லை. ஆசிரியர்கள் அதிகாரம் செய்யக் கிடைத்த பிறவிகள் மாணவர்கள்தான். மாணவர்களிடம் ஆசிரியர்கள் காட்டும் அதிகாரம் ஒவ்வொரு அசைவிலும் தெரிகிறது; ஒவ்வொரு சொல்லிலும் வெளிப்படு கிறது. மாணவர்களை அடிக்கக் கூடாது என்று அரசு தடுத்து விட்டதுதான் மாணவ சமுதாயம் தறிகெட்டுப் போவதற்குக் காரணம் என்று நம்பும் ஆசிரியர்கள் அனேகம். அடித்தல் என்பது வன்முறை வடிவம், அதைக் குழந்தைகள் மீது பிரயோகிப்பது மனிதத்தன்மையற்ற செயல் என்னும் கருத்தோட்டம் உலகெங்கும் மேலோங்கியிருக்கும் காலம் இது. 'அடியாத மாடு படியாது' போன்ற பழந்தொடர்களை ஏந்திக்கொண்டு அடிக்க ஏங்கும் மனநிலையை எப்படிப் போக்குவது?

'டேய்' என்னும் விளியைக்கூட இன்றைய மாணவர்கள் விரும்புவதில்லை. வயதின் காரணமாகவோ பதவிப் படிநிலையின் காரணமாகவோ ஒருவர் அப்படி அழைப்பதை இளையவர்கள் ஏற்பதில்லை. சகவயது நண்பர்கள் மட்டுமே அப்படி அழைக்க உரிமை உடையவர்கள் என்றே கருதுகிறார்கள். ஆனால்

ஆசிரியர்கள் 'டேய்' என்றுதான் அழைக்கிறார்கள். அதில் ஒரு காவலர் தம் முன்னிற்கும் குற்றவாளியை அழைக்கும் தொனியை மாணவர்கள் உணர்கிறார்கள். காவலர்கள்கூடக் குற்றவாளியை 'டேய்' என்றழைக்கக் கூடாது என்னும் இடத்தை நோக்கி இன்று நகர்ந்திருக்கிறோம். இப்படியான அழைப்புகள் நம் சமூகத்தில் சாதியப் படிநிலை சார்ந்தவை. அறிந்தோ அறியாமலோ ஆதிக்க சாதி மனநிலை நமக்குள் படிந்திருக்கிறது. அதை மாணவர்கள் ஏற்றுக்கொள்வதில்லை. இப்படிச் சிறுசிறு விஷயங்கள் என்று கருதப்படும் பலவற்றைப் பற்றி நாம் விவாதிக்கலாம்; பரிசீலிக்கலாம். அதற்கு ஆசிரியர்கள் தம் அதிகாரத் தொனியைச் சற்றே குறைத்துக்கொள்ள வேண்டும்; அன்பை இன்னும் இன்னும் கூட்ட வேண்டும்.

அருஞ்சொல், 16.04.2022

●

சுதந்திர வெளிச்ச வெளி

முந்தைய தலைமுறையினர் இந்தத் தலைமுறை மீது அதிருப்திகொள்வதும் குறைகளாகக் கொட்டுவதும் பொதுவழக்கம். தாத்தா பாட்டிகளுக்கு என் தாய் தந்தையர் காலம் ஏற்புடையதாக இல்லை. பெற்றோருக்கு என் காலம் உவப்பாக இல்லை. சொந்த ஊரிலிருந்து ஐம்பது கிலோ மீட்டரைத் தாண்டிச் செல்லாத அம்மாவுக்கு நான் பல கிலோ மீட்டர் தூரம் கடந்து சென்று கல்வி பயின்றதையும் ரயில் போன்ற வாகனங்களை எளிதாகப் பயன் கொண்டதையும் புரிந்துகொள்ள முடியவில்லை. எப்போதும் அச்சத்துடனே என்னை அணுகினார். வெளியிலிருந்து ஏதேதோ பூதங்களைக் கொண்டு வந்து ஏவி விடுவேன் என்று நினைத்தார். எனக்கு என் பிள்ளைகளின் காலம் வெகுவான தூரத்தில் இருக்கிறது. ஒரு விஷயத்தைப் பட்டென்று போட்டு உடைத்துவிடுகிறார்கள். பாவனைகளை அவர்களால் ஒத்துக்கொள்ள முடியவில்லை. 'உனக்குப் புடிக்கலன்னா புடிக்கலன்னு சொல்லேப்பா' என்பது என் மகன் அடிக்கடி சொல்லும் அறிவுரை.

ஒவ்வொருவருக்கும் முப்பது வயதுக்குள் ஏதோ ஒருவிதமான வாழ்க்கைப் பார்வை உருவாகி விடுகிறது. கல்வி, ஒழுக்கம், குடும்பம், வேலை உள்ளிட்ட அனைத்தைப் பற்றிய விழுமியங்களை யும் அப்பார்வை நிறுவி நிலைபெற வைக்கிறது. அவற்றைச் சுமந்தபடியே தம் மீதி ஆயுளைக் கழிக்கின்றனர். கால மாற்றத்துக்கேற்பப் புற அளவில் சிற்சில மாற்றங்களை ஏற்றுக்கொள்வதுண்டு.

அகத்தில் பெரிதாக மாற்றம் ஏற்படுவதில்லை. ஒவ்வொரு மாற்றத்தையும் பதற்றத்தோடு அணுகுகின்றனர். புறநிர்ப்பந்தம் சிலவற்றைத் திணிக்கிறது. எனினும் உள்ளே புதுக்காற்றை விடாமல் புழுங்கித் தவிக்கின்றனர்.

நான் ஐம்பது வயதைக் கடந்தவன். ஆசிரியராக இருப்பதால் எப்போதும் பதின்வயது மாணவர்களின் சிந்தனைகளையும் போக்குகளையும் கவனித்து வருபவன். அவற்றோடு இயைவதற்குக் கொஞ்சம் மனப் போராட்டம் செய்ய வேண்டியிருக்கும். அதைக் கடந்துவிட்டால் நவீன உலகின் இளமை வாரி அணைத்துக் கொள்ளும். புதிதாகப் பிறந்துவிடலாம். ஒவ்வொரு தலைமுறையும் கூடுதலான சுதந்திரத்தை நோக்கிச் செல்கிறது என்பது என் அனுமானம். மன மலர்ச்சிக்கு அடிப்படை சுதந்திர உணர்வு. நமக்குக் கிடைக்காத சுதந்திர வெளி அடுத்த தலைமுறைக்குக் கிடைக்கிறது. நம்மை விட மகிழ்ச்சியாக அவர்கள் இருக்கிறார்கள். அந்தப் பரந்த வெளிச்ச வெளியில் நமக்குப் பங்கு வேண்டுமானால் 'உலகத்தோடு ஒட்ட ஒழுக' வேண்டும். புதியவற்றை முதலில் புரிந்துகொள்ளவும் நம் காலத்து விழுமியங்களை ஓரமாக ஒதுக்கித் தள்ளவும் தைரியம் வேண்டும்.

ஒருகாலத்தில் பெண்கள் படிக்கக் கூடாது என்றிருந்தது. பிறகு படிக்கலாம், ஆனால் பையன்களோடு பேசக் கூடாது என்றானது. ஆண்களுக்கும் பெண்களுக்கும் தனித்தனிக் கல்வி நிறுவனங்கள் உருவாயின. 1990களில் இன்னும் கொஞ்சம் பார்வை விரிவாகி இருபாலர் கல்வி நிறுவனங்கள் அமைந்தன. ஏற்கனவே ஆண்கள் மட்டும் பயிலும் கல்லூரிகளாக இருந்தவை இருபாலர் கல்லூரிகளாக மாற்றப்பட்டன. பள்ளிகளில் அப்படி நடக்கவில்லை. ஒரே ஊரில் அருகருகில் தனித்தனிப் பள்ளிகள் இருந்த காரணத்தால் அவை அப்படியே தொடர்ந்தன. இருபாலரும் ஒன்றாகப் படிக்கலாம், ஆனால் தனித்தனிப் பகுதியில் உட்கார வேண்டும், பேசிக்கொள்ளக் கூடாது என்று கட்டுப்பாடுகள் அமைந்தன. பேசிக்கொள்வதை யாராலும் தடுக்க முடியவில்லை. தனித்தனிப் பகுதி என்பது இன்றுவரை நிலவுகிறது. இப்போது 'ஏன் தனித்தனிப் பகுதி?' என்னும் கேள்வி வந்துவிட்டது. வகுப்பறை தவிர்த்த அரங்கம் முதலிய இடங்களில் சேர்ந்து உட்கார்கின்றனர். சில பல்கலைக்கழகங்களில் தனிப்பகுதி முறை ஒழிந்து விட்டதையும் பார்க்க முடிகிறது.

1990கள் வரை தனித்தனிப் பள்ளிகளில் பயின்ற தலைமுறையைச் சேர்ந்தவர்களால் தம் காலத்து மதிப்பீடுகளைக் கடந்து வர முடியவில்லை. இருபாலர் கல்வி நிறுவனங்களில் தம் பிள்ளைகளைப் படிக்க வைக்க அஞ்சுகின்றனர். பிள்ளைகளோ

அவற்றையே விரும்புகின்றனர். ஆண்பிள்ளைகளை அனுமதிக்கும் பெற்றோர்கூடப் பெண்பிள்ளைகளை அனுப்பத் தயங்குகின்றனர். ஆணும் பெண்ணும் பார்த்துக்கொள்வது, பேசுவது, நட்பாக இருப்பது, ஒருவர் வீட்டுக்கு ஒருவர் செல்வது ஆகியவற்றை எல்லாம் இயல்பாகப் பார்க்க முடியவில்லை. இந்தத் தலைமுறைக்கு அது இயல்பான விஷயம் என்பதையும் புரிந்துகொள்ள இயலவில்லை. ஆசிரியர்களுக்கும் அந்த மனநிலையே இருக்கிறது. ஓர் ஆணும் பெண்ணும் பேசிக்கொண்டு நடந்து போனால், தொட்டு அடித்துக் கொண்டால், வாய் விட்டுச் சிரித்தால் அதைக் காணும் ஆசிரியரின் மனம் சுருங்கிப் போகிறது. 'கலிகாலம்' என்று முனகுகின்றார். ஏதாவது சந்தர்ப்பத்தில் அவர்களைப் பழிவாங்கும் எண்ணமும் மனதில் தோன்றிவிடுகிறது.

தம் காலத்து மதிப்பீடுகளைக் கொண்டே இந்த மாற்றத்தை யும் பார்க்கின்றனர். அதனால் எப்போதும் கண்காணிப்பு, எச்சரிக்கை உணர்வு, குற்றப் பார்வை ஆகியவற்றுடன் இந்தத் தலைமுறையைக் காண்கின்றனர். பல ஊர்களில் பள்ளிப் படிப்புடன் பெண்பிள்ளைகளை நிறுத்திவிடுகின்றனர். உயர் கல்விக்குச் சென்றால் காதல் திருமணம், கலப்புத் திருமணம் செய்துகொள்வர் என்னும் அச்சமே காரணம். எதிர்பாலினருடன் இணைந்து பயிலும் வாய்ப்பு தமக்குக் கிடைக்காத பொறாமை உணர்வும் இதில் கலந்திருக்கிறது. தமக்குக் கிடைக்காத சுதந்திர வெளி அடுத்த தலைமுறைக்கும் கிடைக்கக் கூடாது என்பதே ஆழ்மன எண்ணம்.

அதே போல நவீனக் கருவிகள் தரும் சுதந்திரத்தையும் உடனடியாக ஏற்றுக்கொள்ள முடியவில்லை. இன்றைக்குச் சமூகத்தில் நிலவுபவை அனைத்தும் சீர்கேடுகள்; அவற்றுக்குக் காரணம் செல்பேசிகள் என்பது பொதுச்சமூகத்தின் முடிவு. பொதுச்சமூகத்தில் இளைய தலைமுறைக்கு இடமில்லை. எதையும் தீர்மானிக்கும் இடத்தில் அவர்கள் இல்லை. சரி, செல்பேசிகளைத் தவிர்க்க முடியுமா? அது இயலாது என்பது அனைவருக்கும் தெரிந்திருக்கிறது. பேசிகளை எளிதாக இளைய தலைமுறையினர் கையாள்கின்றனர். முந்தைய தலைமுறைக்கும் பேசிகள் பெரிய வடிகாலாக இருக்கின்றன. ஆனால் கையாள்வது அத்தனை எளிதாக இல்லை. ஒவ்வொரு நாளும் புதுப்புது வசதிகளையும் வடிவங்களையும் பேசிகள் பெறுகின்றன. அவற்றைப் புரிந்து கொள்ள இயலாமல் பழந்தலைமுறை தடுமாறுகிறது. இளையவர் களோ சில நொடிகளில் அவற்றைக் கற்றுக்கொள்கின்றனர்.

செல்பேசிகளை வகுப்பறைகளில் பயன்படுத்தக் கூடாது என்று பல கல்வி நிறுவனங்கள் தடை விதித்த காலம் உண்டு.

கொரானோ பெருந்தொற்றுக்குப் பிறகு அப்படி ஒரு விதியை யாராலும் போடவும் முடியாது; கடைபிடிக்கவும் இயலாது என்னும் நிலை. இப்போது நேரடி வகுப்புகள் தொடங்கிவிட்டாலும் பேசிப் பயன்பாட்டை விடச் சாத்தியமில்லை. வகுப்புகள் தொடர்பான தகவல்கள், அறிவிப்புகள், குறிப்புகள் என அனைத்தும் பேசி வழியாகப் பகிர்ந்தாக வேண்டிய நிலை. உடனடித் தகவல் தொடர்புக் காலம்.

நகலெடுக்கும் வசதி இல்லாத காலத்தில் அனைத்தையும் கையால் எழுதினோம். சில பாடப் புத்தகங்கள் அச்சில் இருக்காது. ஒரே ஒரு பிரதியைக் கொண்டு ஆசிரியர் சொல்லச் சொல்லக் குறிப்புகள் எழுதுவோம். கிட்டத்தட்ட முழுப் புத்தகத்தையும் எழுத வேண்டியிருந்தது. நகலெடுக்கும் வசதி வந்தவுடன் எழுத்துச் சுமை குறைந்தது. அப்போது எங்கள் ஆசிரியர்கள் 'எழுத்துப் பழக்கமே இல்லாத போயிருமே, அப்பறம் எப்படித் தேர்வு எழுதுவீங்க?' என்று கவலைப்பட்டார்கள். இப்போது நகலும் வேண்டியதில்லை. பேசிகளில் நூல்களைச் சேமித்து வைத்துக்கொள்ள வசதி இருக்கிறது. ஏதோ ஒரு தளத்திற்குச் சென்று பிடிஎப் எடுத்துக்கொள்ளலாம்.

சில ஆண்டுகளுக்கு முன் கற்பித்தலுக்குப் பேசியைப் பயன்படுத்தும் உத்தியை எனக்குச் சொல்லிக் கொடுத்தவர் ஒரு மாணவர். வகுப்பு நடத்திக்கொண்டிருக்கும்போது அவர் தைரியமாகப் பேசியைப் பயன்படுத்திக்கொண்டிருந்தார். 'என்னப்பா, பாடத்தக் கவனிக்காத செல்போன நோண்டிக்கிட்டு இருக்கற?' என்று கேட்டேன். 'நோண்டுதல்' என்பது இழிவான சொல். 'நோண்டறயா?', 'நோண்டிக்கிட்டு இருக்கறயா?' என்று ஏளனமாகக் கேட்கும் வழக்கு உண்டு. அதைத்தான் நானும் பயன்படுத்தினேன். நான் நடத்திக்கொண்டிருந்த குறுந்தொகைப் பாடல் பகுதியைத் தன் பேசியில் எடுத்துக்காட்டி அம்மாணவர் எனக்கு விளக்கினார்.

பிடிஎப் வடிவம் போக நான்கைந்து தளங்களில் வெவ்வேறு உரைகளையும் காட்டினார். என் பேசியில் எப்படி எடுப்பது, சேமிப்பது என்பவற்றையும் சொல்லிக் கொடுத்தார். அவரிடம் கற்றுக்கொண்டேன். அவர் வேகத்திற்கு ஈடு கொடுக்க முடியாமல் பலமுறை கேட்டுக் கேட்டுக் கற்றுக்கொண்டேன். இந்த விஷயத்தில் எனக்கு அவர்தான் ஆசிரியர். பின்னர் நான் புத்தகம் எடுத்துச் செல்லும் வழக்கத்தைக் கைவிட்டேன். புத்தகம் இல்லாத மாணவர்களைக் கடிந்துகொள்வதையும் நிறுத்தினேன். பெரும்பாலான மாணவர்களிடம் பேசி இருந்தது. அவர்களுக்கு அனுப்பி வைக்க முடிந்தது. புலனம் வந்தவுடன் இது இன்னும்

எளிமை ஆயிற்று. ஆனால் இன்று வரைக்கும் 'பிள்ளைங்க கையில இருந்து செல்போனப் புடுங்கணும். அப்பத்தான் நாடு உருப்படும்' என்று கவலையுடனும் கோபத்துடனும் பேசுவோர் இருக்கின்றனர்.

செல்பேசி என்றதும் ஆபாசப் படங்கள், தளங்கள்தான் முந்தைய தலைமுறையின் நினைவுக்கு வருகின்றன. இந்தத் தலைமுறைக்கோ பேசியில் அதுவும் ஒருபகுதி; அவ்வளவுதான். ஆற்றங்கரையில் நின்ற பெண்ணைத் தன் தோள் மேல் தூக்கிச் சென்ற குருநாதர் அடுத்த கரையில் இறக்கி விட்டுவிட அதை ஏற்றுக்கொள்ள முடியாத சீடனோ நாள் முழுக்க அந்தப் பெண்ணை மனதில் சுமந்த கதையே நினைவுக்கு வருகிறது. பாட நூல்கள் பத்தாண்டு இருபதாண்டுப் பழமையுடன் இருக்க இன்றைய தேவைக்கான கல்வியை இணையம் வழியாக எளிதாகக் கற்றுக்கொள்கின்றனர்.

திரைப்படத்தை மோசமானதாகக் கருதிய காலத்தில் திருட்டுத்தனமாகப் பார்க்க நேர்ந்த தலைமுறையினருக்குத் தாம் விரும்பும் படத்தை உடனே பேசியில் பார்த்துக் களிக்கும் தலைமுறையைப் பார்க்கத் தாங்க முடியவில்லை. திரைப்படம் என்பது உயர்ந்த கலைவடிவம் என ஏற்கப்பட்டுப் பார்வை மாறிவிட்டதுகூட முந்தைய தலைமுறைக்குத் தெரியவில்லை. சிறுசுற்றுலா செல்ல ஏற்பாடான போது ஓரிடத்தில் மாணவர் ஒருவர் வந்து எனக்காகக் காத்திருந்தார். சொன்ன நேரத்தைவிட சென்று சேரத் தாமதம் ஆகிவிட்டது. போனதும் 'சாரிப்பா. வர நேரம் ஆயிருச்சு. காத்திக்கிட்டு இருக்க வெச்சிட்டன்' என்றேன். அவர் சொன்னார், 'அதான் கைல போன் இருக்குதே, ஒன்னும் பிரச்சின இல்லைங்கய்யா.' காத்திருந்து வெறுத்துப் போன காலமும் காக்க வைத்து வசை வாங்கிய நாட்களும் நினைவுக்கு வந்தன. காத்திருப்பு ஒரு விஷயமே இல்லை என்றாகிவிட்டது. எத்தனை பெரிய விடுதலை.

தொலைக்காட்சி வந்ததும் புத்தகம் வாசிக்கும் பழக்கம் போய்விட்டது என்று கவலைப்பட்ட தலைமுறையினர் உண்டு. இப்போது பேசியால் வாசிப்புப் பழக்கம் போய்விட்டது என்று புலம்புகின்றனர். ஆனால் புத்தகக் கண்காட்சிகளில் இளைய தலைமுறையினர்தான் மிகுதியாகப் புத்தகங்கள் வாங்குவதைப் பார்க்க முடிகிறது. நூல் விமர்சனத் தளங்களை இளையவர்கள் நடத்துகின்றனர். நூல்களை அறிமுகப்படுத்தி அவர்கள் பேசும் பேச்சு அழகாக இருக்கிறது. மின்னூல்களை வாசிக்கின்றனர். தினமும் முகநூலிலோ புலனத்திலோ சில வரிகளையாவது எழுதுகின்றனர். பல பேர் எழுதுவதை வாசிக்கின்றனர். முந்தைய காலத்தைவிட அதிகப் புத்தகங்கள் விற்பனை ஆகின்றன.

மயிர்தான் பிரச்சினையா?

பதிப்பாளர்கள் மகிழ்ச்சியாக இருக்கின்றனர். எழுத்தாளர்களுக்கு உரிமைத்தொகை கிடைக்கிறது. என்றைக்கும் இல்லாத வகையில் இவ்வாண்டு கவிதைத் தொகுப்புகள் நிறைய விற்பனையாகிக் கவிஞர்களுக்கு உரிமைத்தொகை கிடைத்ததை முகநூலில் பதிவிட்டு மகிழ்ந்தவர்களைக் காண முடிந்தது.

ஆனாலும் ஏன் முந்தைய தலைமுறை புலம்பிக் கொண்டேயிருக்கிறது? கல்வி பயின்றது ஒரு சாதனை; வேலை செய்வது ஒரு சாதனை; குடும்பம் நடத்துவது ஒரு சாதனை என இன்று சாதாரணமாகிவிட்ட செயல்களை எல்லாம் சாதனையாகப் பாவித்து முப்பது வயதுக்குள் முடங்கிப் போனதே காரணம்.

ஆனந்த விகடன், 12.05.2022

கலைக் கல்லூரிகளில் தமிழ்வழிக் கல்வி

தமிழ் வழியில் உயர்கல்வி பற்றிய உரையாடல் மீண்டும் வலுப்படுகிறது. பொறியியல், மருத்துவம் ஆகிய தொழிற்கல்விகளைத் தமிழ் மொழியில் கற்பிக்க வேண்டிய தேவையை வலியுறுத்தும் அரசியல் குரல்கள் எழுந்துள்ளன. இதன் பின்னால் இருக்கும் அரசியல் கணக்கீடுகள் என்னவாக இருந்தாலும் சரி, தமிழ் வழிக் கல்வியைப் பற்றி விவாதிக்கவும் சிலவற்றை நடைமுறைப்படுத்தவும் ஏற்ற சூழல் இது. தமிழ் வழிக் கல்வியை எல்லாத் துறைகளிலும் கொண்டு வரவும் ஏற்கனவே உள்ளவற்றை வளர்த்தெடுக்கவும் தமிழ்நாடு அரசு முயன்றால் எளிதாகச் செய்யலாம். அதற்கான அடிப்படைக் கட்டமைப்பு ஏற்கனவே இங்கு உள்ளது.

அரசு கலைக்கல்லூரிகளிலும் அரசு உதவி பெறும் கலைக்கல்லூரிகளிலும் 1960கள் முதற் கொண்டு தமிழ் வழிக் கல்வி நடைமுறையில் உள்ளது. அதற்கெனத் தமிழ்நாட்டுப் பாடநூல் நிறுவனம் ஆயிரத்திற்கும் மேற்பட்ட நூல்களை உருவாக்கியது. அவை பல்துறை சார்ந்தவை. மொழிபெயர்ப்புகளும் நேரடியாக எழுதப்பட்டவையும் அடங்கும். அவற்றை அந்நிறுவனம் இப்போது மறுபதிப்பாக வெளி யிட்டுள்ளது. அவை போதுமானவை அல்ல. இன்னும் கூடுதலாக நூல்கள் தேவை. ஒவ்வொரு துறையிலும் நவீனமாக ஏற்பட்டுள்ள வளர்ச்சியை கருத்தில் கொண்டும் பாடத்திட்டத்தில் நிகழ்ந்துள்ள மாற்றங்களைக் கவனத்தில் எடுத்தும் இன்னும் ஆயிரக்கணக்கான நூல்களை எழுத வேண்டிய

தேவை உள்ளது. நூல்களை எழுதுவதற்குத் தகுதியான ஆசிரியர்கள் நம்மிடையே பலர் உள்ளனர். தற்போது தமிழ் வழிப் படிப்புகளுக்குத் தனியார் பதிப்பகங்கள் விற்பனை நோக்கில் வெளியிடும் நோட்ஸ் எனப்படும் நூல்களை எழுதுவோர் பெரும்பாலும் ஆசிரியர்கள்தான். நூல்களை உருவாக்குவதற்கான அறிவு வளத்தில் பிரச்சினை ஏதுமில்லை.

தமிழ் வழியில் படிக்கும் மாணவர்களுக்கு உதவித் தொகையையும் அரசு வழங்கி வருகிறது. 'தமிழ் வழிக் கல்வி பயிலும் மாணவர்களை ஊக்குவிக்கும் வகையில் ஆண்டுதோறும் நிதியுதவி அளிக்கும் திட்டம் திமுக முதன்முதலில் ஆட்சிப் பொறுப்புக்கு வந்த 1967 – 1968இல் அறிமுகப்படுத்தப்பட்டு, அது படிப்படியாக அதிகரிக்கப்பட்டு, தற்போது ஆண்டுக்கு ஒருமாணவருக்கு 900/- ரூபாய் வழங்கப்பட்டு வருகிறது' என உயர்கல்வி அமைச்சர் தம் அறிக்கையில் (13–11–22) சுட்டியுள்ளார்.

1960களில் தமிழ் வழிக் கல்வி அறிமுகமானபோது அதைக் குறித்துக் கலைக்கல்லூரி மாணவர்களிடையே தயக்கம் இருந்தது. புதிதாக ஒன்றைத் தொடங்கும்போது அதை ஏற்றுக் கொள்வதில் தயக்கமும் எதிர்மறைக் கருத்துகளும் உருவாவது இயல்பு. காலப்போக்கில் எதிர்ப்பு மட்டுப்படும்; ஏற்பு கிடைக்கும். மாணவர்களை ஈர்க்கும் வகையிலும் ஏற்கச் செய்யும் நோக்கிலும் தமிழ் வழிக் கல்வியில் மாணவர் சேர்க்கையை ஊக்குவிக்கும் வகையில் மாதந்தோறும் உதவித்தொகை வழங்கும் திட்டத்தை அரசு செயல்படுத்தியது மிகச் சிறந்த முன்னெடுப்பு. அதன் நல்விளைவை இன்று காண முடிகிறது.

தொடர்ச்சியாகத் தமிழ் வழியில் கற்றவர்களுக்கு அரசு வேலைவாய்ப்பில் இருபது விழுக்காடு இட ஒதுக்கீட்டைக் கடந்த 2020ஆம் ஆண்டு அரசு கொண்டு வந்தது. அதற்கு வந்த எதிர்ப்புகளை எல்லாம் கடந்து நீதிமன்ற ஒப்புதலுடன் அமல்படுத்தப்பட்டுள்ளது. இது சமூக நீதிக் கண்ணோட்டத்தில் மிக முக்கியமான முன்னேற்றம். ஒடுக்கப்பட்ட சாதிகளைச் சேர்ந்தவர்களே பெரிதும் அரசுப் பள்ளிகளில் பயில்கிறார்கள்; அரசுப் பள்ளிகளில் தமிழ் வழிக் கல்வி. ஆகவே தமிழ் வழியில் பயின்று வருவோர், தனியார் பள்ளிகளில் ஆங்கில வழியில் படித்து வரும் மாணவர்களுடன் போட்டியிடுவது கடினம் என்னும் நடைமுறைப் புரிதலுடன் இருபது விழுக்காடு இட ஒதுக்கீடு கொண்டு வரப்பட்டது. சமூக நீதியில் மொழிக்கும் முக்கியமான பங்கிருக்கிறது என்பதைக் கவனத்தில் கொண்ட இந்த இட ஒதுக்கீட்டு முறை பெரும்பயனைக் கொடுத்திருக்கிறது.

இப்போதெல்லாம் கலைக்கல்லூரிகளில் தமிழ் வழிப் படிப்பில் சேரவே மாணவர்கள் பெரிதும் விரும்புகின்றனர். கடந்த பத்தாண்டுகளுக்கும் மேலாகக் கலைக்கல்லூரிகளில்

முதலில் நிரம்புவது தமிழ் வழிப் படிப்புகள்தான். பொருளியல், வரலாறு, கணிதம், தாவரவியல், விலங்கியல், வேதியியல், இயற்பியல் உள்ளிட்ட அடிப்படை இளநிலைப் பட்டக் கல்வியில் தமிழ், ஆங்கிலம் ஆகிய இரு வழிகளிலும் படிப்புகள் உள்ளன. மாணவர்கள் முதலில் தேர்வு செய்வது தமிழ் வழிப் படிப்பைத்தான். உதவித்தொகையை விடவும் தமிழ் வழியில் படித்தவர்களுக்கான இருபது விழுக்காடு இட ஒதுக்கீடு அதற்கு முக்கியமான காரணம்.

அரசு கல்லூரிகளில் உயர்கல்வி பயில வரும் பெருவாரியான மாணவர்கள் தொடக்கக் கல்வி முதலாகத் தமிழ் வழியில் பயின்றவர்கள். அதுவும் அரசுப் பள்ளிகளில் பயின்றவர்கள். என் அவதானிப்பின்படி கிட்டத்தட்டத் தொண்ணூறு விழுக்காடு மாணவர்கள் தமிழ் வழியில் கற்றவர்கள் என்று சொல்வேன். ஆங்கில வழியில் கற்று அரசு கல்லூரிக்கு வரும் அந்தப் பத்து விழுக்காட்டு மாணவர்களும் பெரும்பாலும் மாநகரத்தைச் சேர்ந்தவர்களாகவே இருப்பர். அரசுப் பள்ளிகளில் நடைமுறையில் இருக்கும் ஆங்கில வழி வகுப்புகளில் படித்தவர்கள் அதில் கணிசம்.

கிராமப்புறப் பள்ளிகளிலும் சிறுநகரப் பள்ளிகளிலும் பயின்ற மாணவர்களுக்கு ஆங்கிலம் பற்றிய அச்சம் மிகுதி. ஆங்கில மொழிப் பாடத்தோடு கட்டிப் புரண்டுதான் பன்னிரண்டாம் வகுப்பைத் தாண்டுகிறார்கள். கல்லூரிக்கு வந்த பிறகும் ஆங்கில மொழிப் பாடம் அச்சமூட்டுகிறது. அத்துடன் ஆங்கில வழியிலேயே எல்லாப் பாடத்தையும் படிக்க வேண்டும் என்றால் எப்படி? ஆகவே அவர்கள் தமிழ் வழிப் படிப்பையே ஆர்வமாகத் தேர்வு செய்கின்றனர். சமீப காலமாகத் 'தமிழ்நாடு அரசுப் பணியாளர் தேர்வாணையம்' நடத்தும் தேர்வுகளுக்கான அறிவிப்பிலேயே தமிழ் வழியில் கற்றவர்களுக்கான இட ஒதுக்கீடு பற்றித் தெளிவான குறிப்பு கொடுக்கப்படுகிறது. நேர்காணல், சான்றிதழ் சரிபார்ப்பு ஆகியவற்றின்போது தமிழ் வழிப் படிப்புக்கான சான்றிதழும் கேட்கப்படுகிறது; பரிசோதிக்கப்படுகிறது.

2010ஆம் ஆண்டு பொறியியலில் சில பாடங்களுக்கு மட்டும் தமிழ் வழிக் கல்வி அறிமுகம் ஆனது. அண்ணா பல்கலைக் கழகத்தில் தொடங்கிய அப்படிப்புகளில் பயின்ற மாணவர்கள் இருபது விழுக்காடு இட ஒதுக்கீட்டின் அடிப்படையில் தமிழ்நாடு அரசின் பொதுப்பணித்துறை உள்ளிட்ட துறைகளில் உடனடி வேலைவாய்ப்பைப் பெற்றனர். அதனால் இப்போது பொறியியல் தமிழ் வழிப் படிப்புக்கும் சேர்க்கையில் போட்டி ஏற்பட்டுள்ளது. ஆகவே தமிழ் வழியில் படிப்பதால் கிடைக்கும் பலன்கள் பற்றிய விழிப்புணர்வு பெற்றோர்களுக்கும் மாணவர்களுக்கும் இப்போது மிகுந்திருக்கிறது.

கலைக்கல்லூரிகளில் தமிழ் வழிப் படிப்புகளில் சேர்க்கை முடிந்த பிறகுதான் ஆங்கில வழியில் மாணவர் சேர்கின்றனர்.

அதுவும் தயக்கத்தோடுதான். 'ஆங்கில வழி என்றாலும் தமிழில் தேர்வு எழுதலாம். வகுப்புகள் எல்லாம் தமிழில்தான் நடக்கும். பயப்பட வேண்டியதில்லை' என்று ஆசிரியர்கள் தெளிவுறுத்தி மாணவர்களைச் சேர்க்கின்றனர். எனினும் விவரமுள்ள மாணவர்கள் எந்தப் பாடம் என்றாலும் பரவாயில்லை, அது தமிழ் வழியாக இருக்க வேண்டும் என்பதில் உறுதியாக உள்ளனர். இது மிகப்பெரிய மனமாற்றம்.

கலைக்கல்லூரிகளில் இப்போது ஆங்கில வழிப் படிப்பு பெயரளவுக்குத்தான் இருக்கிறது. ஆங்கிலத்தில் யாரும் பாடம் நடத்துவதில்லை. மாணவர்கள் ஆங்கிலத்தில் தேர்வெழுத வேண்டியதில்லை. ஆங்கில வழியில் கற்றாலும் தமிழில் தேர்வெழுதப் பல்கலைக்கழகங்கள் அனுமதிக்கின்றன. ஆங்கில வழியில் குறைவான மாணவர் சேர்ந்திருக்கும் துறைகளில் அம்மாணவர்களைத் தமிழ் வழி மாணவர்களோடு இணைத்து உட்கார வைத்தே வகுப்புகள் நடைபெறுகின்றன. தமிழ் வழியில் பயிலும் மாணவர்கள் முதன்மையானவர்களாகவும் ஆங்கில வழியில் பயில்வோர் அடுத்த நிலையினராகவும் கருதும் போக்கு இயல்பாக ஏற்பட்டிருக்கிறது. இன்று தமிழ் வழிக் கல்விக்கு இருக்கும் மதிப்பு ஆங்கில வழிக்கு இல்லை என்பதுதான் நிதர்சனம்.

தமிழ் வழிக் கல்வியில் மேலும் சில முன்னேற்ற நடவடிக்கை களை அரசு மேற்கொள்ள இதுவே சரியான தருணம். மாணவர் சேர விரும்பாத ஆங்கில வழிப் படிப்புகளைத் தமிழ் வழியாக மாற்றிவிடலாம். ஒரு துறையில் தமிழ் வழியில் இரண்டு வகுப்புகள் இருக்கலாம். மாணவர் எண்ணிக்கையைக் கணக்கில் கொண்டு அவ்வாறு பிரிப்பது ஏற்கனவே நடைமுறையில் இருப்பதுதான். மாணவர் விரும்பும் படிப்புகளில் தனியார் கல்லூரிகள் இரண்டு, மூன்று பிரிவுகளை ஏற்கனவே தொடங்கி நடத்தி வருகின்றனர். ஆகவே அரசு கல்லூரிகளில் இருக்கும் ஆங்கில வழி வகுப்புகளை உடனே தமிழ் வழிக்கு மாற்றுவதில் நடைமுறைச் சிக்கல் எதுவும் வர வாய்ப்பில்லை.

தமிழ் வழியில் பயில்வோருக்கு வழங்கும் உதவித்தொகைச் செலவு அரசுக்குக் கூடும். ஒரு மாணவருக்கு ஆண்டுக்குத் தொள்ளாயிரம் ரூபாய் என்பது பெரும் செலவல்ல. புதிதாகத் தமிழ் வழியில் தொடங்கும் பாடப்பிரிவில் சேரும் மாணவர்களுக்கு உதவித்தொகை இல்லை என்று அறிவித்தாலும் பிரச்சினை யில்லை. மாணவர் சேர்க்கையை ஊக்குவிக்க வேண்டித்தான் இந்த உதவித்தொகைத் திட்டம் கொண்டு வரப்பட்டது. இப்போது மாணவர் சேர்க்கையில் போட்டி மிகுந்திருக்கும் சூழலில் உதவித்தொகைத் திட்டத்தையே ரத்து செய்தாலும் எதிர்ப்பு இருக்காது. 'தாய்மொழியில் படிப்பதற்கு உதவித்தொகை எதற்கு? அப்படிக் கொடுப்பது தமிழுக்கு நேர்ந்த அவமானம்' என்னும்

கருத்து நிலவும் காலகட்டம் இது என்பதையும் நினைவில் கொள்வோம்.

வணிகவியல், வணிக நிர்வாகவியல், கணினி அறிவியல் உள்ளிட்ட சில பாடங்களுக்கு ஆங்கில வழிப் படிப்பு மட்டுமே இருக்கிறது. அப்படிப்புகளைத் தமிழ் வழியிலும் தொடங்க வேண்டும். தங்களுக்கு இருபது விழுக்காடு இட ஒதுக்கீட்டு வாய்ப்பில்லை என்று துயருறும் மாணவர்களுக்கு அது மகிழ்ச்சி தரும் செய்தியாக இருக்கும். இப்படிப்புகளுக்கு மாணவர்களிடையே எப்போதும் வரவேற்பு அதிகம். ஆகவே கூடுதலாக மாணவர்களைச் சேர்க்கும் வகையில் தமிழ் வழியிலும் தொடங்கினால் வரவேற்பு மிகும். உயர்கல்வியில் மாணவர் சேர்க்கை எண்ணிக்கையும் கூடும். ஒவ்வொரு கல்லூரியும் புதிய படிப்புகளை வேண்டிக் கேட்கும்போது தமிழ் வழிப் படிப்புகளுக்கு முன்னுரிமை தரலாம். அரசும் அதை ஊக்கப்படுத்தலாம். தமிழ் வழிப் படிப்பைக் கேட்டால் அரசு உடனே வழங்கும் என்னும் நிலையை ஏற்படுத்த வேண்டும்.

கடந்த பதினைந்து ஆண்டுகளில் கணிசமான அரசு கலைக்கல்லூரிகளைப் புதிதாக அரசு தொடங்கியுள்ளது. தற்போதைய அரசும் இரு கல்வியாண்டுகளில் இருபதுக்கும் மேற்பட்ட கல்லூரிகளைத் தொடங்கியிருக்கிறது. கலை அறிவியல் படிப்புகளுக்குச் சமூகத்தில் ஏற்பட்டுள்ள தேவையையும் வரவேற்பையும் இது உணர்த்துகிறது. இவ்வாறு புதிதாகத் தொடங்கும் கல்லூரிகளில் தமிழ் வழிப் படிப்புகளுக்கே முன்னுரிமை வழங்க வேண்டும். பொதுவாகத் தமிழ், ஆங்கிலம், வணிகவியல், கணிதம், கணினி அறிவியல் ஆகிய ஐந்து பட்டப் படிப்புகள் மட்டுமே புதிய கல்லூரிகளில் உள்ளன. இவற்றில் ஆங்கில இலக்கியம் தவிர பிற நான்கு பட்டப் படிப்புகளும் தமிழ் வழியாக இருக்க வேண்டும். புதிதாகத் தொடங்கும் படிப்புகள் எல்லாம் தமிழ் வழிதான் என்பதை அரசு தன் உயர்கல்விக் கொள்கையாகவே கடைபிடிக்கலாம்.

இன்று கிட்டத்தட்ட 150 அரசு கலைக்கல்லூரிகள் உள்ளன. 160க்கும் மேற்பட்ட அரசு உதவி பெறும் கல்லூரிகள் உள்ளன. இவற்றில் வழங்கப்படும் தமிழ் வழிக் கல்வியை மேம்படுத்தவும் புதிதாகத் தொடங்கவும் அரசு கவனம் செலுத்த வேண்டும். பொறியியல், மருத்துவக் கல்விகளைத் தமிழில் வழங்க மேற்கொள்ளும் நடவடிக்கைகள் ஒருபுறம் தொடரட்டும். ஏற்கனவே நடைமுறையில் இருக்கும் தமிழ் வழிக் கல்வியை விரிவாக்கவும் அரசின் கவனம் குவியட்டும்.

அருஞ்சொல், 18.11.2022

காலச்சுவடு பப்ளிகேஷன்ஸ் (பி) லிட்.
Published by Kalachuvadu Publications (Pvt. Ltd.),
669, K.P. Road, Nagercoil 629001, India
Phone: 91-4652-278525
e-mail: publications@kalachuvadu.com

07/2023/S.No.1153, kcp 4602, 18.6 (3) 9ss